ராஜேஷ்குமார்

நிலவுக்கும் நெருப்பென்று பேர்

PRATILIPI PAPERBACKS | பிரதிலிபி காகிதப்பிரதிகள்

PRATILIPI PAPERBACKS
பிரதிலிபி காகிதப்பிரதிகள்

First published in Tamil as *Nilavukkum Nerpendru Per* in 2023 by Pratilipi Paperbacks, an imprint of Westland Books, a division of Nasadiya Technologies Private Limited

No. 269/2B, First Floor, 'Irai Arul', Vimalraj Street, Nethaji Nagar, Alapakkam Main Road, Maduravoyal, Chennai 600095

ISBN: 9789357761871

10 9 8 7 6 5 4 3 2 1

This is a work of fiction. Names, characters, organisations, places, events and incidents are either products of the author's imagination or used fictitiously.

Typeset in by RK Publishing

Printed at Saurabh Printers Pvt. Ltd.

நிலவுக்கும் நெருப்பென்று பேர்

எழுத்தாளரைப் பற்றி...

ராஜேஷ்குமார், 1947-ம் ஆண்டு மார்ச் 20ம் தேதி கோவை மாநகரில் பிறந்தவர். இவரின் இயற்பெயர் கே.ராஜகோபால். எழுத்துக்காக ராஜேஷ்குமார் என்று தன் பெயரை மாற்றிக் கொண்டார். இவர் பி.எஸ்ஸியில் தாவரவியலையும் பி.எட்டில் நேச்சுரல் சயின்ஸையும் முடித்து ஐந்தாண்டு காலம் ஆசிரியராய் பணி புரிந்த பிறகு அந்தப் பணியை விட்டுவிலகி தன் தந்தை செய்து வந்த கைத்தறிச்சேலை வியாபாரத்தில் தன்னை இணைத்துக் கொண்டார். அதன்பின் ஒரு நிறுவனத்தில் விற்பனை பிரதிநிதியாக பணியாற்றிபடியே, தன்னை எழுத்துப்பணியில் ஈடுபடுத்திக் கொண்டார்.

இவரின் முதல் சிறுகதை “உன்னைவிட மாட்டேன்” 1969ம் வருடம் மாலை முரசு கோவை பதிப்பில் வெளிவந்தது. 1980வது வருடம் இவருடைய முதல் நாவல் “வாடகைக்கு ஓர் உயிர்” மாலைமதி மாத இதழில் வெளிவந்தது. அதே வருடம் கல்கண்டு வார இதழில் “ஏழாவது டெஸ்ட் ட்யூப்” என்ற முதல் தொடர்கதை வெளியானது. ஆயிரக்கணக்கான நாவல்கள், குறுநாவல்கள் மற்றும் சிறுகதைகள்தவிர, நூற்றுக்கணக்காண அறிவியல், சமூக, ஆன்மிக மற்றும் வாழ்வியல் கட்டுரைகள் படைத்துள்ளார். அவற்றில் “ஸார் ஒரு சந்தேகம்!”, “வாவ்! ஐந்தறிவு”, “எஸ் பாஸ்” “சித்தர்களா! பித்தர்களா!!” முக்கியமானவை.

“என்னை நான் சந்தித்தேன்” என்ற தலைப்பில் தன் வாழ்க்கையில் நடந்த நிகழ்வுகளை சுவராஸ்யமான நடையில் எழுதியுள்ளார். இது மிகச் சிறந்த சுயமுன்னேற்ற நூலாகவும் பார்க்கப்பட்டு பாராட்டப்படுகிறது. கடந்த 53 ஆண்டுகளில், இதுவரை 1500 மேற்பட்ட நாவல்கள் 2000 மேற்பட்ட சிறுகதைகள் எழுதியுள்ளார். இந்த 2023 வருடத்திலும் பல முன்னணி அச்சிதழ்களிலும் மின்னிதழ்களிலும் இன்னும் எழுதிக் கொண்டிருக்கிறார். தான் எழுதிய குற்ற புதினங்களில், நவீன அறிவியலையும் பல புதுமைகளையும் புகுத்தி தனிமுத்திரை பதித்ததால், வாசகர்களும் பதிப்பாளர்களும் இவரை ‘க்ரைம் கதை மன்னர்’ என்று அழைக்கிறார்கள்.

இவரது எழுத்து படிக்க எளிமையாகவும், படித்தவுடனேயே புரிந்து கொள்ளும்படியாக இருப்பதால் பாமர வாசகர்களும் படிக்கிறார்கள், பல்துறை வல்லுனர்களும் வாசிக்கிறார்கள். சில தேர்ந்தெடுக்கப்பட்ட சிறுகதைகளும், நாவல்களும் பிராந்திய மொழிகளிலும், ஆங்கிலத்திலும் மொழி பெயர்க்கப்பட்டுள்ளன. இவருடைய நாவல்களை பல பல்கலைக்கழக மாணவர்கள் பி.ஹெச்டி படிப்பில் ஆய்வுக்காக எடுத்துக் கொண்டு டாக்டர் பட்டம் பெற்று இருப்பது சிறப்பு. இவருடைய நாவல்கள் பல, திரைப்படங்களாகவும் தொலைக்காட்சித் தொடர்களாகவும் தயாரிக்கப்பட்டுள்ளன. இவரது படைப்புக்கள் அச்சுப்புத்தகங்களாக மட்டுமின்றி மின்புத்தகங்களாகவும் ஒலிப்புத்தகங்களாகவும் உருவெடுத்து இருக்கின்றன.

எழுத்துலகில் இவர் ஆற்றிய சாதனையை இந்தியன் புக் ஆஃப் ரெக்கார்ட்ஸ் 2022ல் அங்கீகரித்துள்ளது. இவர்க்கு தமிழக அரசு, 2010ல் கலைமாமணி விருது வழங்கி சிறப்பு செய்துள்ளது.

PRATILIPI PAPERBACKS
பிரதிலிபி காகிதப்பிரதிகள்

பிரதிலிபி, இந்திய மொழிகளுக்கான மிகப்பெரிய கதை சொல்லும் ஓர் தளம்.

இந்த செயலியில் ஒரு கோடிக்கும் மேற்பட்ட கதைகளை பன்னிரெண்டு மொழிகளில் வெளியிட்டுள்ள 9 லட்சத்திற்கும் மேற்பட்ட எழுத்தாளர்களுடன், பிரதிலிபியின் ஆன்லைன் புத்தகங்ளுக்கான தளம் வாசகர்களுக்கு மிகப்பெரிய பொக்கிஷமாக உள்ளது. IVM பாட்காஸ்ட்கள் மற்றும் வெஸ்ட்லேண்ட் புக்ஸ் ஆகியவற்றுடன் 8 மொழிகளில் சிறந்த ஆடியோ கதைகளை வழங்கும் பிரதிலிபி எஃப்எம்மையும், இந்தியாவின் மிகப்பெரிய டிஜிட்டல் காமிக்ஸ் தளமான பிரதிலிபி காமிக்ஸையும் பிரதிலிபி இயக்குகிறது.

எங்களின் புதிய பிராண்ட் ஆன பிரதிலிபி பேப்பர்பேக்ஸ் மூலம், இந்தியாவின் பல மொழிகளில் கதைசொல்ல தீவிரமாக முனைந்து வருகிறோம். அவற்றை அச்சிடுவதற்கும் வர்த்தகம் செய்வதற்கும் விரிவுபடுத்த திட்டமிட்டுள்ளோம். அதிகம் விற்பனையாகும் தலைப்புகளைத் தவிர, நிறைய வெற்றிகளைப் பெற்ற மற்றும் நிறைய நன்மதிப்புகளை வைத்திருக்கும் பிற வகை புனைகதை எழுத்தாளர்களின் படைப்புகளை நாங்கள் வெளியிடுவோம். சிறந்த கதைகளை சிறந்த மதிப்பில் தர நாங்கள் அளிக்க உறுதி பூண்கிறோம்.

1

சூரியக்குழந்தை இன்னமும் கண் விழித்துப் பார்க்காததால், அந்த புதன்கிழமையின் வைகறை இருட்டு இன்னமும், சாயம் போகாமல் அடர்த்தியாகவே இருந்தது.

அறவே ஆள் நடமாட்டம் இல்லாத ஆர்.எஸ்.புரத்தின் பிரதான சாலையில் இருந்த அந்தச் சிறிய விநாயகர் கோயிலுக்கு முன்பாய் காரை நிறுத்தினான் தருண். அவனுக்குப் பக்கத்தில் உட்கார்ந்திருந்த புவனேஷ் காரின் கண்ணாடியை கீழே இறக்கி வெளியே எட்டிப் பார்த்துவிட்டு கேட்டான்.

"என்ன தருண்...... கோயில் மூடியிருக்கு..... குருக்கள் இன்னமும் வரலை போலிருக்கு...?"

"மணி அஞ்சுதானே ஆச்சு..... அவர் அஞ்சரை மணிக்குத்தானே வருவார்"

"நீ அவரை அஞ்சு மணிக்கே வரச் சொல்லியிருக்கலாமே ...?"

"சொன்னேன்..... அவர் ஆல்ரெடி ரேஸ்கோர்ஸ் ரோட்ல ஒரு பங்களா கிரஹப்பிரவேசத்துக்கு கமிட் ஆயிட்டாராம். பிரம்ம முகூர்த்தத்துல கிரஹப்பிரவேசத்தை நடத்த வேண்டியிருப்பதால அஞ்சரை மணிக்குத்தான் கோயிலுக்கு வரமுடியும்ன்னு சொல்லிட்டார்.... அது சரி.... நீ ஏன் இவ்வளவு டென்ஷனாய் இருக்கே புவனேஷ் ...?"

“இது டென்ஷன் இல்லை தருண், பயம்.....”

“என்ன பயம் ...?”

“நான் பண்ணிக்கப்போறது திருட்டுக்கல்யாணம்..... பயம் இல்லாமே இருக்குமா?”

“இது திருட்டுக்கல்யாணம்ன்னு யார் சொன்னது.... ? நீயும் முகிலாவும் கடந்த நாலு வருஷ காலமா சின்ஸியரா லவ் பண்ணிட்டு இருக்கீங்க.... ரெண்டு பேர் வீட்டிலேயும் இந்த கல்யாணத்துக்கு சம்மதம் கிடைக்காதுங்கிற காரணத்தால, தனிப்பட்ட விருப்பத்தின்பேர்ல ஒரு கோயிலுக்கு வந்து முறைப்படி தெய்வ சன்னிதானத்துல குருக்கள் மந்திரம் ஓத கல்யாணம் பண்ணிக்கப்போறீங்க..... இதுல திருட்டுத்தனம் எங்கிருந்து வந்தது..?”

“இருந்தாலும்........”

“இதோ பாரு புவனேஷ்...... இது உன் வாழ்க்கையோட ஒரு முக்கியமான கட்டம். இத்தனை நாளும் காதலர்களாய் இருந்த நீயும், முகிலாவும் கணவன் மனைவி என்கிற உன்னதமான உறவுகளுக்கு மாறப்போறீங்க. இந்த நேரத்துல மனசைப்போட்டுக் குழப்பிக்காமே சந்தோஷமாய் இருக்கணும்...”

தருண் சொல்லிக்கொண்டிருக்கும்போதே புவனேஷின் சட்டைப் பாக்கெட்டில் இருந்த, அவனுடைய செல்போன் வெளிச்சம் பிடித்துக்கொண்டு டயல் டோனை வெளியிட்டது.

செல்போனை எடுத்து அழைப்பது யார் என்று பார்த்த புவனேஷ் முகம் மலர்ந்தவனாய் ஸ்பீக்கரை ஆன் செய்துவிட்டு பேசினான்.

“என்ன முகிலா..... வீட்டைவிட்டு கிளம்பிட்டியா ......?”

“கிளம்பி அஞ்சு நிமிஷமாச்சு..... கால் டாக்ஸியில் வந்துட்டிருக்கேன்”

“இப்ப எந்த இடத்தை க்ராஸ் பண்ணிட்டிருக்கே ......?”

“அவிநாசி ரோட்ல தண்டு மாரியம்மன் கோயில்”

“அப்படீன்னா இன்னும் ஒரு பத்து நிமிஷத்துக்குள்ளே இங்கே வந்துடுவே......?”

“கண்டிப்பா..... நீங்களும் உங்க ஃப்ரண்ட் தருணும் விநாயகர் கோயிலுக்கு போயிட்டீங்களா ......?”

“இப்ப கோயில் வாசல்லதான் இருக்கோம். கோயில் இன்னமும் திறக்கலை... வெயிட்டிங் ஃபார் குருக்கள்... பை....த....பை.... வீட்டைவிட்டு புறப்படும்போது எந்தப் பிரச்சினையும் இல்லையே ..?”

“நேர்ல வந்து சொல்றேன்... போன்ல வேண்டாம்”

“அதுவும் சரிதான்....”. சொன்ன புவனேஷ் ஒரு புன்னகையோடு செல்போனை அணைத்தான்.

தருண் கண்ணைச் சிமிட்டினான்.

“உன்னைக் காட்டிலும் முகிலா தைரியமாயிருக்கா... பேசின எந்த வார்த்தையிலும் ஒரு துளி பயம் கூட தெரியலை... கவனிச்சியா....”

“நோ.....நோ.... அவளுக்கும் உள்ளூர பயம்தான் தருண். தைரியமாய் இருக்கிற மாதிரி காட்டிக்கிறா..... அவ்வளவுதான்”

“நோ புவனேஷ்.... காதலோட ஃபார்முலா...இன்னும் உனக்குத் தெரியலை.... ஆரம்பக்கட்டத்துல ஆண் துணிச்சலோடு இருப்பான். பெண் பயந்து பயந்து காதலிப்பா... ஆனா காதல் வளர வளர ஆண் கோழையாவும், பெண் ஒரு தைரியசாலியாய் மாறுற ரசாயன அதிசயம் இந்த காதல்லதான் நடக்கும்.... எனக்கு காதலிச்ச அனுபவம் இல்லைன்னாலும் அப்படிப்பட்ட காதல் ஜோடிங்க நிறைய பேரை நான் பார்த்திருக்கேன்”

தருண் சொல்லிவிட்டு வாய்விட்டு சிரித்துக்கொண்டு இருக்கும்போதே, அந்த போலீஸ் பேட்ரோலிங் வேன் தன் மண்டையில் நீலநிறமும் சிவப்பும் கலந்த சுழல் விளக்கோடு சத்தமில்லாமல் கார் அருகே வந்து நின்றது.

வேனின் முன்புற இருக்கையில் உட்கார்ந்திருந்த அந்த நடுத்தர வயது இன்ஸ்பெக்டர் வெளியே தலையை நீட்டி தருணிடம் கேட்டார்.

“இந்நேரத்துக்கு இங்கே காரை நிறுத்திகிட்டு என்ன பண்றீங்க ......?”

ஒரு சில விநாடிகள் அதிர்ச்சிக்குட்பட்ட தருண் அடுத்த சில விநாடிகளிலேயே இயல்புக்கு வந்தான்.

“கோ.....கோயிலுக்கு வந்தோம் ஸார்”

“கோயிலுக்கா.... அதுதான் பூட்டியிருக்கே ......?”

“அ....அ....அது வந்து ..... ஸார்..... குருக்களுக்காக வெயிட் பண்ணிட்டிருக்கோம்”

“ஏதாவது விசேஷமா......?”

“அ....அ....அது வந்து ....”

“கேட்ட கேள்விக்கு சரியான பதில் வரலையே..... உங்களுக்குப் பக்கத்துல உட்கார்ந்திருக்கிற இன்னொருத்தர் யாரு ......?”

“என் ஃப்ரண்ட் ஸார்”

“கார்ல வேற யாராவது இருக்காங்களா......?”

“இல்லை....ஸார்..... நாங்க ரெண்டு பேர் மட்டும்தான்”

“ரெண்டு பேரும் காரைவிட்டு இறங்கி இப்படி வாங்க.....”

“எ...எ.....எதுக்கு ஸார் ......?”

“பார்க்கிறதுக்கு டீஸண்டாய் இருக்கீங்கிற ஒரே ஒரு காரணத்துக்காகத்தான் மரியாதை கொடுத்து ஸாஃப்டா என்கொயரி பண்ணிட்டிருக்கேன். அந்த மரியாதையைக் கெடுத்துக்க வேண்டாம்...... கெட் அவுட் ஆஃப் த கார் அண்ட் கம் திஸ் சைட்.”

தருணும், புவனேஷும் காரினின்றும் வெளிப்பட்டு வேனுக்குப் பக்கத்தில் வந்தார்கள். இன்ஸ்பெக்டரின் பார்வை இரண்டு பேரையும் தடவியது. தருணை ஏறிட்டது.

“உங்க பேரு......?”

“தருண் ஸார்”

சற்றுத்தள்ளி நின்றிருந்த புவனேஷ் ஓரடி முன்னால் வந்து சற்றே குரல் நடுங்க சொன்னான்.

“என் பேர் புவனேஷ் ஸார்”

இன்ஸ்பெக்டரின் உதடுகளில் ஒரு புன்னகை பரவியது.

“என்ன புவனேஷ்...... பட்டு சட்டையும், பட்டு வேஷ்டியுமாய் உங்களைப் பார்த்தா ஒரு புது மாப்பிள்ளை மாதிரி தெரியுது ......?”

தருண் இடைமறித்துச் சொன்னான். “ஸார்..... புவனேஷுக்கு இன்னும் கொஞ்ச நேரத்துல இந்த விநாயகர் கோயில்ல கல்யாணம் நடக்கப்போகுது...... அதுக்காகத்தான் இவ்வளவு சீக்கிரத்துல கோயிலுக்கு வந்தோம்”

“எ....எ....என்னது கல்யாணமா ......?”

“ஆமா ஸார்”

“உங்க ரெண்டு பேரையும் தவிர வேற யாரையும் காணோம். முக்கியமா பொண்ணைக் காணோம்......?”

“பொண்ணு இன்னும் ஒரு அஞ்சு நிமிஷத்துக்குள்ளே வந்துடும் ஸார்....”

“காதல் கல்யாணமா ......?”

“ஆமா..... ஸார்..... ரெண்டு வீட்டுக்கும் விஷயம் தெரியாது..... தெரிஞ்சா பிரச்சினை பண்ணுவாங்களோன்னுங்கிற பயத்துல இப்படியொரு முடிவுக்கு வந்தோம்.... போன வாரமே இந்த கோயிலுக்கு வந்து குருக்கள்கிட்டே விஷயத்தைச் சொல்லி கோவில் நிர்வாகத்துக்கு பணம் கட்டி முறைப்படி ரசீதும் வாங்கிட்டோம்”

“அந்த ரசீது இருக்கா...?”

“இருக்கு ஸார்”

“எங்கே குடுங்க பார்க்கலாம்”

தருண் தன்னுடைய சட்டைப் பாக்கெட்டில் பத்திரப்படுத்தி வைத்திருந்த மஞ்சள் நிற ரசீதை எடுத்த நீட்ட, இன்ஸ்பெக்டர் அதை வெளிச்சத்தில் வைத்துப் பார்த்துக் கொண்டு கேட்டார்.

“பொண்ணு பேரு முகிலாவா......?”

“ஆமா.... ஸார்”

“வயசு....?”

“இருபத்தி மூணு”

இன்ஸ்பெக்டர் ரசீதை தருணிடம் கொடுத்துக்கொண்டே புவனேஷிடம் திரும்பினார்.

“எங்கே வேலை பார்க்கறீங்க ......?”

“பாப்பநாயக்கன்பாளையத்துல ஸ்டீல் ஃபேப்ரிகேஷன்ங்கிற கம்பெனியில் அஸிஸ்டெண்ட் என்ஜினியராய் ஒர்க் பண்றேன் ஸார்”

“முகிலாவும் அதே கம்பெனியா......?”

“ஆமா ஸார்.... அங்கே முகிலா ரிசப்சனிஷ்ட்”

“உங்களுக்கு வீடு எங்கே......?”

“கணபதியில் ஸார்....ஆனா நான் இப்போதைக்கு டாடாபேட்டில் இருக்கிற ஒரு மேன்சன்ல தங்கியிருக்கேன்”

“ஏன்......?”

“எனக்கு அம்மா அப்பா கிடையாது ஸார்.... ஒரு அண்ணன் மட்டும். அவர்க்கு கல்யாணமாகிற வரைக்கும் நானும், அண்ணனும் ஒற்றுமையாயிருந்தோம். அண்ணி வந்த பின்னாடி நிலைமை மாறிடுச்சு. வீட்டு சூழ்நிலை பிடிக்காமே வெளியே வந்துட்டேன். கடந்த ஒரு வருஷமா மேன்சன் வாசம்”

“முகிலாவுக்கு வீடு எங்கே......?”

“பீளமேட்ல சந்திரகாந்தி நகர்ல ஸார்... முகிலாவுக்கு அம்மா இல்லை. அப்பா மட்டும்தான்.... அவர் ஒரு குடிகாரர்.. வயசுப்பொண்ணு. வீட்ல இருக்கும்போதே ரெண்டாந்தாரமாய் ஒரு பொண்ணை கல்யாணம் பண்ணிகிட்டு வந்து அருவெறுப்பான வாழ்க்கையை நடந்திட்டிருக்கார். முகிலாவைப்பத்தின கவலையே அவருக்கு கிடையாது. பலதடவை தன் பொண்ணை குடிபோதையில் அடிச்சிருக்கார்”

“ரெண்டு பேர் வீட்லேயும் நிலைமை மோசமாய் இருக்கிறதால இப்படியொரு கல்யாணம் பண்ண வேண்டிய ஒரு கட்டாயம் ஏற்பட்டிருக்குன்னு சொல்ல வர்றீங்க..?”

“ஆமா ஸார்..... எனக்கு கூட மொதல்ல கொஞ்சம் பயமாவும், தயக்கமாவும் இருந்தது. ஆனா என்னோட ஃப்ரண்ட் தருண்தான் எனக்கு தைரியம் சொல்லி இந்த கல்யாணத்துக்கு வேண்டிய எல்லா ஏற்பாடுகளையும் செஞ்சான்”

இன்ஸ்பெக்டர் சில விநாடிகள் மௌனமாய் இருந்துவிட்டு பிறகு மெல்ல குரலை இழுத்தார்.

“நீங்க சொல்றதெல்லாம் நம்பறமாதிரிதான் இருக்கு. இருந்தாலும் நான் முகிலாகிட்ட பேசணும். இந்த கல்யாணத்துல முகிலாவுக்கு விருப்பம் இருக்கான்னு கேட்கணும்”

“தாராளமாய் கேளுங்க ஸார்.... ஷி ஈஸ் ஆன் த வே..... இன்னும் கொஞ்ச நேரத்துல வந்துடுவா” சொன்ன புவனேஷ் தருணிடம் திரும்பினான்.

“தருண்..... முகிலாவுக்கு போன் பண்ணி எங்கே வந்துட்டிருக்கான்னு கேளு”

தருண் தன்னுடைய செல்போனை எடுத்து முகிலாவின்

எண்ணைத் தொடர்பு கொண்டான்.

அடுத்த விநாடியே -

மறுமுனையிலிருந்து ரிக்கார்டட் வாய்ஸ் கேட்டது.

“நீங்கள் தொடர்பு கொண்ட எண்ணானது தற்போது உபயோகத்தில் இல்லை”

2

தருண் கண்களில் அதிர்வலைகள் பரவ, புவனேஷை ஏறிட்டபடி சொன்னான்.

"முகிலாவுக்கு போன் பண்ணினா ரெஸ்பான்ஸ் இல்லை. போன் தற்சமயம் உபயோகத்தில் இல்லைன்னு ரிக்கார்டட் வாய்ஸ் வருது"

"தருண்..... முகிலா இப்ப கால்டாக்ஸியில் வந்துட்டிருக்கா. சிலசமயம் ஜர்ணி ஹவர்ஸ்ல டவர் கிடைக்காமே போக வாய்ப்பிருக்கு... மறுபடியும் போன் பண்ணிப்பாரு" புவனேஷ் சொல்ல, தருண் மீண்டும் முகிலாவின் எண்ணைத் தொடர்பு கொண்டான்.

சில விநாடி "பீப்" சத்தத்திற்குப்பிறகு எதிர்முனையில் அந்த ரிக்கார்டட் வாய்ஸ் ஒலித்தது.

"நீங்கள் தொடர்பு கொண்ட எண்ணானது தற்போது ஸ்விட்ச்ஆப் செய்யப்பட்டுள்ளது"

தருண் சற்றே கலவரமாகி கிட்டத்தட்ட கத்தினான்.

"புவனேஷ்... இந்த தடவை ஸ்விட்ச்ஆப்ன்னு வருது......"

"டென்ஷனாகாதே.... இரு... என்னோட செல்போனிலிருந்து முகிலாவுக்கு போன் பண்ணி பார்க்கிறேன்" சொன்ன புவனேஷ் லேசாய் வியர்த்துப்போன மினுமினுத்த முகத்தோடு, தன்னுடைய செல்போனை எடுத்து முகிலாவின்

செல்போன் எண்ணைத் தொடர்பு கொண்டான்.

மறுமுனையில் கனத்த மௌனம்.

புவனேஷ் அரை நிமிடம் வரை பொறுமை காத்துவிட்டு இரண்டாவது தடவையாய் முகிலாவின் எண்ணை அழுத்தினான். இந்த முறையும் எதிர்முனை பிடிவாதமாய் நிசப்தம் காத்தது. தருண் கம்மிப்போன குரலில் கேட்டான்.

"என்னாச்சு புவனேஷ்...?"

"உனக்காவது ரிக்கார்டட் வாய்ஸ் வந்தது. எனக்கு அதுகூட இல்லை.... முகிலாவோட போனுக்கு என்னாச்சுன்னு தெரியலையே ...?"

அதுவரைக்கும் ஒன்றும் பேசாமல் புவனேஷையும், தருணையும் கூர்மையான பார்வையால் துளைத்துக்கொண்டிருந்த, இன்ஸ்பெக்டர் தன் உதட்டின் கோடியில் உதித்த சிறு சிரிப்போடு கேட்டார்.

"என்ன பிரச்சினை ...?"

"டவர் கிடைக்கலை ஸார்"

"என்னது டவர் கிடைக்கலையா....... இது ஆர்.எஸ்.புரம் திவான் பகதூர் ரோடு. ஹார்ட் ஆஃப் த சிட்டி.... இருநூறு மீட்டர் தூரத்துக்கு ஒரு செல்போன் டவர் முளைச்சு நெட்வொர்க் கவரேஜை தன்னோட கட்டுப்பாட்டுக்குள்ளே வெச்சுட்டிருக்கு...... எப்படி டவர் கிடைக்காம போகும் ...?" இன்ஸ்பெக்டர் கேலியாக கேட்க, தருண் கோபத்தைக் கட்டுப்படுத்திக்கொள்ள முடியாமல் அவரை உஷ்ணமாய்ப் பார்த்தான்.

"நாங்க பொய் சொல்லலை ஸார்.... முகிலாவோட போன் நெம்பரைச் சொல்றேன்.. நீங்க வேணும்ன்னா உங்க போனிலிருந்து ட்ரை பண்ணிப் பாருங்க. இந்த கேலிப்பேச்செல்லாம் வேண்டாம். ப்ளீஸ் அண்டர்ஸ்டாண்ட் அவர் ஃபீலிங்க்ஸ்"

"அப்படியா ...?" என்று அலட்சியமாய் சொன்ன இன்ஸ்பெக்டர் வேனின் பின்பக்கம் திரும்பிப் பார்த்து குரல் கொடுத்தார்.

"சிவராமன்"

"ஸார்....."

"இவங்க சொல்ற நெம்பரைக் கேட்டு பி.ஆர்.ஓ. டிவைஸ்

மூலமா உங்க போனிலிருந்து ட்ரை பண்ணிப் பாருங்க.......”

“எஸ்.... ஸார்.........”

“கான்ஸ்டபிள்கிட்ட முகிலாவோட நெம்பரைச் சொல்லுங்க”

தருண் சத்தமாய் முகிலாவின் நெம்பரைச் சொல்லிவிட்டு காத்திருக்க, வேனில் இருந்த சிவராமன் தன்னுடைய செல்போனில் முயற்சி செய்து பார்த்துவிட்டு ஒரு நிமிஷ நேரத்திற்குப்பிறகு குரல் கொடுத்தார்.

“ஸார்..... அந்தப் பெண் முகிலாவோட செல்போன் டோட்டலி டெட். தேர் ஈஸ் நோ எனி ரிக்கார்டிங் வாய்ஸ்..... சம்திங் வென்ட் ராங்க் ஸார்”

வாய்க்குள் ஏதோ முனகியபடியே, இன்ஸ்பெக்டர் வேனிலிருந்து கீழே இறங்கினார். தொப்பை பெல்ட்டின் பவுண்டரியைத் தாண்டி, பிதுங்கி தொங்கியது. அவருடைய சட்டைப் பாக்கெட்டில் குத்தப்பட்டிருந்த நேம் பேட்ஜ் ‘முத்துக்குமரன் - இன்ஸ்பெக்டர் ஆஃப் போலீஸ்’ என்கிற ஆங்கில எழுத்துக்களை வாசிக்க வைத்தது.

புவனேஷை நெருங்கினார் இன்ஸ்பெக்டர். “ஷி ஈஸ் ஆன் த வே..... இன்னும் கொஞ்ச நேரத்துல வந்துடுவான்னு நீங்கதானே சொன்னீங்க...?”

“ஆமா.... ஸார்....”

“அந்தப்பொண்ணுகிட்ட எப்ப பேசினீங்க ...?”

“ஒரு அஞ்சு நிமிஷத்துக்கு முன்னாடி முகிலா எனக்கு போன் பண்ணி தண்டு மாரியம்மன் கோயிலுக்கு பக்கத்துல வந்துட்டதாகவும், இன்னும் ஒரு பத்து நிமிஷத்துக்குள்ளே அங்கே இருப்பேன்னு சொன்னா ஸார்”

“கால்டாக்ஸிதானே...?”

“ஆமா.....”

“எந்த கால்டாக்ஸி...?”

“தெரியலை ஸார்”

“நீங்க சொன்ன நேரத்தை வெச்சுப் பார்க்கும்போது முகிலா இந்நேரத்துக்கு இங்கே வந்திருக்கணும் இல்லையா ...?”

“ஆமா ஸார்....”

"வரலையே..... இப்ப என்ன செய்யலாம் ...?"

"எனக்கு என்ன சொல்றதுன்னு தெரியலை ஸார்.... ஆனா பயமாயிருக்கு....."

"முகிலா உங்களுக்கு போன் பண்ணிப் பேசறப்ப நேரம் என்ன...?"

புவனேஷ் தன் செல்போனை எடுத்து ரீஸண்ட் கால் ஆப்ஷனைப் பார்த்துவிட்டு "அஞ்சு மணி ஆறு நிமிஷம் ஸார்" என்றான்.

"இப்ப மணி 5.15. இன்னும் ஒரு பத்து நிமிஷம் வெயிட் பண்ணிப் பார்க்கலாமா?"

"நோ.... ஸார்" அவரச அவசரமாய் இடைமறித்த தருண் தொடர்ந்து பேசினான்.

"ஸாரி ஸார்.... இட் ஈஸ் நாட் ரைட் ஃபார் அஸ் டூ பி லேட் எனிமோர்..... நாம உடனடியாய் செயல்பட வேண்டிய கோல்டன் ஹவர் இது. தேர் ஈஸ் நோ பாயிண்ட் இன் வெயிட்டிங்"

இன்ஸ்பெக்டர் முத்துக்குமரனின் முகம் கோபத்தில் இறுகியது. தருணின் முகத்துக்கு நேரே ஆள்காட்டி விரலை உயர்த்தினார்.

"லுக் இந்தப் பிரச்சினையை எப்படி ஹேண்டில் பண்ணனும்ன்னு எனக்குத் தெரியும். சும்மா கோல்டன் ஹவர், சில்வர் ஹவர்ன்னு சொல்லி எனக்கு க்ளாஸ் எடுக்க வேண்டாம். அந்தப்பொண்ணு முகிலா இங்கே வர்றாளான்னு இன்னும் ஒரு அரை மணி நேரம் அவகாசம் குடுத்துப் பார்ப்போம். அப்பவும் வரலைன்னா மேற்கொண்டு எடுக்க வேண்டிய நடவடிக்கையைப்பத்தி யோசிப்போம்"

முத்துக்குமரன் அலட்சியமான குரலில் சொல்லிவிட்டு சுண்டுவிரலால் காதைக் குடைய, புவனேஷ் கைகள் நடுங்க அவரைக் கும்பிட்டான்.

"ஸ....ஸ.....ஸார்"

"என்ன...?"

"இந்த விஷயத்துல நாம லேட் பண்ணினா அது முகிலாவோட உயிர்க்கு ஆபத்தாய் முடியலாம். உடனடியாய் சைபர் க்ரைம் ப்ராஞ்சுக்கு தகவல் கொடுத்து ஏதாவது பண்ணுங்க ஸார்..... ப்ளீஸ்"

புவனேஷ் சொன்னதை ஒரு பொருட்டாக எடுத்துக்கொள்ளாத முத்துக்குமரன் வேனுக்குள் எட்டிப்பார்த்து குரல் கொடுத்தார்.

“சிவராமன்”

“ஸார்....”

“ஃப்ளாஸ்க்ல டீ இருக்கான்னு பாரு”

“இல்ல ஸார்.... நா வேணும்ன்னா அந்த பர்மா பேக்கரி கடைக்குப்போய் ..... வாங்கிட்டு வரட்டுமா ..?”

“கேட்காதே.... போய் வாங்கிட்டு வாய்யா....... “

முத்துக்குமரன் சொல்லிவிட்டு மறுபடியும் வேனின் முன்புற இருக்கைக்குப்போக முயன்ற விநாடி தருண் அவர்க்கு எதிரே போய் மறித்தாற்போல் நின்றான்.

“எக்ஸ்க்யூஸ் மீ ஸார்”

“என்ன ..?” கேள்வியில் கோபம் தெறித்தது.

”உங்ககிட்ட ஒரு விஷயத்தை சொல்லக்கூடாதுன்னு ஆனவரைக்கும் முயற்சி பண்ணிட்டிருந்தேன்.ஆனா அதைச்சொல்லும்படியான நிலைமையை உருவாக்கிட்டீங்க”

முத்துக்குமரன் தன்னுடைய தாடையைத் தடவியபடி கண்களைத் தாழ்த்தி தருணை ஒரு கீழ்ப்பார்வை பார்த்தார்.

“என்ன விஷயம் ..?”

“நான் விஷயத்தை சொல்றதுக்கு முந்தி என்னோட செல்போனில் இருக்கிற புரொஃபைல் பிக்சரை ஒரு செக்கண்ட் பாருங்க ஸார்”

தருண் நீட்டிய செல்போனை ஒரு சின்ன தயக்கத்தோடு வாங்கிப்பார்த்த இன்ஸ்பெக்டர் முத்துக்குமரனின் பார்வை ஸ்தம்பித்தது. குரல் மைனஸ் டிகிரி குளிரோடு வெளிப்பட்டது.

“இ...இ...இவர் அனந்தநாராயணன் ஐ.ஜி”

“அவரேதான் ஸார்.. போலீஸ் டிபார்ட்மெண்ட்ல ‘தி டெரர்’ன்னு பேர் எடுத்தவர். உங்களுக்கு அவர் ஐ.ஜி. எனக்கு அவர் அங்கிள்”

முத்துக்குமரனின் பார்வை மறுபடியும் மிரட்சியோடு செல்போனுக்கு போயிற்று.

புரொஃபைல் போட்டோவில் ஐ.ஜி. அனந்தநாராயணன்

காக்கி யூனிஃபார்மில் விறைப்பாய் நின்று, தனக்கு அருகில் நின்றிருந்த தருணின் தோள் மேல் உரிமையோடு கையைப் போட்டபடி காமிராவைப் பார்த்து பெரிதாய் சிரித்திருந்தார்.

தருண் நிதானமான குரலில் பேசினான்.

"ஸார்..... ஐ.ஜி. அனந்தநாராயணன் என் அப்பாவோட க்ளோஸ் ஃப்ரண்ட். என் மேல அவர்க்கு ரொம்பவுமே பிரியம். எனக்கும், அவரை பிடிக்கும். அதனாலதான் என்னோட புரொஃபைலில் அவரோட போட்டோவை வெச்சிருக்கேன். இதுவரைக்கும் இந்தப்போட்டோவை நான் யார்கிட்டேயும் எந்த ஒரு ஆதாயத்துக்காகவும் காட்டினதேயில்லை.

தெரியாமே ஒன்வேயில் போனபோதும் சரி, நோ பார்க்கிங் ஏரியாவில் காரை நிறுத்தினபோதும் சரி, பண்ணின தப்புக்காக ஐநூறு ரூபாய் ஃபைனைக் கட்டறவன் நான். அன்னிக்கு என்னை சார்ஜ் பண்ணின போலீஸ்கிட்ட இந்தப் போட்டோவைக் காட்டியிருந்தாபோதும்... என்னோட அபராதத் தொகையை கட் பண்ணிட்டு எனக்கொரு சல்யூட்டையும் கொடுத்து இருப்பாங்க. ஆனா எனக்கு அதுல இஷ்டமில்லை. தப்பு பண்ணிட்டா அதுக்கான தண்டனையை ஏத்துக்கறதுதான் என்னோட பாலிஸி.

இன்னிக்கு புவனேஷும் சரி, நானும் சரி எந்த ஒரு தப்பும் பண்ணலை. என்னோட ஃப்ரண்ட் புவனேஷ் தான் காதலிச்ச பெண்ணை கல்யாணம் பண்ணிக்க ஆசைப்பட்டான். ஒரு நண்பன் என்கிற முறையில் அவனுக்கு நான் உதவி பண்ண வந்தேன். இந்நேரம் கோயிலுக்கு வந்து சேர்ந்திருக்க வேண்டிய முகிலா இன்னமும் வரலை. நாங்க பதறிட்டிருக்கோம். நெருப்பு மேல நின்னுகிட்டு விநாடிகளை எண்ணிட்டிருக்கோம்... ஆனா நீங்க கொஞ்சம் கூட மனிதாபிமானம் இல்லாமே பேசறதும்... நடந்துக்கறதும்....."

தருண் பேசப்பேச முத்துக்குமரன் அவனை நெருங்கி தோள் மீது கையை வைத்தார்.

"ஸாரி மிஸ்டர் தருண்..... இன்னிக்கு விடிய விடிய பீட் ஏரியா பூராவும் பேட்ரோலிங் போயிட்டு வந்ததால ரொம்பவும் அசதி... அதான் அப்படி பேசிட்டேன். உங்க கார் இங்கேயே இருக்கட்டும். நீங்களும் உங்க ஃப்ரண்டும் வேன்ல ஏறுங்க. ரேஸ்கோர்ஸ் ரோட்டில் இருக்கிற

சைபர் க்ரைம் செல்லுக்கு போயிடுவோம்... அவங்க பத்து நிமிஷத்துல மானிட்டரிங் பண்ணி முகிலாவோட போன் எங்கே இருக்குங்கிறதை க்ளோபல் நெட்வொர்க் மூலமாய் கண்டுபிடிச்சு முகிலாவையும் ட்ரேஸ் அவுட் பண்ணிடுவாங்க"

"தேங்க்ஸ் ஏ லாட் ஸார்"

"முகிலாவை கண்டுபிடிச்ச பின்னாடி உங்களோட ஒட்டுமொத்த நன்றியையும் வாங்கிக்கிறேன். இப்ப வேன்ல ஏறுங்க. புவனேஷ் நீங்களும் வாங்க...."

மகிழ்ச்சி ததும்பும் முகத்தோடு புவனேஷ் வேனின் பின்பக்கக் கதவைத் திறந்து கொண்டு உள்ளே போக, தருண் தன் கையில் வைத்திருந்த சென்ஸார் கீயைப் பயன்படுத்தி காரின் சென்டர் லாக் சிஸ்டத்தை முடக்கிவிட்டு திரும்பினான்.

திரும்பிய அந்த விநாடியே ஆச்சர்யப்பட்டான்.

இன்ஸ்பெக்டர் முத்துக்குமரன் வேனின் முன்பக்கமாய் போய் நின்றபடி, தலையை மட்டும் லேசாய் உயர்த்தி, கோயிலுக்கு எதிர்ப்புறத்தில் இருந்த அந்த இருட்டான குறுக்குச்சாலையை உற்றுப் பார்த்துக்கொண்டிருந்தார்.

தருண் அவர் அருகே போய் நின்று மெதுவான குரலில் கேட்டான்.

"என்ன ஸார் பார்த்துட்டிருக்கீங்க ..?"

முத்துக்குமரன் குரலைத் தாழ்த்தினார். "தருண்..... ஒரு நிமிஷம் இப்படி என் பக்கத்துல வந்து நிக்க முடியுமா..?"

தருண் ஒரு வியப்பு குறியோடு போய் நின்றான். அவர் சொன்னார்.

"கொஞ்சம் மெல்லமாய் தலையைத்தூக்கி எதிர்புறமாய் இருக்கிற குறுக்குச் சாலையோட கார்னரைப் பாருங்க"

முகம் முழுவதும் பரவிய குழப்பத்தோடு தருண் அந்த இடத்தை பார்க்க முத்துக்குமரன் கேட்டார்.

"ரோட்டு கார்னர்ல ஒரு கோயில் கும்பாபிஷேகத்தோட விளம்பர பேனர் தெரியுதா..?"

"தெரியுது ஸார்"

"அதுக்குப்பின்னாடி இருக்கிற இருட்டையே பத்து செக்கண்ட் உத்துப்பாருங்க"

தருண் தன்னுடைய பார்வையை ஒரு லேசர் கதிராய் மாற்றிப் பார்க்க முத்துக்குமரன் கேட்டார். "ஏதாவது பிடிபடுதா ..?"

"எஸ் ஸார்"

"என்ன ..?"

"ஸ்கூட்டியில் ஒரு பொண்ணு உட்கார்ந்துகிட்டு இங்கேயே பார்த்துட்டிருக்கா"

3

முத்துக்குமரன் சந்தேகம் தீராமல் தருணிடம் கிசுகிசுப்பான குரலில் கேட்டார்.

"ஸ்கூட்டியில் உட்கார்ந்துட்டிருக்கிறது ஒரு பொண்ணுதானே.?"

"ஆமா.... ஸார்.... கழுத்துல போட்டிருக்கிற துப்பட்டா காத்துல பறக்கறது நல்லாவே தெரியுது"

"யாரு.... இவ....? எதுக்காக இந்த நேரத்துல இங்கே வந்து ஒரு பேனர்க்குப் பின்னாடி ஸ்கூட்டியை நிறுத்திகிட்டு நம்மை வாட்ச் பண்ணிட்டிருக்கா ..?"

"நான் போய் மடக்கட்டுமா ஸார் ..?"

"நோ....நோ...... நீங்க மட்டும் தனியா போறது சரியில்லை... நானும் வர்றேன். வேனைச் சுத்திகிட்டு நீங்க லெப்ட்ல போங்க... நான் ரைட்ல வர்றேன். ரோட்டைக் கிராஸ் பண்ணும்போது, பேனர் இருக்கிற பக்கம் பார்த்துடவேண்டாம். அவளுக்கு சந்தேகம் வராதபடி நம்ம மூவ்மெண்ட்ஸ் இருக்கணும்"

தருண் தலையசைத்துவிட்டு வேனுக்கு இடது பக்கமாய் நகர, வேனுக்குள் உட்கார்ந்திருந்த புவனேஷ் கேட்டான்.

"என்ன தருண்...... சைபர் க்ரைம் செல்லுக்கு நாம புறப்பட்டு போக வேண்டாமா..... ஏன் லேட்டாகுது ..?"

“அ....அ.....அதுக்குள்ளே ஒரு சின்ன பிரச்சினை.......”

“பிரச்சினையா ..?”

தருண் சில விநாடிகள் செலவழித்து பேனர் பின்னால் இருக்கும் அந்தப் பெண்ணைப்பற்றி சொன்னதும் புவனேஷ் முகம் மாறினான்.

“யாரந்த பொண்ணு...... நானும் உன்கூட வந்து பார்க்கிறேன்” பதட்டத்தோடு சொல்லிக் கொண்டே வேனின்றும் வேகவேகமாய் கீழே இறங்கினான் புவனேஷ்.

“தருண்..... நடக்கிற விஷயத்தையெல்லாம் பார்த்தா என்னோட ஹார்ட்டே வெடிச்சுடும் போலிருக்கு.... முகிலாவுக்கு ஒண்ணும் ஆகியிருக்காதே..........”

“பயப்படாதே..... உனக்கும் முகிலாவுக்கும் கல்யாணம் நடக்கக்கூடாதுன்னு யாரோ நினைச்சு, திரைமறைவில் காய்களை மூவ் பண்ணிட்டிருக்காங்கன்னு நினைக்கிறேன். அதுல ஒரு காய்தான் அந்த ஸ்கூட்டி பொண்ணு. அவளை மடக்கினா போதும். எல்லா உண்மையும் வெளியே வந்துடும்.... நாம இப்ப ரோட்டைக் கிராஸ் பண்ணி அந்த விளம்பர பேனரைப் பார்க்காமே, ஓரமா நடந்து, அதுக்கப்புறம் ஒரு எதிர்பாராத விநாடியில் அவளை நெருங்கி கார்னர் பண்ணனும். அவளுக்குக் கொஞ்சம் சந்தேகம் வந்தாலும் ஸ்கூட்டியை கிளப்பிகிட்டு பறந்துடுவா.... எனக்குப் பின்னாடியே வா... மறந்தும் அந்த பேனர்க்குப் பின்னாடி பார்த்துடாதே.....”

“சரி” புவனேஷ் கலவரமாய் தலையாட்டிக்கொண்டே தருணைத் தொடர்ந்தான். இருவரும் எதிர்புற ரோட்டையே பார்த்தபடி நடக்க, வலது பக்கமாய் இன்ஸ்பெக்டர் முத்துக்குமரன் வெகு இயல்பாய் செல்போனில் பேசுவது போல் பாவனை செய்தபடி நடை போட்டார்.

சரியாய் முப்பதாவது விநாடியில் மூன்று பேரும் அந்த கோயில் விளம்பர பேனரை சூழ்ந்தார்கள்.

ஸ்கூட்டியில் உட்கார்ந்திருந்த அந்தப் பெண் அதிர்ந்து போனவளாய் ஸ்கூட்டியை ஸ்டார்ட் செய்ய முயல, தருண் பாய்ந்து போய் அவளுக்கு முன்பாய் நின்றான். முத்துக்குமரன் அவளுடைய ஸ்கூட்டியின் சாவியை எடுத்துக்கொண்டே கேட்டார்.

“யார் நீ........ இந்த இருட்டுல நின்னுகிட்டு என்ன

பண்ணிட்டு இருக்கிறே.....?"

அவள் தயக்கத்துடன் கூடிய பயத்தோடு மெல்ல ஸ்கூட்டியை விட்டு இறங்கினாள்.

இளம் பெண். வயது இருபதிலிருந்து இருபத்தைந்து வயதுக்குள் இருக்கலாம். அந்த அரையிருட்டிலும் அழகாய் இருந்தாள். தலைக்கு வைத்திருந்த மல்லிகைச்சரமும், முகத்திற்கு பூசியிருந்த பவுடரும் ஒரு சேர கலந்து காற்றில் பரவி மூச்சை நிறுத்துவது போல் மணத்தது. முத்துக்குமரன் கையசைத்தார்.

"இப்படி வெளிச்சத்துக்கு வா"

வந்தாள்.

எல்.ஈ.டி. விளக்கு உபயத்தில் இன்னமும் அழகாய் தெரிந்தாள். இளம்பச்சை நிற சல்வார் கம்மீஸ், அவளுடைய உடம்பின் வளைவுகளுக்கு கட்டுப்பட்டிருக்க, காதுகளில் தங்க இழைகளாலான பென்டன்ட் மினுமினுத்தது. கழுத்தில் நூலிழை பருமனில் ஒரு செயின் இடம் பிடித்திருந்தது.

"உம் பேர் என்ன .....?" முத்துக்குமரன் குரலை உயர்த்தினார்.

"அதுல்யா ஸார்"

"பேரே வித்தியாசமாயிருக்கு.... சரி அதுல்யாவுக்கு இந்த வேளையில இங்கே என்ன வேலை...........?"

"அ...அ....அது வந்து........"

"யாருக்காவது வெயிட் பண்ணிட்டிருக்கியா.....?"

"இல்ல ஸார்"

"அப்புறம்.....?"

அதுல்யா சில விநாடிகள் தயக்கமாய் இருந்துவிட்டு சன்னமான குரலில் சொன்னாள்.

"கல்யாணத்துக்கு வந்தேன் ஸார்"

"யாரோட கல்யாணத்துக்கு.....?"

"என்னோட ஃப்ரண்ட் முகிலாவோட கல்யாணத்துக்கு"

அதுல்யா சொல்ல முத்துக்குமரன், புவனேஷ், தருண் சற்றே அதிர்ந்து போனவர்களாய் ஒருவரையொருவர் பார்த்துக்கொண்டார்கள்.

முதலில் சுதாரித்துக்கொண்ட புவனேஷ் அதுல்யாவை ஏறிட்டான்.

“முகிலா உனக்கு ஃப்ரண்ட்டா .....?”

“ஆமா ஸார்.... முகிலா குடியிருக்கிற தெருவுக்கு அடுத்த தெருவுலதான் நான் குடியிருக்கேன். நீங்களும் அவளும் காதலிக்கிற விஷயம் எனக்குத் தெரியும். இன்னிக்கு இந்த விநாயகர் கோயிலில் உங்களுக்கும் அவளுக்கும் கல்யாணம்ன்னு, ரெண்டு நாளைக்கு முன்னாடிதான் முகிலா என்கிட்ட சொன்னா. கல்யாணத்துக்கு நான் வரட்டுமான்னு அவகிட்ட கேட்டதுக்கு தீர்மானமா வரவேண்டாம்ன்னு சொல்லிட்டு. விடாப்பிடியாய் நான் கேட்கவும், சரி கல்யாணத்துக்கு வா.... ஆனா என்னை தெரிஞ்சமாதிரி காட்டிக்காமே விநாயகரை கும்பிட்டுட்டு போயிடணும்ன்னு சொன்னா... முகிலா எனக்கு தோழியாய் இருந்தாலும் என்னைப் பொறுத்தவரைக்கும் அவ என்கூடப் பிறக்காத சகோதரி மாதிரி ஸார்.... அவளை விட நான் ஆறுமாசம் பெரியவ. அதனால்தான் அவளுக்கு நடக்கிற கல்யாணத்தைப் பார்த்து மனசளவில் வாழ்த்திட்டு போலாம்ன்னு வந்தேன்”

புவனேஷ் அவளை ஒரு சந்தேகப்பார்வை பார்த்தபடி கேட்டான். “உன்னோட பேர் என்னன்னு சொன்னே .....?”

“அதுல்யா”

“முகிலா இதுநாள்வரைக்கும் என்கிட்ட அதுல்யாங்கிற பேர்ல தனக்கொரு ஃப்ரண்ட் இருக்கிறதாய் ஒரு தடவைகூட சொன்னதே இல்லையே .....?”

“சொல்ல வேண்டிய அவசியம் வந்திருக்காதுன்னு நினைக்கிறேன். அப்படி சொல்லாததால உங்களுக்கு என் மேல ஏதாவது சந்தேகமா .....?”

புவனேஷ் பதில் சொல்வதற்கு முன்பாக முத்துக்குமரன் அதுல்யாவை ஒரு கூர்மையான பார்வையில் நனைத்தபடி கேட்டார்.

“நீ எவ்வளவு நேரமா இங்கே நின்னுட்டிருக்கே .....?”

“கால்மணி நேரமாய் ஸார்”

“இவங்க ரெண்டு பேரும் கார்ல வந்து கோயில் வாசல்ல நின்னப்ப நீ இங்கே இருந்தியா...?”

“அந்த சமயத்துலதான் நான் வந்தேன். கோயில் பூட்டியிருந்ததால அவங்க கண்ணுல பட்டுடாமே இந்த விளம்பர பேனர்க்குப் பின்னாடி மறைவா ஸ்கூட்டியோடு

நின்னுட்டேன். அடுத்த அஞ்சு நிமிஷத்துக்குள்ளே போலீஸ் வேன் அந்த கார்க்குப் பக்கத்துல வந்து நின்னதும், ஏதோ பிரச்சினைன்னு நினைச்சு இன்னமும் மறைவாய் போய் நின்னுகிட்டேன். ஏன் ஸார் எதுக்காக என்னை இப்படி ஒரு குற்றவாளி மாதிரி விசாரணை பண்ணிட்டிருக்கீங்க.... என்னோட ஃப்ரண்ட் முகிலாவோட கல்யாணத்தைப் பார்க்க வந்தது தப்பா .....?"

"தப்பில்லை....."

"அப்புறம் எதுக்காக இந்த விசாரணை .....?"

"வீட்டிலிருந்து கோயிலுக்குப் புறப்பட்ட முகிலா, இந்நேரம் இங்கே வந்து சேர்ந்திருக்கணும்.....ஆனா வந்து சேரலை.... முகிலாவுக்கு போன் பண்ணினா எந்த ரெஸ்பான்ஸூம் இல்லை. போன் டோட்டலி டெட்..... அந்த குழப்பத்துலதான் இப்ப நாங்க இருக்கோம்"

அதுல்யாவின் முகம் அடியோடு மாறுவது அந்த அரையிருட்டிலும் தெரிந்தது.

"என்ன ஸார் சொல்றீங்க.....? நான் அஞ்சு மணிக்கு அவளுக்கு போன் பண்ணினப்ப அவ பேசினாளே .....?"

புவனேஷ் குறுக்கிட்டு கேட்டான்.

"என்ன பேசினா .....?"

"கால்டாக்ஸியில் வந்துட்டிருக்கேன். எப்படியும் அஞ்சேகால் மணிக்குள்ளே கோயிலுக்குப் போய் சேர்ந்துடுவேன்னு சொன்னாளே.....?"

"அது எந்த கால்டாக்ஸின்னு தெரியுமா .....?"

"முகிலா எப்பவுமே லிட்டில் ஸ்டார் கால்டாக்ஸியை புக் பண்ணித்தான் எந்த ஒரு இடத்துக்கும் போயிட்டு வருவா... நான் பார்த்திருக்கேன் ஸார் "

"இன்னிக்கு புக் பண்ணினதும் அந்த லிட்டில் ஸ்டார்தான்னு தெரியுமா.....?"

"அநேகமாய் அவ லிட்டில் ஸ்டார் கால்டாக்ஸியில்தான் ட்ராவல் பண்ணியிருக்கணும். ஏன்னா முகிலா தன்னோட செல்போனில் அந்த கால்டாக்ஸியோட நெம்பரை ஸேவ் பண்ணி வெச்சிருந்ததை நான் பார்த்திருக்கேன்"

அதுல்யா சொல்லிக்கொண்டிருக்கும் போதே முத்துக்குமரன் தன்னுடைய செல்போனை எடுத்து

கூகிளுக்குப் போய் லிட்டில் ஸ்டார் கால்டாக்ஸி நெம்பரை தேடி எடுத்துக்கொண்டு அந்த எண்ணைத் தொடர்பு கொண்டார்.

எதிர்முனையில் ரிங் போய் உடனே இணைப்பு கிடைத்தது. ஒரு ஆண் குரல் ஒலித்தது.

"ஹலோ குட்மார்னிங் ..... இது லிட்டில் ஸ்டார் கால்டாக்ஸி"

"குட்மார்னிங் ..... நான் இன்ஸ்பெக்டர் முத்துக்குமரன் ஆர்.எஸ்.புரம் போலீஸ் ஸ்டேஷனிலிருந்து பேசறேன்"

"சொ....சொல்லுங்க ஸார்"

"உங்க பேர் என்ன..?"

"அகிலன் ஸார்"

"அகிலன்..... நான் இப்ப உங்க லிட்டில் ஸ்டார் கால்டாக்ஸிக்கு போன் பண்ணினது டாக்ஸியை புக் பண்றதுக்காக இல்லை"

"தென் ஸார்..?"

"ஒரு முக்கியமான என்கொயரிக்காக"

"என்கொயரியா ..?"

"எஸ்... நான் கேட்கப் போற கேள்விகளுக்கு நீங்க உண்மையான பதில்களைச் சொல்லணும். பொய் பேசினா நீங்க ஒரு பெரிய பிரச்சினையில் மாட்டிக்க வேண்டியிருக்கும்...."

"எ....எ....என்ன கேட்கப்போறீங்க ஸார் ..?"

"இன்னிக்கு விடிகாலையில் நாலரை மணியிலிருந்து அஞ்சு மணிக்குள்ளே எத்தனை பேர் உங்களுக்கு போன் பண்ணி டாக்ஸியை புக் பண்ணியிருக்காங்கன்னு சொல்ல முடியுமா ..?"

"ஒரு நிமிஷம் ஸார்"

முத்துக்குமரன் காத்துக்கொண்டிருக்க, அந்த நிமிஷம் முடிவதற்குள்ளாகவே பதில் வந்தது.

"மொத்தம் பதினோரு பேர்"

"அதுல முகிலாங்கிற பேர் இருக்கான்னு பாருங்க"

"இருக்கு ஸார்.... நாலே முக்கால் மணிக்கு கூப்பிட்டு டாக்ஸியை புக் பண்ணியிருக்காங்க. அவங்க பேர்

எங்களோட கால்டாக்ஸியோட கஸ்டமர்ஸ் ரிஜிஸ்டர்ல இருக்கு"

"முகிலா சொன்ன அந்த பிக்அப் பாயிண்ட் எது ..?"

"பீளமேடு சந்திரகாந்தி நகர் ஸார்"

"ட்ராப் ஆஃப் பாயிண்ட்"

"ஆர்.எஸ்.புரம் டி.பி.ரோடு ஸார்"

"அந்த டாக்ஸியோட நெம்பர் என்ன ..?"

"டி.என்.தர்ட்டி ஸெவன்..." என்று சொல்ல ஆரம்பித்தவர் பதிவு எண்களை நிறுத்தி நிதானமாக சொல்லி முடித்தார்.

"என்ன வண்டி...?"

"மாருதி ஆல்டோ ஸார்"

"டிரைவர் யாரு..?"

"பேரு மகுடபதி.... என்ன விஷயம் ஸார்... அந்த ட்ரைவர் ஏதாவது பிரச்சினை பண்ணிட்டாரா..?"

"சொல்றேன்.... முதல்ல அந்த ட்ரைவர் மகுடபதி கஸ்டமர் முகிலாவை ஆர்.எஸ்.புரம் டி.பி.ரோட்ல ட்ராப் பண்ணிட்டாரா இல்லையான்னு எனக்குத் தெரியணும்"

"பண்ணிட்டார் ஸார்...."

"அது எப்படி உங்களுக்குத் தெரியும்.... ட்ரைவர்கிட்டே நான் பேசணும்... என்னோட போனை ஹோல்டிங்கில் வெச்சுட்டு, அந்த ட்ரைவர்க்கு ஒரு கான் கால் போடுங்க......"

"ஸாரி.... ஸார் பிரச்சினை என்னன்னு தெரியாமே ..?"

மறுமுனையிலிருந்த அகிலன் குரலை இழுக்க, முத்துக்குமரன் நிதானமிழந்தார்.

"யோவ்... கான் கால் போடய்யா.... நான் அந்த ட்ரைவர்கிட்டே பேசறப்ப, உனக்கு எல்லாமே புரியும். லேட் பண்ணாமே கால் போடு"

"மறுபடியும் ஸாரி ஸார்"

"எதுக்கு ஸாரி..?"

"அந்த ட்ரைவர் கூட இப்ப நீங்க கான் கால்ல பேச முடியாது ஸார் "

"ஏன் ..?"

"ட்ரைவர் டி.பி.ரோட்ல அந்தப்பொண்ணு முகிலாவை

ட்ராப் பண்ணினதும், எனக்கு போன் பண்ணி, ராத்திரி முழுவதும் வண்டியை ஓட்டினதில் ரொம்பவும் டயர்டாயிருக்கு. ரெண்டு மணி நேரமாவது நான் தூங்கணும். கஸ்டமர்ஸ் பிக்அப் எதுவும் வேண்டாம்ன்னு சொல்லிட்டு, தன்னோட போனை ஸ்விட்ச் ஆஃப் பண்ணிட்டார் ஸார்"

"சரி டாக்ஸி இப்ப எங்கேயிருக்குன்னு ஜி.பி.எஸ்ஸை பார்த்துச் சொல்லு"

"பார்த்துட்டேன் ஸார்"

"எங்கே..?"

"லாலி ரோடு ஃபாரஸ்ட் காலேஜுக்குப் பக்கத்துல வண்டி நின்னுட்டிருக்கு ஸார்"

4

இன்ஸ்பெக்டர் முத்துக்குமரன் செல்போனின் மறுமுனையில் இருந்த அகிலனிடம் பேச்சைத் தொடர்ந்தார்.

"அகிலன்"

"ஸார்...."

"டாக்ஸி இருக்கிற லொக்கேஷனை மறுபடியும் ஒரு தடவை சரிபார்த்து அதை ஸ்கிரீன் ஷாட் எடுத்து, என்னோட வாட்ஸ்அப்புக்கு உடனடியாய் அனுப்பி வைக்கணும். அப்பத்தான் அந்த இடத்தை நான் துல்லியமாய் ஐடெண்டிஃபை பண்ணி அங்கே போய்ச் சேர முடியும்"

"எனக்குப் புரியுது ஸார். இப்ப ரெண்டு நிமிஷத்துல உங்களுக்கு வாட்ஸ்அப் பண்ணிடறேன்"

"ட்ரைவர் மகுடபதியோட போட்டோவும் வேணும்"

"அனுப்பிடறேன் ஸார்"

"பை....த....பை...... ட்ரைவர் மகுடபதி ஆள் எப்படி..?"

"பரவாயில்லை ஸார்"

"பதில் தெளிவாய் இல்லையே ..?"

"மகுடபதிக்கு நல்ல ட்ரைவிங் டேலண்ட் ஸார். ஆனா கொஞ்சம் ஷார்ட் டெம்பர்ட். முன்கோபம் அதிகம். ட்ரைவிங் பண்ணும்போது ரோட்ல போற மத்த வெஹிகிள்ஸ்

ட்ரைவர்ஸ் டிராபிக் ரூல்ஸ் மீறிட்டா வண்டியை நடுரோட்ல நிறுத்திட்டு சண்டைக்குப் போயிடுவார். இப்பகூட அவர் மேல ரெண்டு அடிதடி கேஸ் கோர்ட்ல இருக்கு...."

"மகுடபதிக்கு இதே ஊரா ..?"

"இல்ல ஸார்... திருநெல்வேலி"

"சரி.... இப்போதைக்கு இந்த விவரங்கள் போதும். நான் இப்போ அந்த ஜி.பி.எஸ். பாய்ண்ட்டுக்குப் போயிட்டு போன் பண்றேன்"

"ஸ.....ஸார்" மறுமுனையில் குரல் தயக்கமாய் இழுபட்டது.

"என்ன..?"

"இப்பவாவது பிரச்சினை என்னன்னு சொல்லலாமே..?"

"அதையெல்லாம் செல்போன்ல சொல்லிட்டிருக்க நேரமில்லை.... இப்ப உடனடியாய் களத்துல இறங்க வேண்டிய கட்டாயம்"

சொல்லிவிட்டு செல்போனின் இணைப்பைத் துண்டித்துக்கொண்ட முத்துக்குமரன் தனக்குப் பக்கத்தில் நின்றிருந்த அதுல்யாவிடம் திரும்பினார்.

"முகிலாவோட கல்யாணத்தை நீ பார்க்க வராமே இருந்திருந்தா உன் மூலமா இந்த லிட்டில் ஸ்டார் கால்டாக்ஸி பற்றிய விபரங்கள் எனக்கு கிடைச்சிருக்க வாய்ப்பில்லை. யூ ஹேவ் கம் அட் த ரைட் டைம். ஐ மஸ்ட் தேங்க்யூ"

அதுல்யாவின் விழிகளில் நீர் நிரம்பி பளபளத்தது.

"ஸார்.... முகிலாவுக்கு ஏதும் ஆகியிருக்காதே ..?"

"நீ கவலைப்படாமே வீட்டுக்குப்போமா..... அடுத்த ஒரு மணி நேரத்துக்குள்ளே முகிலா உன்கூட பேசுவா....." சொன்ன முத்துக்குமரன் தருணையும் புவனேஷையும் ஏறிட்டார்.

"இனிமேல வரக்கூடிய ஒவ்வொரு விநாடியும், நமக்கு முக்கியம். வாங்க ஜி.பி.எஸ். பாய்ண்ட்டுக்கு போவோம்"

போலீஸ் வேன், லாலிரோடு சிக்னலைத் தொட்டபோது, நேரம் ஐந்தரை மணி. கிழக்கு திசை இன்னமும் இருட்டில் இருக்க, விடிவெள்ளி கீழ்வானில் ஒரு வைரக்கல்லாய் ஜொலித்தது. வைகறை குளிர் பனிப்புகையாய் மாறும் பக்குவத்தில் இருந்தது. நான்கு சாலைகள் கூடும் சிக்னலில் இருந்த மஞ்சள் விளக்குகள் சீராய் விட்டு

விட்டு ஒளிர்ந்து ஆனைக்கட்டியை நோக்கி, வேகமாய்ப் போகும், மூர்க்கத்தனமான லாரிகளை எச்சரித்து அனுப்பிக்கொண்டிருந்தன.

சிக்னலுக்கு சற்றுத் தள்ளியிருந்த உழவர் சந்தை சிறிது சிறிதாய் உயிர்பிடித்துக் கொண்டிருப்பதற்கு அடையாளமாய் சொற்ப அளவு ஜனநடமாட்டத்தோடு தெரிய, மினி வேன்களிலிருந்து காய்கறிகள் இறங்கிக் கொண்டிருந்தன. இன்ஸ்பெக்டர் முத்துக்குமரன் தன் செல்போனில் வாட்ஸ்அப்பில் இருந்த ஜி.பி.எஸ். லொக்கேஷனை உள்வாங்கிக்கொண்டு தருணையும், புவனேஷையும் மாறி மாறி பார்த்தபடி சொன்னார்.

“டாக்ஸி நின்னுட்டிருக்கிற இடம் உழவர் சந்தைக்குப் பக்கத்து ரோடான குரு கோவிந்த்சிங் ரோடுதான்னு ஜி.பி. எஸ். காட்டுது. அந்த ரோட்டுக்கு போயிட வேண்டியதுதான்”

போலீஸ் வேன் கௌலிபிரவுன் ரோட்டில் திரும்பி தெருவிளக்குகளின் பலவீனமான வெளிச்சத்தில் நனைந்திருக்க குரு கோவிந்த்சிங் ரோட்டுக்குள் நுழைந்தது.

ஆள்நடமாட்டம் சுத்தமாய் வறண்டு போயிருந்த அரையிருட்டான அந்த ரோட்டின் இடதுபக்க ஓரமாய் ஒரு மரத்துக்கு கீழே, மஞ்சள் நிற லிட்டில் ஸ்டார் டாக்ஸி நின்றிருப்பது தெரிய, போலீஸ் வேன் சத்தமில்லாமல் அதன் பின்னால் போய் நின்று என்ஜின் சத்தத்தை நிறுத்திக்கொண்டது.

முத்துக்குமரன், தருண், புவனேஷ் மூன்று பேரும் வேனிலிருந்து வெளிப்பட்டு மெதுவான குரலில் பேசிக்கொண்டே நடந்தார்கள்.

“ஸார்..... காரோட ரெஜிஸ்ட்ரேஷன் நெம்பரை செக் பண்ணிட்டீங்களா ..?”

“பண்ணிட்டேன். அதே நெம்பர்தான்”

டாக்ஸியின் மேற்பரப்பு பனி ஈரத்தோடு தெரிய, பின்பக்கக் கதவின் கண்ணாடிகள் மட்டும், ஒரு அங்குல இடைவெளியோடு திறந்திருந்தது.

முத்துக்குமரன் அந்த இடைவெளியில் கண்ணை வைத்து பார்த்தார். பின்சீட்டில் கழுத்து வரைக்கும் போர்வையை போர்த்துக்கொண்டு ஒரு அடைப்பு குறிபோல் படுத்து குறட்டை விட்டுக் கொண்டிருந்த, அந்த நபர் பார்வைக்குத்

தட்டுப்பட்டான்.

நடுத்தர வயது. தொப்பை போட்ட உடம்பு. சிலும்பிய தலைமுடி.

டாக்ஸியின் கண்ணாடியை மெல்லத் தட்டினார் முத்துக்குமரன். குறட்டை உடனே நின்றது.

சில விநாடிகள் பொறுமை காத்துவிட்டு சற்று பலமாய் தட்டினார்.

இப்போது போர்வை அசைந்தது.

டாக்ஸியின் கதவு அதிரும்படியாக இன்னும் பலமாய் தட்ட, உள்ளேயிருந்து குரல் குழறலாய் வெளிப்பட்டது.

"யா... யார்ர்ரு ..?"

எரிச்சலடைந்த முத்துக்குமரன் காரின் டாப்பை ஓங்கி தட்டிவிட்டு குரல் கொடுத்தார்.

"வெளியே வா......"

"யார்ன்னு கேட்டேன்"

"போலீஸ்......."

அவசர கதியோடு போர்வை இப்போது வேகமாய் அசைய, உருவம் எழுந்து உட்கார்ந்தது. காரின் கண்ணாடி கீழே இறங்கிய அதே விநாடி தாடி மீசையோடு ஒரு தூக்க கலக்க முகம் எட்டிப் பார்த்தது. குரல் நடுக்கத்தோடு வெளிப்பட்டது.

"ஸ....ஸார் ...."

உன் பேரு மகுடபதிதானே ..?"

"ஆ....ஆமா ஸார்"

"வெளியே வா......"

ட்ரைவர் மகுடபதி அரக்க பரக்க காரின் கதவைத் திறந்து கொண்டு வெளியே வர, முத்துக்குமரன் தன் ஆட்காட்டி விரலால் மூக்கைத் தேய்த்தபடி கேட்டார்.

"என்ன குடிச்சிருக்கியா ..?"

"சும்மா கொஞ்சம்.... அதுவும் இப்பத்தான் ஸார். இன்னிக்கு நைட் ஷிஃப்ட் ட்ரைவிங்... ரொம்பவும் டயர்டாய் இருந்ததுன்னு போட்டுட்டு படுத்துட்டேன் ஸார். ஒரு ரெண்டு மணி நேரத்துக்கு கஸ்டமர்ஸ் யாரையும் பிக்அப் பண்ணமாட்டேன்னு ஆபீஸ்லேயும் சொல்லிட்டேன்.

லிக்கர் ஒரு துளி உள்ளே போனாலும் ஸ்டீரிங் மேல கையை வெக்கமாட்டேன் ஸார்....."

"சரி... அந்தப் பொண்ணு எங்கே ..?"

மகுடபதியின் முகம் வெகுவாய் மாறியது. "எந்தப்பொண்ணு ஸார்..?"

"முகிலா" என்றார் முத்துக்குமரன்.

"முகிலாவா அது யாரு ஸார் ..?"

"நீ இன்னிக்கு கடைசியா பிக்அப் பண்ணின கஸ்டமர் ஆணா பொண்ணா ..?"

"பொண்ணு ஸார்"

"எந்த இடத்திலிருந்து பிக்அப் பண்ணினே ..?"

"பீளமேடு சந்திரகாந்தி நகர்லயிருந்து"

"ட்ராப் எங்கே..?"

"டி.பி.ரோடு ஸார்......"

"நீ பிக்அப் பண்ணின அந்தப்பொண்ணோட பேர்தான் முகிலா"

"பேரெல்லாம் எனக்குத் தெரியாது ஸார்... கஸ்டமரோட போன் நெம்பரை மட்டும்தான் ஆபீஸிலிருந்து எனக்கு மெஸேஜ் பண்ணுவாங்க"

"ஓ.கே. இப்ப நான் மறுபடியும் முதல் கேள்விக்கே வர்றேன். அந்த முகிலா இப்ப எங்கே..?"

"ட்ராப் பண்ணிட்டேன் ஸார்"

"ஸ்பாட் எது ..?"

"அது.... வந்து ஸார்.... அந்தப்பொண்ணு முதல்ல சொன்ன ட்ராப்பிங் பாயிண்ட் டி.பி.ரோடு.... ஆனா அந்தப்பொண்ணு இறங்கின இடம் வேற ஸார்"

புவனேஷ் பதட்டமடைந்தான்.

"வேற இடம்ன்னா எந்த இடம் ..?"

"பூ மார்க்கெட் கார்னர்"

"அங்கே இறங்க என்ன காரணம்..?"

"என்ன காரணம்ன்னு எனக்குத் தெரியலை ஸார். தேவாங்கர் ஹைஸ்கூல் ரோட்ல, அர்ச்சனா தியேட்டரைத் தாண்டி டாக்ஸி போயிட்டிருக்கும்போது, அந்தப்பொண்ணு

என்கிட்ட காரை ரோட்டோரமாய் நிறுத்தச்சொன்னா.... உடனே நான் டி.பி.ரோடுக்கு போக வேண்டாமான்னு கேட்டேன். வேண்டாம் ட்ரைவர். என்னை அந்த பூ மார்க்கெட் கார்னர்ல ட்ராப் பண்ணிடுங்க. அங்கே எனக்கு கொஞ்சம் வேலையிருக்குன்னு சொன்னதால நான் அங்கே ட்ராப் பண்ணிட்டு வந்துட்டேன்"

இறுகிப்போன முகத்தோடு முத்துக்குமரன் இரண்டடி முன்னால் வந்து மகுடபதியின் தோள் மீது கையை வைத்து அழுத்தியபடி கேட்டார்.

"இப்ப நீ சொன்னது உண்மையா பொய்யா..?"

"நான் எதுக்காக ஸார் பொய் சொல்லணும் ? என்ன நடந்ததோ அதைத்தான் சொல்லிட்டிருக்கேன். ஏன் ஸார் அந்தப்பொண்ணு எம் மேல ஏதாவது புகார் கொடுத்திருக்கா..?"

"இல்ல...."

"அப்புறம் என்ன ஸார் பிரச்சினை.... எதுக்காக என்னை இப்படி விசாரிக்கிறீங்க ..?"

"அந்தப்பொண்ணு முகிலாவைக் காணோம்.... டி.பி. ரோட்ல இருக்கிற விநாயகர் கோயிலுக்கு வர வேண்டிய பொண்ணு வரலை...."

மகுடபதியின் முகம் ஒரு சில விநாடிகள் அதிர்வுக்கு உட்பட்டு பின் இயல்புக்கு மீண்டது.

"அதுக்கு நான் என்ன ஸார் பண்ண முடியும்..? அந்தப்பொண்ணு டாக்ஸியில் ஏறும்போது ட்ராப் ஆஃப் பாயிண்ட் ஆர்.எஸ்.புரம் டி.பி.ரோடுன்னு சொல்லிட்டு அதுக்கப்புறம் நடுவுல காரை நிறுத்தச் சொல்லி பூமார்க்கெட் கார்னர்ல இறங்கிட்டா. ஒரு கஸ்டமர் எந்த இடத்துல இறங்க விருப்பபடறாரோ அந்த இடத்துல இறக்கிவிடறதுதான் டாக்ஸி ட்ரைவரோட ட்யூட்டி. அதைத்தான் நான் பண்ணியிருக்கேன்..... என் மேல வீணா சந்தேகப்படாதீங்க ஸார்"

"சந்தேகப்படாமே எப்படியிருக்க முடியும்.... முகிலா உன்னோட டாக்ஸியில்தானே வந்திருக்கா ..?"

"நியாயமான சந்தேகம்தான் ஸார்... ஆனா அந்தப்பொண்ணு காணாமே போனதுக்கு நான் காரணம் கிடையாது"

“சரி... நான் இப்ப கேட்கிற கேள்விகளுக்கு மட்டும் கொஞ்சம் யோசிச்சு பதிலைச் சொல்லு”

“கேளுங்க ஸார்”

“அந்தப்பொண்ணு டாக்ஸியில் வரும்போது நார்மலாய் இருந்தாளா ..?”

“இல்ல ஸார்.... டாக்ஸியில ஏறின நிமிஷத்திலிருந்து ஒரே டென்ஷன்தான். பீளமேட்டிலிருந்து அவினாசி ரோடு மேம்பாலம் வரைக்கும் போன்ல பேசிட்டே வந்தா”

“என்ன பேசினாங்கிறதை நோட் பண்ணினியா ..?”

“ஸார்.... நீங்க நம்பினாலும் சரி, நம்பலைன்னாலும் சரி அந்தப்பொண்ணு பேசினதுல ஒரு வார்த்தை கூட என்னோட காது நுனிக்கு வரலை. காரணம் அந்த அளவுக்கு செல்போனை காதோடு ஒட்ட வெச்சுகிட்டு மெதுவா பேசிட்டு வந்தா.... ஒரு சமயம் அழுத மாதிரியுமிருந்தது”

“நீ என்ன ஏதுன்னு கேட்கலையா ..?”

“ஸார்.... கஸ்டமர்களுக்கு எவ்வளவோ பிரச்சினைகள் இருக்கலாம். அது பர்சனலாவும் இருக்கலாம். என்னோட பாலிஸி கஸ்டமர்ஸ்கிட்டே நானா எதுவும் பேச மாட்டேன். அவங்க ஏதாவது கேள்வி கேட்டா பதில் சொல்லுவேன். அவ்வளவுதான்”

“சரி..... உன்னோட செல்போனைக் குடு”

“எதுக்கு ஸார் ..?”

“சொன்னாத்தான் தருவியா ..?”

“ஒரு பேச்சுக்கு கேட்டேன்... இந்தாங்க ஸார்”

மகுடபதி தன் சட்டைப்பாக்கெட்டில் இருந்த செல்போனை எடுத்து நீட்ட, அதை வாங்கிய முத்துக்குமரன் தருணிடம் கொடுத்தபடி சொன்னார்.

“தருண்..... இந்த போனில் இருக்கிற ரீசண்ட் கால்ஸ் ஆப்ஷனுக்கு போய் இன் கம்மிங் கால்ஸையும், அவுட் கோயிங் கால்ஸையும் நோட் பண்ணுங்க”

தருண் போனை வாங்கிக்கொள்ள முத்துக்குமரன் மறுபடியும் மகுடபதியிடம் திரும்பினார்.

“முகிலாவுக்கு அப்புறம் வேற யாராவது கஸ்டமர் இந்த டாக்ஸியில் ட்ராவல் பண்ணாங்களா....?”

"இல்ல ஸார்.... அந்தப்பொண்ணை ட்ராப் பண்ணிட்டு நான் ரெஸ்ட் எடுக்க இங்கே வந்துட்டேன்"

"இந்த டாக்ஸியை செக் பண்ணனும்... சாவியைக் குடு"

மகுடபதி தயக்கத்தோடு சாவியை நீட்ட, அதை வாங்கிக்கொண்ட முத்துக்குமரன் முதலில் டிக்கியைத் திறந்து பார்த்துவிட்டு டாக்ஸியின் பின்சீட்டுக்கு போய் சாய்ந்தார். உள்ளே இருந்த காற்றில் மல்லிக்கைப்பூவின் வாசனை மிச்சமிருந்தது.

360 டிகிரி கோணத்தில் காருக்குள் சுழன்ற அவருடைய பார்வை, பின்சீட்டுக்கு கீழே தாழ்ந்தபோது ஒரு திடுக்கிடலுக்கு உட்பட்டு உறைந்தது.

5

டாக்ஸியின் உட்புறத்தை வெளிச்சப்படுத்திக்கொண்ட, இன்ஸ்பெக்டர் முத்துக்குமரன் பின்சீட்டுக்குக் கீழே, ஒரு ஓரத்தில் விழுந்துகிடந்த, அந்த மினுமினுப்பான பொருளை உற்றுப் பார்த்துவிட்டு குனிந்து எடுத்தார்.

வெளிர் நீலநிறத்தில் வெள்ளைப் புள்ளிகளோடு பாதியாய் உடைந்துபோன கண்ணாடி வளையல் துண்டு அது.

அதை உயர்த்திப் பிடித்து பார்த்தபடி குரல் கொடுத்தார்.

"மகுடபதி"

"ஸ.....ஸ....ஸார்" டாக்ஸிக்கு வெளியே கலக்கத்தோடு நின்றிருந்த மகுடபதி வேகமாய் வந்து கதவுக்குப் பக்கத்தில் நிற்க, முத்துக்குமரன் அந்த அரைவட்ட வளையலை காட்டியபடி கேட்டார்.

"இது என்னன்னு தெரியுதா..?"

மகுடபதியின் பார்வை இறுகியது.

"வளையல் மாதிரி தெரியுது ஸார்"

"வளையலேதான்.... உடைஞ்ச வளையல். இது எப்படி டாக்ஸிக்குள்ளே..?"

"அ...அ....அது வந்து ஸார்......"

"சொல்லு"

“அநேகமாய் இந்த வளையல்துண்டு, நீங்க சொன்ன அந்த முகிலாவோடதா இருக்கலாம் ஸார்”

“அது எப்படி அவ்வளவு நிச்சயமாய் சொல்றே ..?”

“இ....இ....இ....இந்த வளையல்” மகுடபதியின் தொண்டைக்குழி அவஸ்தையாய் எச்சிலை விழுங்க, பேச்சு வர மறுத்தது. குளிரிலும் முகம் வியர்த்திருந்தது.

முத்துக்குமரன் குரலை உயர்த்தினார்.

“இதோ பார்.... நீ பேசற ஒவ்வொரு வார்த்தையும் உண்மையாய் இருக்கணும். ஒரு வார்த்தை பொய்யாய் இருந்தாலும் சரி உன்னை லாக்கப்புக்கு கூட்டிப்போய், ரெட் செல்லில் உட்கார வெச்சு போலீஸ் மரியாதையோட உன்கிட்டயிருந்து உண்மையை வாங்க வேண்டியிருக்கும்”

“வே....வேண்டாம் ஸார்... நான் நடந்த உண்மையைச் சொல்லிடறேன் ஸார்”

“சொல்லு.....”

“டாக்ஸி அவினாசி ரோடு மேம்பாலம் ஏறி ரவுண்ட்டானாவுக்கு திரும்பும்போது, திடீர்ன்னு ஒரு டூவீலர்காரன் குறுக்குல வந்துட்டான் ஸார். நான் அவன் மேல மோதாமே இருக்கிறதுக்காக சடன் பிரேக் போட்டேன். அப்படி நான் சடன் பிரேக் போட்டதும், பின்சீட்ல உட்கார்ந்து செல்போன் பேசிட்டிருந்த அந்தப்பொண்ணு நிலை தடுமாறி முன்சீட்ல போய் மோதிகிட்டா..... மோதின வேகத்துல அவ கையில் போட்டிருந்த வளையல் உடைஞ்சிடுச்சு.... டூவீலர்காரன் மேல தப்பு இருந்ததால அந்தப்பொண்ணு என்னைத் திட்டலை..... அவனைத்தான் இங்கிலீஷ்ல திட்டினா”

“அந்த உடைஞ்ச வளையல்தான் இதுன்னு சொல்ல வர்றியா ..?”

“ஆமா ஸார்.....”

“எத்தனை வளையல் உடைஞ்சுது ..?”

“தெரியலை ஸார்.... காரை சுத்தம் பண்ணும்போது பார்த்துக்கலாம்ன்னு இருந்துட்டேன்....”

முத்துக்குமரன் மறுபடியும் குனிந்து பின்சீட்டுக்கு கீழே வளையல்துண்டுகள் ஏதாவது கிடைக்கிறதாவென்று பார்த்தார். ஒரு நிமிஷத் தேடலுக்குப் பின் மகுடபதியிடம்

நிமிர்ந்தார்.

“ஒரு வளையல் உடைஞ்சிருந்தாலும் ரெண்டு மூணு துண்டுகளாவது இருக்கணும்.... ஆனா ஒரே ஒரு வளையல்துண்டுதானே டாக்ஸிக்குள்ளே கிடக்கு.....”

“சீட்டுக்கு அடியில் ..... இருக்கும்.... ஸார்”

“இல்லையே..... நான் பார்த்துட்டேன்... நீ வந்து தேடு” சொன்ன முத்துக்குமரன் கையில் வைத்து இருந்த வளையல்துண்டோடு டாக்ஸியின்றும் வெளிப்பட்டார்.

மகுடபதி வியர்த்து வழிந்தபடி நின்றிருக்க அவனுக்கு பின்புறமாய் இருந்த தருண் கத்தினான்.

“ம்..... போய்த் தேடு.... என்ன பார்த்துட்டிருக்கே ..?”

மகுடபதி தயக்க நடை போட்டு டாக்ஸிக்குள் நுழைந்து உள்ளே பரவியிருந்த வெளிச்சத்தில் வளையல்துண்டுகளை தேட ஆரம்பிக்க, வெளியே காத்திருந்த புவனேஷ் கம்மிப்போன குரலோடு தொண்டை அடைக்க, இன்ஸ்பெக்டர் முத்துக்குமரனை ஏறிட்டான்.

“ஸ....ஸார்..... இந்த ட்ரைவர்கிட்டே ஏதோ தப்பு இருக்கு... இவனால தான் என்னோட முகிலாவுக்கு ஏதோ ஆபத்து ஏற்பட்டிருக்கணும். இவனை இப்படியெல்லாம் விசாரிச்சா உண்மை வெளியே வராது ஸார்.. நீங்க சொன்ன மாதிரி லாக்கப்புக்கு கூட்டிப்போய், ரெட் செல்லில் உட்கார வெச்சு விசாரிச்சாத்தான் அவன் உண்மையை பேசுவான். நாம இந்த விஷயத்துல லேட் பண்ணக்கூடாது ஸார்”

பக்கத்தில் இருந்த தருண் புவனேஷின் தோளின் மீது கையை வைத்தான்.

“கொஞ்சம் பொறு புவனேஷ்...... ட்ரைவர் மகுடபதியை நாம சரியான நேரத்துல கார்னர் பண்ணிட்டோம். அவன் இனி உண்மையைப் பேசியே ஆகணும்.... தப்பிக்க வாய்ப்பேயில்லை. முகிலாவை எப்படியும் மீட்டுடலாம்”

அந்த ட்ரைவர் மகுடபதி டாக்ஸிக்குள்ளே இன்னமும் தேடிக்கொண்டிருக்க, முத்துக்குமரன் குரல் கொடுத்தார்.

“என்ன மீதி வளையல் துண்டுகள் கிடைச்சுதா..?”

“இ....இ....இல்ல ஸார்”

“நல்லாத் தேடு”

“பா....பா... பார்த்துட்டேன் ஸார்... ஒரு சின்ன துண்டுகூட

இல்லை"

"சரி நீ வெளியே வா....."

மகுடபதி வியர்த்துக்கொட்டும் உடம்போடு, டாக்ஸியினின்றும் வெளிப்பட முத்துக்குமரன் கையசைத்தார்.

"இப்படி வந்து எம் முன்னாடி நில்லு"

"ஸ....ஸ.....ஸார் ...... அந்த பொண்ணைப்பத்தி எனக்கு ஒண்ணும் தெரியாது ஸார்...."

"அதைப்பத்தி அப்புறமா பேசுவோம். மொதல்ல இந்த வளையல் விவகாரத்தைப் பார்ப்போம்.... முகிலா கையில் போட்டிருந்த வளையல் எப்படி உடைஞ்சதுக்கான காரணத்தை நாங்க நம்பறமாதிரி நீ சொல்லிட்டே. ஆனா உடைஞ்ச வளையலோட மத்த துண்டுகள் எங்கே என்கிற கேள்விக்கு உன்கிட்டயிருந்து சரியான பதில் வரலையே........?"

"அ....அ....அந்தப்பொண்ணு அதை எடுத்து வெளியே வீசியிருக்கும்ன்னு நினைக்கிறேன் ஸார்"

"அதாவது டாக்ஸி போயிட்டிருக்கும்போதே முகிலா அந்த வளையல் துண்டுகளை வெளியே எடுத்து வீசியிருப்பான்னு சொல்றே.....?"

"ஆமா..... ஸார்"

"அப்படி வீசினதை நீ பார்த்தியா....?"

"இ...இ...இல்ல ஸார்"

"அப்புறம் எப்படி நீ சொல்றதை நாங்க நம்பறது ....?"

"ஸார்... நீங்க பேசறதைப் பார்த்தா நான்தா அந்தப்பொண்ணை ஏதோ பண்ணிட்டமாதிரி இருக்கு ஸார் ....?"

"ஏன் அப்படி இருக்கக்கூடாது ....?"

முத்துக்குமரனின் பேச்சில் மகுடபதியின் முழு உடம்பும் ஒரு அதிர்வுக்கு உட்பட்டு நடுங்கியது. கைகள் தன்னிச்சையாய் ஒரு கும்பிடு போட்டது.

"ஸ....ஸ....ஸார் அந்தப்பொண்ணு யார்ன்னே எனக்குத் தெரியாது. என்னப் பொறுத்தவரைக்கும் ஒரு கஸ்டமர் அவ்வளவுதான். வளையல் எப்படி உடைஞ்சதுங்கிறதுக்கான காரணத்தையும் சொல்லிட்டேன். டி.பி.ரோட்ல இறங்க வேண்டிய பொண்ணு பூமார்க்கெட்ல ஏன்

இறங்கிப்போனாள்ன்னு எனக்குத் தெரியாது”

“இதோ பார்....இப்படியெல்லாம் கும்பிடு போட்டு அப்பாவித்தனமா மூஞ்சியை வெச்சுகிட்டு பேசிட்டா, தலையாட்டிட்டு போயிடுவேன்னு நினைச்சியா....? இப்ப மணி அஞ்சரை.... உனக்கு இன்னும் ஒரு மணி நேரம் அவகாசம் தர்றேன். லாக்அப்புக்குள்ளே போய் உட்கார்ந்துட்டு நல்லா யோசனை பண்ணு. முகிலாவுக்கு என்னாச்சுங்கிற உண்மையை நீயாவே சொல்லிட்டா, அந்த நிமிஷமே நீ லாக்கப்பிலிருந்து வெளியே வந்துடலாம். இப்ப சொல்லிட்டிருக்கிற பொய்யையே திரும்பவும் சொல்லிட்டிருந்தா உன்னை ரெட் செல்லுக்கு கொண்டு போய் போலீஸுக்கே உரிய மரியாதையைக் கொடுத்து விசாரிக்க வேண்டியிருக்கும்”

மகுடபதி லேசாய் கோபப்பட்டான். “ஸார்.... நான் இப்ப சொல்லிட்டிருக்கிறதே உண்மைதான். இதுக்காக லாக்அப்புக்குள்ளே போய் உட்கார்ந்துகிட்டு யோசனை பண்ண வேண்டியதில்லை.... என்னை விசாரிச்சு நேரத்தை வேஸ்ட் பண்ணாமே அந்தப்பொண்ணைப் போய் தேடுங்க ஸார்.... அவகிட்ட ஏதோ தப்பு இருக்கு.... இன்னும் சொல்லப்போனா அந்தப்பொண்ணே தப்பான பொண்ணு மாதிரி எனக்குத் தெரியுது. வேளை கெட்ட நேரத்துல முகத்துக்கு பௌடர் பூச்சும், தலைக்கு மல்லிகைப்பூவும்........”

மகுடபதி அலட்சியமான குரலில் பேசிக்கொண்டிருக்கும்போதே முத்துக்குமரன் இரண்டடி முன்னால் வந்து தன்னுடைய வலது கைக்கு முழு பலத்தையும் கொடுத்து, அவனுடைய கன்னத்தில் ஓங்கி அறைந்தார்.

மகுடபதி நிலைகுலைந்து போனவனாய் டாக்ஸியின் மேல் போய் மோதிக்கொண்டு கீழே விழ, அவனுடைய சட்டையின் காலரைக்கொத்தாய்ப் பிடித்து தூக்கிய முத்துக்குமரன் அடிக்குரலில் உறுமினார்.

“பௌடர் பூசி, தலைக்கு மல்லிகைப்பூவை வெச்சுகிட்டா அவ தப்பான பொண்ணா ..?”

“ஸ.....ஸாரி ஸார்”

“என்னடா ஸாரி.... நீ ஒரு குடிகாரன். காலங்காத்தால தண்ணியைப் போட்டுகிட்டு தூங்கிட்டிருக்கே. நீ

போலீஸுக்கு அட்வைஸ் பண்றியா...?" சொன்ன முத்துக்குமரன் இடது கையை மூர்க்கமாய் வீச, மகுடபதி கன்னத்தில் அந்த வீச்சு ஒரு அறையாய் மாறி இடியாய் இறங்கியது. பொறி கலங்கிப்போன மகுடபதி அப்படியே மண்டியிட்டு கைகளைக் கூப்பினான். கண்களில் நீர் நிரம்பி தத்தளித்தது.

"அ...அ....அடிக்காதீங்க ஸார்"

"அப்ப உண்மையைச் சொல்லு..... முகிலாவை என்ன பண்ணினே ..? அந்தப்பொண்ணு இப்ப எங்கே ..?"

"சத்தியமாய் எனக்கு ஒண்ணும் தெரியாது ஸார். அந்தப்பொண்ணு பூமார்க்கெட் கார்னர்ல டாக்ஸியை நிறுத்தச்சொல்லு இறங்கிப் போயிட்டா"

"நீ பேசற இந்த பொய் ரொம்ப நேரத்துக்கு உயிரோட இருக்காது. என்ன நடந்திருக்கும்ன்னு நான் சொல்றேன். நீ டாக்ஸியை ஏதோ ஒரு இடத்துல நிறுத்தி, முகிலாகிட்ட தப்பாய் நடந்துக்க முயற்சி பண்ணியிருக்கே. அப்பவே நீ குடிபோதையில் இருந்திருக்கணும். அந்தப் போராட்டத்துலதான் வளையல்கள் உடைஞ்சிருக்கணும்"

"இ...இ....இல்ல ஸார்... அப்படியெல்லாம் எதுவுமே நடக்கலை...."

"பேசாதே.... டாக்ஸிக்குள்ளேயிருந்த உடைஞ்ச வளையல்களையெல்லாம் நீதான் வெளியே எடுத்துப் போட்டு இருக்கணும். அப்படி போடறப்ப ஒரு வளையல் துண்டை மட்டும் எப்படியோ மிஸ் பண்ணிட்டே. இப்ப நான் சொன்னதெல்லாம் உண்மையா இல்லையா ..?"

"இ...இ....இல்ல ஸார்..."

"உன்னை இங்கே வெச்சு விசாரிச்சா, இப்படித்தான் இல்ல.... இல்லன்னு சொல்லிட்டிருப்பே..." என்று சொன்ன முத்துக்குமரன் சற்றுத்தள்ளி நின்றிருந்த வேனைப் பார்த்து குரல் கொடுத்தார்.

"சிவராமன்.....!!!"

வேனுக்குள் உட்கார்ந்திருக்க கான்ஸ்டபிள் சிவராமன் "ஸார் " என்று குரல் கொடுத்துக் கொண்டே வெளிப்பட்டார்.

"இவனை வேன்ல ஏத்து.... டாக்ஸியையும் சீஸ் பண்ணி ஸ்டேஷனுக்கு கொண்டு போயிடு.... நாங்க மூணு பேரும்

சைபர் க்ரைம் செல்லுக்குப்போய் கம்ப்ளையண்ட் பண்ணிட்டு, அடுத்த ஒரு மணி நேரத்துக்குள்ளே வந்துடறோம்....."

"எஸ்.... ஸார்....." என்று சொன்ன சிவராமன் வேகமான நடையில் மகுடபதியை நோக்கிப் போனார்.

சைபர் க்ரைம் ப்ராஞ்ச்.

இன்ஃபர்மேஷன் ஷேரிங் அண்ட் அனாலிஸிஸ் சென்டர் கட்டிடத்தின் உள்ளேயிருந்த சைபர் செல்லில், இன்டர்வென்ஷன் ஆபீஸர் நேத்ராவுக்கு முன்பாய் முத்துக்குமரன், தருண், புவனேஷ் மூன்று பேரும் பதட்டம் பரவிய முகங்களோடு உட்கார்ந்திருந்தார்கள். அறையின் ஜன்னலுக்கு வெளியே ஆரஞ்சு நிற சூரியனின் மொட்டை தலை தெரிந்தது.

நாற்பது வயதைத் தொட்டிருந்த நேத்ரா நைட் ஷிஃப்ட் ட்யூட்டி பார்த்த களைப்பு சிறிதும் இல்லாமல் ஒரு சிறிய புன்னகையோடு அவர்களை ஏறிட்டாள்.

"முகிலாவை எப்படியும் அடுத்த ஒரு மணி நேரத்துக்குள்ளே கண்டுபிடிச்சுடலாம்.... டோன்ட் பி எமோஷனல்.... முகிலாவோட போன் ஆண்ட்ராய்ட்தானே ..?"

புவனேஷ் வியர்வை மினுமினுக்கும் முகத்தோடு தலையாட்டினான்.

"ஆமா ஸார்"

"போன் நெம்பரைச் சொல்லுங்க"

சொன்னான்.

"இந்தப் போனோட ஐ.எம்.ஈ.ஐ. நெம்பர் தெரியுமா..?"

"ஒரு நிமிஷம் மேடம்...." என்று சொன்ன புவனேஷ் தன்னுடைய செல்போனை எடுத்து, சேவ் செய்து வைத்திருந்த, முகிலாவின் செல்போனுக்குரிய ஐ.எம்.ஈ.ஐ. எண்ணைச் சொன்னான்.

அந்த எண்ணை ஒரு தாளில் குறித்துக்கொண்ட நேத்ரா தனக்கு முன்பாய் இருந்த, அந்த நவீன கம்ப்யூட்டரை வெளிச்சப்படுத்திக்கொண்டு கீ போர்டில் விரல்களை ஓடவிட்டாள். ஒரு சில நிமிடங்களுக்குப் பிறகு இன்ஸ்பெக்டரை ஏறிட்டாள்.

"ஸார்.... முகிலாவோட போனின் ஐ.எம்.ஈ.ஐ. நெம்பரை

செல்லுலார் நெட்வொர்க்குக்கு அனுப்பியிருக்கேன். இன்னும் கொஞ்ச நேரத்துல அவளோட போன் எந்த இடத்துல இருக்குன்னு தெரிஞ்சுடும்"

"எவ்வளவு நேரமாகும் மேடம்..?"

"சொல்ல முடியாது... முகிலாவோட போன் இப்போ எந்த இடத்தில் இருக்கோ அந்த இடத்தைப் பொறுத்து, ஜி.பி.எஸ். மொபைல் டவர் நமக்கு தகவல் கொடுக்கும். லெட் அஸ் வெயிட் அண்ட ஸீ"

நான்கு பேரும் கனத்த மௌனத்தோடு காத்திருக்க ஆரம்பித்தார்கள்.

6

அந்த கனமான மௌனத்தை விரும்பாத நேத்ரா சூழ்நிலையை இயல்பான நிலைமைக்கு கொண்டு வர, புவனேஷை ஒரு சிறு புன்னகையோடு பார்த்தாள்.

"முகிலாவோட மொபைல் போனின் ஐ.எம்.ஈ.ஐ. நெம்பரை நீங்க சேவ் பண்ணி வெச்சிருந்தது பாராட்டப்பட வேண்டிய விஷயம். ஏன்னா பொதுவா நம்ம நாட்ல 100 கோடிக்கும் மேலான செல்போன்கள் உபயோகத்தில் இருந்தாலும் அதை உபயோகிக்கிற பல பேர்க்கு, அந்தப் போனின் ஐ.எம்.ஈ.ஐ. நெம்பர் தெரியாது.

அந்த நெம்பர் இருந்தாத்தான் காணாமல் போன ஒரு போனையோ, நபரையோ கண்டுபிடிக்கமுடியும் என்கிற உண்மையும், அவங்களுக்குத் தெரியாது. பை...த.....பை முகிலாவோட செல்போன் ஐ.எம்.ஈ.ஐ. நெம்பரை நீங்க சேவ் பண்ணி வெச்சிருக்கீங்க... இதுக்கு ஏதாவது காரணம் இருக்கா...?"

புவனேஷ் கண்கள் கலங்க தலையசைத்தான்.

"இருக்கு மேடம்.... கடந்த மூணு வருஷ காலத்துல முகிலா ரெண்டு செல்போன்களைத் தொலைச்சிருக்கா..... ஆறு மாசத்துக்கு முன்னாடி முகிலாவோட பர்த்டே அன்னிக்கு நான் ஒரு புது செல்போன் வாங்கி அவளுக்கு

கிஃப்டா கொடுத்தேன். அப்படி கொடுக்கும்போதே, இந்த செல்போனை நீ தொலைச்சாலும் அதைக் கண்டுபிடிச்சுடலாம்ன்னு சொல்லி, போனோட ஐ.எம்.ஈ.ஐ. நெம்பரை என்னோட செல்போன்ல சேவ் பண்ணி வெச்சுகிட்டேன்.... அப்படி நான் பண்ணி வெச்சது இன்னிக்கு இப்படிப்பட்ட ஒரு மோசமான சூழ்நிலைக்கு உதவும்ன்னு நான் கொஞ்சம் கூட நினைச்சுப் பார்க்கலை”

நேத்ரா ஒரு பெருமூச்சோடு கையமர்த்தினாள்.

“மிஸ்டர் புவனேஷ்.....யூ டூ நாட் ஹேவ் டூ வொர்ரி அபௌட் திஸ். இன்னிக்கு டெலிகம்யூனிகேஷன் வெல் அட்வான்ஸ்ட். முகிலாவும் அவங்களோட செல்போனும் இருக்கிற இடம் எதுன்னு இன்னும் ஒரு சில நிமிஷங்களில் நமக்கு தெரிஞ்சுடும்.... முத்துக்குமரன் திறமையான போலீஸ் அதிகாரி. உங்க முகிலாவை எப்படியும் கண்டுபிடிச்சு கொடுத்துடுவார். நீங்க கவலையே பட வேண்டாம்”

தருண் தயக்கமான குரலோடு குறுக்கிட்டான்.

“மேடம்..... இந்த ஐ.எம்.ஈ.ஐ. நெம்பரைப்பத்தி நானும் கேள்விப்பட்டிருக்கேன். என்னோட செல்போனுக்கு இந்த ஐடென்டி நெம்பர் வேணும்ன்னா நான் என்ன பண்ணனும்..?”

“வெரி சிம்பிள்..... உங்க செல்போனிலிருந்து ஸ்டார் ஹேஷ்டாக் ஜீரோ சிக்ஸ் ஹேஷ்டாக்ன்னு டைப் பண்ணினாப்போதும்.உங்களுக்கான ஐ.எம்.ஈ.ஐ. ஐடென்டி நெம்பர் வந்துடும். ஒரு பத்து செகண்ட் வேலைதான் இது. ஆனா இதைப் பண்றதுக்கு யார்க்குமே நேரம் இருக்காது” நேத்ரா சொல்லிக்கொண்டிருக்கும்போதே கம்ப்யூட்டர்க்குப் பக்கத்தில் இருந்த நெட்வொர்க் செல்போன் பீப் சத்தத்தை தொடர்ச்சியாய் வெளிப்பட்டது.

நேத்ரா அந்த செல்போனை எடுத்து ஸ்பீக்கரை ஆன் செய்துவிட்டு பேசினாள்.

“திஸ் ஈஸ் சைபர் க்ரைம் செல்”

“மேடம்....நான் மொபைல் ஜி.பி.எஸ். டவர் நெட்வொர்க் ஆப்ரேட்டர் சத்யன் பேசறேன்”

“சொல்லுங்க சத்யன்..... முகிலாவோட செல்போன் எங்கேயிருக்குன்னு ட்ரேஸ் பண்ண முடிஞ்சுதா ..?”

“ஸாரி மேடம்....”

"ஸாரியா.... ஃபார் வாட்?"

"மேடம்... அந்த மொபைல் போன் இப்ப எங்கேயிருக்குன்னு ட்ரேஸ் பண்ண ஜி.பி.எஸ். மூலமா எல்லா டவர்களையும் க்ளோஸ் சர்க்யூட்டுக்கு கொண்டு வந்து பார்த்துட்டேன். முகிலாவோட போன் எந்த டவரோடையும் கனெக்ட் ஆகலை.... திஸ் ஈஸ் அமேஸிங். அந்த ஐடென்டி நெம்பரை மறுபடியும் ஒரு தடவை சொல்லுங்க. எதுக்கும் செக் பண்ணிக்கிறேன்"

நேத்ரா தனக்குப் பக்கத்தில் இருந்த துண்டுச்சீட்டை எடுத்து ஒவ்வொரு எண்ணாய் படித்தாள்.

படித்து முடித்ததும் மறுமுனையில் சத்யன் குரல் கேட்டது.

"நெம்பர் சரிதான் மேடம்... பட் நாட் கனெக்டட்"

"மிஸ்டர் சத்யன்"

"சொல்லுங்க மேடம்"

"கொஞ்சம் லேட்டானாலும் பரவாயில்லை.... ஜி.பி.எஸ். சிக்னல்ஸை கொஞ்சம் பொறுமையா பாருங்க. சம்பவம் நடந்து ஒரு மணி நேரம்தான் ஆச்சு... எப்படியும் ட்ரேஸ் அவுட் பண்ணிடலாம். செல்போன் மட்டும் காணாமே போயிருந்த பரவாயில்லை.... அந்தப் பொண்ணையும் காணோம். நிலைமை உங்களுக்குப் புரிஞ்சிருக்கும்ன்னு நினைக்கிறேன்"

"புரியுது மேடம்....."

"ஐயாம் வெயிட்டிங் ஃபார் யுவர் யூஸ்ஃபுல் ரிப்ளை" நேத்ரா பேசிவிட்டு தனக்கு முன்பாய் உட்கார்ந்திருந்த மூன்று பேரையும் பார்த்தபடி செல்போனை அணைத்தாள். கலக்கத்தைக் காட்டிக் கொள்ளாமல் பேசினாள்.

"சத்யன் சொன்னதைக் கேட்டு ஃபெட்அப் ஆயிடாதீங்க. ஹி ஈஸ் ஹைலி டேலண்டட். அவர் எப்படியும் முகிலாவோட போனை ட்ரேஸ் அவுட் பண்ணிடுவார்.... சில இடங்கள்ல செல்போன் டவரின் நெட்வொர்க் கவரேஜ், கெபாஸிடி மோசமாய் இருக்கலாம். செல்போனிலிருந்து வெளிப்படுகிற எலக்ட்ரோ மேக்னடிக் ரேடியோ வேவ் அதாவது ரேடியோ ஃப்ரீக்வென்ஸியை செல்போன் டவர்கள் உடனடியாய் ஈர்த்து ஸ்விட்ச்சிங் சென்டர்க்கு அனுப்பணும். அப்படி அனுப்பாத போதுதான் இதுமாதிரியான பிரச்சினைகள் ஏற்படும். லெட் அஸ் வெயிட் ஃபார் ஏ குட் நியூஸ்"

புவனேஷ் கண்ணீரை அடக்கிக்கொண்டு தலைகுனிந்து கொள்ள, தருண் அவனுடைய தோள்மீது ஆதரவாக கை வைத்தான்.

"இது மாதிரியான நேரங்கள்லதான் நாம தைரியமா இருக்கணும் புவனேஷ்"

"என்னால முடிலை தருண்.... அந்த டாக்ஸி ட்ரைவராலத்தான் முகிலாவுக்கு ஆபத்து ஏற்பட்டிருக்கணும்.... அவனை விசாரிக்கிற விதத்துல விசாரிச்சாலே போதும். முகிலா எங்கேயிருக்கான்னு தெரிஞ்சுடும்"

அதுவரைக்கும் எதுவும் பேசாமல் மௌனமாய் இருந்த இன்ஸ்பெக்டர் முத்துக்குமரன் புவனேஷை ஏறிட்டார்.

"யூ ஆர் கரெக்ட்.... என்னோட மனசுக்குள்ளேயும் அந்த எண்ணம்தான் ஓடிகிட்டிருக்கு.... முகிலாவோட செல்போன் எந்த ஏரியாவில் இருக்குன்னு லொகேட் பண்ணிட்டா ட்ரைவரை விசாரிக்கும்போது அந்தத் தகவல் நமக்கு உதவியாய் இருக்கும்....."

முத்துக்குமரன் மேற்கொண்டு பேசும்முன் அவருடைய செல்போன் ஒரு மியூஸிக் நோட்டை ரிங்டோனாய் வெளியிட்டது. எடுத்து அழைப்பது யார் என்று பார்த்தார்.

மறுமுனையில் கான்ஸ்டபிள் சிவராமன்.

செல்போனை இடது காதுக்கு ஒற்றி "சொல்லு" என்றார்.

"ஸார்.... நீங்க இப்ப சைபர் க்ரைம் ஆபீஸ்லதானே இருக்கீங்க"

"ஆமா...."

"நீங்க முக்கியமான மீட்டிங்க்ல இருந்தா அப்புறமா பேசறேன் ஸார்"

"விஷயம் என்னன்னு சொல்லய்யா......"

"ஸார்.... உங்க வாய்ஸ் ப்ரேக் ஆகுது......."

"இப்ப கேக்குதா......?"

"மறுபடியும் ப்ரேக் ஆகுது ஸார்....."

"மொதல்ல உன்னோட செல்போனை மாத்தித் தொலை..... நோக்கியா காலத்து போனை நீ என்னிக்குத்தான் தூக்கியெறிவியோ......?"

"ஸ....ஸார்.... நீங்க பேசறது கேட்கலை...."

“இரய்யா... நான் வெளியே வந்து பேசறேன்...” முத்துக்குமரன் சொல்லிக்கொண்டே நாற்காலியினின்றும் எழுந்தார். நேத்ராவிடம் ஒரு ஸாரியை சொல்லிவிட்டு அறையினின்றும் வெளிப்பட்டு போர்டிகோ படிக்கட்டில் இறங்கி, பில்லர் ஓரமாய் நின்று கொண்டு பேசினார்.

“இப்ப கேட்குதாய்யா ......?”

“இப்ப... வாய்ஸ் க்ளீயரா இருக்கு ஸார்”

“உன்னோட ஓட்டை செல்போனுக்காக நான் வீதியில் வந்து பேச வேண்டியிருக்கு... விஷயம் என்னான்னு சொல்லய்யா.....”

“ஸார் அந்த ட்ரைவர் மகுடபதியை விசாரிக்கிற விதத்தில் நாம கொஞ்சம் நிதானத்தை கடைபிடிக்கிறது நல்லதுன்னு நினைக்கிறேன்”

“ஏன் இப்ப என்ன பிரச்சினை ......?”

“பிரச்சினையாகும் போலிருக்கு ஸார்”

“நீ இன்னும் எனக்கு விஷயத்தை சொல்லல்லே...!”

“ஸார்... அந்த லிட்டில் ஸ்டார் டாக்ஸி ஓனர் வேற யாருமில்லை. பழைய எம்.எல்.ஏ. இதயச்சந்திரன். மகுடபதியை நாம கைது பண்ணி ஸ்டேஷனுக்கு கூட்டிட்டுவந்த தகவல் தெரிஞ்சதுமே, போன் பண்ணினார். போனை நான்தான் அட்டெண்ட் பண்ணினேன். கண்டபடி திட்டிட்டார். காது குடுத்து கேட்க முடியலை”

“நீ பதிலுக்கு ஏதும் பேசலையா......?”

“பேசாமே இருப்பேனா......? ட்ரைவர் மகுடபதிகிட்டே ஏதோ தப்பு இருக்குன்னு சொன்னேன். அவர் அதை ஒத்துக்கலை... இன்னும் அரைமணி நேரத்துக்குள்ளே ஸ்டேஷனுக்கு வர்றதா சொல்லியிருக்கார். எனக்கு என்ன பண்றதுன்னு தெரியலை ஸார்”

“இப்ப அந்த இதயச்சந்திரன் எந்த கட்சியில் இருக்கார்......?”

“ஆளுங்கட்சி ஸார்...”

“நிச்சயமா தெரியுமா......?”

“தெரியும் ஸார்.... போனமாசம் சி.எம். கோயமுத்தூர் வந்தப்ப அவர் கழுத்துல ஆளுயர மாலையைப் போட்டுட்டு கட்டிப்பிடிச்சு போட்டோவுக்கு போஸ் கொடுத்தாரே......?”

“சரி.... அந்த எக்ஸ் எம்.எல்.ஏ. வந்தார்ன்னா ஒரு சேரைப் போட்டு உட்கார வை... நான் வந்துடறேன்”

“கொஞ்சம் சீக்கிரமா வந்துடுங்க ஸார்.... அந்த இதயச்சந்திரன் எக்ஸ் எம்.எல்.ஏ. மட்டுமில்லை... எம்.ஏ. எம். எல். படிச்சுட்டு லாயரா வேற ப்ராக்டீஸ் பண்ணியிருக்கார்”

“ஏன்ய்யா இப்படி பயப்படறே ......?”

“பயப்படாமே எப்படி ஸார் இருக்க முடியும்? அந்தப்பொண்ணு முகிலா காணாமே போனது ஒரு சாதாரண மிஸ்ஸிங் பிரச்சினை மாதிரி எனக்குத் தெரியலை.... இது ஒரு பெரிய விவகாரமா மாறப்போகுது”

“யோவ்.... புலம்பாதே..... போய் வேலையைப் பாரு” முத்துக்குமரன் செல்போனை அணைத்து சட்டைப் பாக்கெட்டுக்குள் போட்டபடி, மறுபடியும் சைபர் க்ரைம் செல்லுக்குள் நுழைந்து நாற்காலிக்கு சாய்ந்தார்.

நேத்ரா தனக்கு முன்பாய் இருந்த கம்ப்யூட்டரில் எதையோ உன்னிப்பாய்ப் பார்த்தபடி மானிட்டரிங் செய்து கொண்டிருக்க முத்துக்குமரன் கேட்டார்.

“மேடம்... முகிலாவோட செல்போன் இருக்கிற இடத்தை ட்ரேஸ் அவுட் பண்ண இன்னும் எவ்வளவு நேரமாகும் ......?”

நேத்ரா நிமிர்ந்தாள்.

“தி டைம் கான்ட் பி ஸ்பெசிபைட்.... போன் ட்ரேக்கர், ஜி.பி.எஸ். ட்ரேக்கர் இது ரெண்டுமே ஒவ்வொரு டவரையும் லிங்க் பண்ணி லொகேஷனைத் தேடிகிட்டிருக்கு. எப்படியும் ஒரு மணி நேரத்துக்கு மேல நீங்க வெயிட் பண்ண வேண்டியிருக்கும். டூ யூ ஹேவ் எனி வொர்க் அட் த ஸ்டேஷன்......?”

“எஸ்.... மேடம்....” என்று தலையசைத்த முத்துக்குமரன் நிதானமான குரலில் சொன்னார்.

“அந்த லிட்டில் ஸ்டார் டாக்ஸி ஓனர் இன்னும் ஒரு அரைமணி நேரத்துக்குள்ளே ஸ்டேஷனுக்கு வரப்போறதா தகவல் கொடுத்திருக்காராம். அவர் ஒரு எக்ஸ் எம்.எல்.ஏ. இப்ப ஆளுங்கட்சியில் இருக்கார். அவர் ஏதாவது பிரச்சினை பண்ணலாம்ன்னு கான்ஸ்டபிள் சந்தேகப்பட்டு போன் பண்ணி சொன்னார். புவனேஷூம் தருணும் இங்கேயே இருக்கட்டும்... நான் போயிட்டு வந்துடறேன்”

புவனேஷ் பதட்டப்பட்டு எழுந்தான்.

“நோ ஸார்.... நானும் தருணும் உங்ககூட வர்றோம். அந்த டாக்ஸி ஓனர்க்கும், முகிலா காணாமே போன விஷயத்துக்கும் ஏதோ ஒரு சம்பந்தம் இருக்கும்ன்னு நினைக்கிறேன்”

தருணும் தலையாட்டினான்.

“ஆமா ஸார்.... எனக்கும் அந்த சந்தேகம் வருது. நாம மூணு பேரும் ஸ்டேஷனுக்கு போவோம். ஒரு டாக்ஸி ட்ரைவரை காப்பாத்தறதுக்காக டாக்ஸி ஓனர் ஒருத்தர் போலீஸ் ஸ்டேஷனுக்கு வர்றார்ன்னா வலுவான ஒரு காரணம் இருக்கணும் ஸார்”

முத்துக்குமரன் எழுந்து கொண்டார்.

“உங்களுக்கு அந்த சந்தேகம் இருந்தா என்கூட ஸ்டேஷனுக்கு வாங்க... அவர் என்ன சொல்றார்ன்னு கேட்போம்”

இருபது நிமிட பயணம்.

ஸ்டேஷன் வாசலில் ஜீப் நிற்க, மூன்று பேரும் இறங்கிக்கொண்டார்கள்.

முன்புற அறையில் உட்கார்ந்திருந்த கான்ஸ்டபிள் சிவராமன் முத்துக்குமரனைப் பார்த்ததும் வேகவேகமாய் எழுந்து வந்தார். கிசுகிசுப்பான குரலில் சொன்னார்.

“ஸார்... அந்த இதயச்சந்திரனும் இப்பத்தான் வந்தார். உங்க ரூம்ல உட்கார்த்தி வெச்சிருக்கேன்”

புவனேஷும் தருணும் பின்தொடர்ந்து வர, முத்துக்குமரன் வேகநடைபோட்டு தன்னுடைய அறைக்குள் நுழைந்தார்.

பளீரென்ற வெள்ளை வேஷ்டியிலும், சட்டையிலும் நிரம்பியிருந்த அந்த நடுத்தர வயது இதயச்சந்திரன் நாற்காலியினின்றும் அரையடி எழுந்து மரியாதை கொடுத்தபடி “வணக்கம் இன்ஸ்பெக்டர்” என்றார்.

பதிலுக்கு “வணக்கம்......” சொன்ன முத்துக்குமரன் தன்னுடைய நாற்காலிக்குப் போய் சாய்ந்தார். புவனேஷும் தருணும் அறையின் பக்கவாட்டில் போடப்பட்டிருந்த நீளமான பெஞ்சில் போய் உட்கார்ந்தார்கள்.

சில விநாடிகளுக்குப்பின் பேச்சை ஆரம்பித்தார் முத்துக்குமரன்.

"சொல்லுங்க ஸார்....."

இதயச்சந்திரன் டை அடித்த மீசைக்கு கீழே ஒரு வெள்ளைக்கோடு போட்டமாதிரி பல் வரிசை தெரிய சிரித்தார்.

"சொல்றதுக்கு என்ன இருக்கு இன்ஸ்பெக்டர்... முகிலாங்கிற பொண்ணு காணாமே போன விஷயத்துல ட்ரைவர் மகுடபதி மேல வீணா சந்தேகப்பட்டு அவனை அடிச்சதோடு அல்லாமே லாக்அப்புக்கும் கொண்டு வந்துட்டீங்க. இது எந்த வகையில் நியாயம் ......? ஒருத்தரை கைது பண்றதுக்கு முந்தி முழுசா விசாரிக்க வேண்டாமா .....?"

"விசாரிச்சோம்..... ஆனா உங்க ட்ரைவர் மகுடபதி சொன்னது நம்பும்படியாய் இல்லையே......"

"அவன்தான் முகிலாவை ஏதாவது பண்ணியிருக்கணும்ன்னு நினைக்கிறீங்களா.....?"

"ஆமா....."

"மகுடபதி மேல சந்தேகப்பட்ட நீங்க முகிலா மேல ஏன் சந்தேகப்படலை .....?"

"முகிலாவை எதுக்காக சந்தேகப்படணும் .....?"

இதயச்சந்திரனின் பார்வை புவனேஷ், தருண் பக்கமாய் திரும்பியது.

"உங்க ரெண்டு பேர்ல யார் புவனேஷ் .....?"

"நான்தான்" என்றான் புவனேஷ்.

"தம்பி.... முகிலாவுக்கு உன்னை கல்யாணம் பண்ணிக்கறதுல இஷ்டமா.....?"

"இது என்ன கேள்வி..... இஷ்டமில்லாமலா புறப்பட்டு வந்தா .....?"

இதயச்சந்திரன் ஒரு சிறு சிரிப்போடு குரலைத் தாழ்த்தினார்.

"தம்பி.... நான் ஒரு உண்மைச் சொன்னா நீ தப்பா நினைச்சுக்க மாட்டியே.....?"

புவனேஷ் அவரை உஷ்ணமாய்ப் பார்த்தான்.

"என்ன சொல்லப் போறீங்க .....?"

இதயச்சந்திரன் இன்னமும் குரலைத் தாழ்த்திக்கொண்டு சொன்னதைக் கேட்ட புவனேஷின் இதயம் தடம் புரண்டது.

7

இதயச்சந்திரனை ஒரு நெருப்புப் பார்வையால் நனைத்த புவனேஷ் அதிர்ந்து போன குரலில் கேட்டான்.

"இப்ப என்ன சொன்னீங்க .....?"

"என்ன தம்பி..... நான் சொன்னது உன்னோட காதுல சரியா விழலையா.... ? பரவாயில்ல மறுபடியும் சொல்றேன். உன்னை கல்யாணம் பண்ணிக்க அந்தப்பொண்ணு முகிலாவுக்கு இஷ்டமில்லை.... அவகிட்டே ஏதோ தப்பு இருக்கு"

"இதுக்கு முன்னாடி முகிலாவை உங்களுக்குத் தெரியுமா.....?"

"தெரியாது"

"என்னையாவது தெரியுமா .....?"

"தெரியாது"

"பின்னே எப்படி..... முகிலாவுக்கு என்னை கல்யாணம் பண்ணிக்க இஷ்டமில்லைன்னும், அவகிட்ட ஏதோ தப்பு இருக்குன்னும் உங்களால நா கூசாமே பொய் சொல்ல முடியுது .....?"

இதயச்சந்திரனின் உதட்டில் இப்போது கோணலாய் ஒரு சிரிப்பு நெளிந்தது. குரலில் கேலி இழையோட கேட்டார்.

"உனக்கும், முகிலாவுக்கும் ஆர்.எஸ்.புரம் விநாயகர் கோயிலில்லதானே கல்யாணம் நடக்க இருந்தது.....?"

“ஆமா.....”

“அப்படி கல்யாணம் பண்ணிக்கிற எண்ணம் முகிலாவுக்கு இருந்திருந்தா அவ விநாயகர் கோயிலுக்கு வராமே, டாக்ஸியை பூமார்க்கெட் கார்னர்ல நிறுத்தி ஏன் இறங்கிப் போகணும்.....?”

“அது உங்க ட்ரைவர் சொன்ன பொய்”

“ட்ரைவர் மகுடபதியைப்பத்தி எனக்குத் தெரியும். அவன் பொய் சொல்ல மாட்டான். ரொம்பவும் நல்லவன்”

“குடிகாரனுக்கு சப்போர்ட் பண்றீங்களா .....?”

“அவன் குடிக்கிறவன்தான். ஆனா குடிப்பழக்கத்துக்கு அடிமையானவன் கிடையாது. அளவா குடிச்சுட்டு தூங்குவான். போதையில இருக்கும்போது, வண்டியை எடுக்கமாட்டான். அவன் பொய் பேசி நான் பார்த்ததில்லை”

அதுவரைக்கும் எதுவும் பேசாமல் மௌனமாய் இருந்த தருண், இப்போது நிதானம் இழந்தவனாய் எழுந்து, இதயச்சந்திரனை நெருங்கினான். அவருடைய முகத்துக்கு நேராய் தன்னுடைய இடது கையின் ஆட்காட்டிவிரலை உயர்த்தியபடி அடிக்குரலில் பேசினான்.

“லுக்...... நீங்க ஒரு எக்ஸ் எம்.எல்.ஏ. அதிலும் ஒரு லாயர் என்கிற ஒரேயொரு காரணத்துக்காகத்தான் இதுவரைக்கும் உங்களுக்கு மரியாதை குடுத்து பேசிட்டிருக்கோம். முகிலா காணாமே போனதுக்கு ட்ரைவர்தான் காரணம். அவன்தான் அவளை கடத்திகிட்டு போய் ஏதாவது ஒரு இடத்துல அடைச்சு வெச்சிருக்கணும்.... அவன் உங்க ட்ரைவர்ங்கிறதுக்காக விட்டுக் கொடுக்காம பேசறீங்களா .....?”

“அப்படி இல்லை” என்று தலையசைத்த இதயச்சந்திரன் முத்துக்குமரனிடம் திரும்பினார்.

“நீங்க என்ன நினைக்கிறீங்க இன்ஸ்பெக்டர் .....?”

“எனக்கும் அதே சந்தேகம்தான் ஸார்.... ட்ரைவரை விசாரிக்கிற விதத்துல விசாரிச்சா உண்மை வெளியே வரும்”

“நோ.... இன்ஸ்பெக்டர். அநாவசியமாய் ஒரு நிரபராதியை டார்ச்சர் பண்ணி விசாரிக்கிறதும் ஒரு வகையில் க்ரைம் அஃபென்ஸ்தான். லா செக்சன் நெம்பர் சொல்லட்டுமா?”

“ட்ரைவர் நிரபராதின்னு உங்களுக்கு எப்படித் தெரியும்.....?”

"ஆதாரம் இருக்கு"

"என்ன ஆதாரம்.....?"

"முகிலா பூமார்க்கெட் கார்னரில் டாக்ஸியை நிறுத்தி கீழே இறங்கிப் போனதுக்கான ஆதாரம்"

இதயச்சந்திரன் சொன்னதைக்கேட்டு புவனேஷ், தருண், இன்ஸ்பெக்டர் முத்துக்குமரன் மூன்று பேரும் ஆச்சர்யம் அலையடிக்கும் பார்வைகளை பரஸ்பரம் பரிமாறிக்கொண்டார்கள்.

முத்துக்குமரன் ஆர்வம் தாங்காமல் மீண்டும் கேட்டார்.

"என்ன ஆதாரம்..... காட்டுங்க ?"

"ஒரு நிமிஷம்" என்று சொன்ன இதயச்சந்திரன் தான் கையோடு கொண்டு போயிருந்த, லெதர் பேக்கைத் திறந்து அதன் உள்ளே இருந்த டெல் இன்ஸ்பிரான் லேப்டாப்பை எடுத்து மேஜையின் மீது வைத்தபடி இன்ஸ்பெக்டரிடம் கேட்டார்.

"எஃப்.ஓ.ஐ.ஏ (FOIA) பற்றி கேள்விப்பட்டிருக்கீங்களா?"

"ஃபிரீடம் ஆஃப் இன்ஃபர்மேஷன் ஆக்ட் ரெக்வெஸ்ட் தானே ?"

"அதேதான்.... நாம விரும்புற ஏதாவது ஒரு ஆதாரத்தை அரசாங்கத்திடமிருந்து சட்டரீதியாய் பெறணும்ன்னா எஃப்.ஓ.ஐ. ஏஜென்ஸியின் ஆபீஸுக்கு ஒரு லெட்டர் மூலமா அப்ளை பண்ணினா போதும், அடுத்த அரை மணி நேரத்துக்குள்ளே அந்த ஆதாரம் நமக்கு கிடைச்சுடும். அப்படி நான் அப்ளை பண்ணி கேட்டு வாங்கினதுதான் சி.சி.டி.வி. காமிராவோட ஃபுட்டேஜ்"

"ஃபுட்டேஜா .....?"

"எஸ்..... பூமார்க்கெட் கார்னர் டிராஃபிக் சிக்னலில் பொருத்தப்பட்டிருந்த சி.சி.டி.வி. காமிரா இன்னிக்கு விடியற்காலை 5.10 மணிக்கு பதிவு பண்ணியிருந்த ஃபுட்டேஜைத்தான் நீங்க மூணுபேரும் இப்பப் பார்க்கப் போறீங்க" சொன்ன இதயச்சந்திரன் லேப்டாப்பை விரித்து வெளிச்சப்படுத்திக்கொண்டு கீ போர்டில் சில வார்த்தைகளை டைப் செய்தார்.

அடுத்த சில விநாடிகளில் லேப்டாப் திரை நிறம் மாறி அந்தக் காட்சிகளை ஒளிபரப்பியது.

அந்த அதிகாலை வேளையில் பூமார்க்கெட் பகுதி எல்.ஈ.டி. விளக்குகளின் வெளிச்ச வெள்ளத்தில் ஒரு பகல் நேரம் போல் காட்சியளிக்க சாலையின் இரண்டு பக்கங்களிலும் பூக்கடைகள் வரிசையாய் தெரிந்தன. ஆவின் பால் கடைக்கு முன்பாக, வயதான நபர்களின் ஒரு சின்ன க்யூ பார்வைக்கு தட்டுப்பட்டது. பக்கத்து டீக்கடை பிஸியாக இருந்தது. இரண்டு நாய்கள் சண்டையிட ஒருவர் அதை விரட்டிக் கொண்டிருந்தார்.

முத்துக்குமரன், புவனேஷ், தருண் மூன்று பேரும் லேப்டாப்பின் திரையே உன்னிப்பாய் பார்த்துக்கொண்டிருக்க, வீடியோ பதிவுக்கு கீழே விநாடி எண்கள் வேகமாய் மாறிக் கொண்டிருந்தது.

காமிரா ஃபுட்டேஜ் நேரம் 5.10ஐக் காட்டியபோது அந்த லிட்டில் ஸ்டார் டாக்ஸி வேகமாய் வந்து வலதுபக்கமாய் திரும்ப முயன்று, சட்டென்று வேகத்தைக் குறைத்துகொள்வது தெரிந்தது.

இதயச்சந்திரன் சொன்னார்.

“இன்ஸ்பெக்டர்...... டாக்ஸி நெம்பரை நோட் பண்ணிகிட்டு என்ன நடக்குதுன்னு பாருங்க”

மூன்று பேரும் பார்வைகளை கூர்தீட்டிக்கொண்டார்கள். வேகம் குறைந்த டாக்ஸி இப்போது மெதுவாய் ரோட்டோரமாய் போய் நிற்க, அடுத்து வந்த சில விநாடிகளில் டாக்ஸியின் பின்பக்கக் கதவை திறந்துகொண்டு முகிலா வெளிப்பட்டாள். ட்ரைவிங் சீட்டிலிருந்து இறங்கிய மகுடபதி மெல்ல நடந்து டாக்ஸியின் டிக்கியைத் திறந்து, சூட்கேஸ் ஒன்றை எடுத்து முகிலாவிடம் கொடுப்பதும், முகிலா அதை வாங்கிக்கொண்டு தன்னுடைய பர்ஸிலிருந்து பணத்தை எடுத்துக் கொடுப்பதும், பிறகு மகுடபதியிடம் ஏதோ சொல்லிவிட்டு, பூமார்க்கெட்டை நோக்கி வேகவேகமாய் நடந்து போவதும் தெரிந்தது.

ட்ரைவர் மகுடபதி சோம்பல் முறித்தபடி மறுபடியும் டாக்ஸிக்குள் நுழைந்து கொள்ள, அடுத்த சில விநாடிகளில் டாக்ஸி மெதுவாய் ஊர்ந்து வேகம் பிடித்து மேட்டுப்பாளையம் ரோட்டில் விரைந்து மறைவதும் தெரிந்தது.

லேப்டாப்பில் ஃபுட்டேஜ் முடிந்து போயிருக்க

இதயச்சந்திரன் முத்துக்குமரனை ஏறிட்டார். கேலியான குரலில் கேட்டார்.

"பூமார்க்கெட் கார்னர்ல என்ன நடந்ததுன்னு பார்த்தீங்களா இன்ஸ்பெக்டர் .....? சி.சி.டி.வி. காமிரா பதிவு பண்ணின ஃபுட்டேஜ் பொய் சொல்லுமா ? மறுபடியும் ஒரு தடவை போட்டுக் காட்டட்டுமா.....?"

புவனேஷ் நெற்றியைப் பிடித்துக்கொண்டு இடிந்து போய், சுவரோரமாய் இருந்த பெஞ்சில் சாய, தருண் அவனுடைய தோள் மீது கையை வைத்தான். பெருமூச்சொன்றை வெளியேற்றி விட்டு சொன்னான்.

"புவனேஷ்....... இந்த சி.சி.டி.வி. பதிவைப் பார்க்கும்போது டிரைவர் மேல எந்தத் தப்பும் இல்லாத மாதிரிதான் தெரியுது. முகிலா ஏன் டாக்ஸியை விட்டு இறங்கினா... சம்திங் ராங்க்"

தருண் சொன்னதைக் கேட்டுவிட்டு இதயச்சந்திரன் சிரித்தார்.

"அதுல என்ன சந்தேகம் தம்பி.... இன்னொரு ஃபுட்டேஜும் இருக்கு..... அதையும் பார்த்துடுங்க... அவினாசி ரோடு மேம்பாலத்துல டாக்ஸி வந்துட்டிருந்தபோது என்ன நடந்ததுங்கிற உண்மையும் உங்களுக்கு தெரிஞ்சுடும்"

சொன்னவர் மறுபடியும் லேப்டாப்பின் கீ போர்டில் சில வார்த்தைகளை டைப் செய்தார்.

கம்ப்யூட்டரின் திரை உயிர்பிடித்துக்கொண்டு அந்த ஃபுட்டேஜை ஒளிபரப்பியது.

விடியற்காலவேளையில் அவினாசி ரோடு மேம்பாலத்தின் ரவுண்டானா அரையிருட்டோடு தெரிய, அடுத்து வந்த சில விநாடிகளில் லிட்டில் ஸ்டார் டாக்ஸி முகப்பு விளக்கோடு வேகமாய் வருவதும், இடதுபக்கம் திரும்பும்போது டூவீலர் ஒன்று எதிர்பாராத விதமாய் குறுக்கிடுவதும் தெளிவாய் தெரிந்தது.

மிகவும் வேகமாய் வந்த டாக்ஸி சட்டென்று பிரேக் அடித்து நிற்பதும், ட்ரைவர் மகுடபதி டாக்ஸியைவிட்டு கீழே இறங்கி, பைக் ஓட்டி வந்த நபரை ஏதோ திட்டியபடி அடிப்பது போல் போவதும், முகிலா டாக்ஸியின் கண்ணாடியை கீழே இறக்கி வெளியே எட்டிப்பார்த்து விட்டு வேண்டாம் என்பது போல் சைகை காட்டுவதும் தெளிவாய்

தெரிந்தது. அடுத்த விநாடி பைக் பேர்வழி ஒன்றும் பேசாமல் ஸ்டார்ட் செய்து கொண்டு சுக்ரவார்ப்பேட்டைக்குப் போகும் ரோட்டில் போவது புலப்பட அடுத்த சில விநாடிகளில் டாக்ஸி ரவுண்டானாவை சுற்றிக்கொண்டு ப்ரூக் ஃபீல்ட்ஸுக்கு செல்லும் ரோட்டில் திரும்பி வேகம் எடுத்து மறைந்தது.

ஃபுட்டேஜ் முடிந்து லேப்டாப் நிசப்தம் காக்க இதயச்சந்திரனின் சிரிப்பு கலந்த குரல் கிண்டல் கலந்து வெளிப்பட்டது.

"அந்தப் பொண்ணு முகிலாவோட வளையல் எப்படி உடைஞ்சுதுன்னு நீங்க கேட்ட கேள்விக்கு மகுடபதி சொன்ன பதில் உண்மைதான்னு இப்ப உங்க மூணு பேர்க்கும் புரிஞ்சிருக்கும்ன்னு நினைக்கிறேன்" இதயச்சந்திரன் சொன்னதைக் கேட்டுவிட்டு சில விநாடிகள் மௌனமாயிருந்த இன்ஸ்பெக்டர் முத்துக்குமரன் இறுகிப்போன முகத்தோடு புவனேஷையும் தருணையும் ஏறிட்டார்.

"வாட் ஹி ஸெட், ஸீம்ஸ் டு .... பி கரெக்ட்... முகிலா காணாமே போன விவகாரத்துக்கும் ட்ரைவர் மகுடபதிக்கும் துளி கூட சம்பந்தம் இல்லைன்னு, ஸார் சரியான ஆதாரங்களோடு வந்து நிரூபிச்சுட்டார்.... இதுக்கப்புறமும் நாம மகுடபதியை சந்தேகப்படறது சரியில்லை. இனிமே இந்த இன்வெஸ்டிகேஷனை நாம வேற ஒரு கோணத்திலிருந்துதான் ஆரம்பிக்கணும்"

தீர்மானமான குரலில் சொன்ன முத்துக்குமரன் திரும்பிப் பார்த்து கூப்பிட்டார்.

"சிவராமன்"

"ஸார்......" பக்கவாட்டு அறையிலிருந்து கான்ஸ்டபிள் சிவராமன் குரல் கொடுத்துக் கொண்டே வெளிப்பட்டார்.

"எம். எல்.ஏகிட்டே ஒரு ஸ்டேட்மெண்ட்டை எழுதி வாங்கிகிட்டு ட்ரைவர் மகுடபதியை அனுப்பிடு..... அந்த ரெண்டு சி.சி.டி.வி. ஃபுட்டேஜையும் நம்ம கம்ப்யூட்டரில் காப்பி பண்ணிக்க"

"எஸ்.... ஸார்"

கான்ஸ்டபிள் சொல்லிக்கொண்டிருக்கும்போதே பெஞ்சில் உட்கார்ந்திருந்த புவனேஷ் மார்பைப் பிடித்தபடி

ஒரு பக்கமாய் சாய, பார்த்துக்கொண்டிருந்த தருண் அவனை நோக்கி வேகமாய் ஓடினான்.

"பு....பு..... புவனேஷ்....."

பெஞ்சிலிருந்து கீழே விழ முயன்ற புவனேஷைத் தாங்கிப் பிடித்தான். முத்துக்குமரனும் வேகமாய் நெருங்கினார்.

"என்னாச்சு.....?"

"தெரியலை ஸார்..... புவனேஷ்......" தருண் புவனேஷின் கன்னத்தைத் தட்ட அவன் பேச முடியாமல் திணறினான். முகமும், கழுத்தும் வியர்த்துக்கொட்டியது.

"முகிலா காணாமே போன அதிர்ச்சியை அவனால தாங்கிக்க முடியலைன்னு நினைக்கிறேன் ஸார்"

"ஸீம்ஸ் டு பி ஹார்ட் அட்டாக்"

"ஸார்.... பக்கத்துல இங்கே ஹாஸ்பிடல் ஏதாவது இருக்கா.....?"

"சாஸ்திரி மைதானத்துக்குப் பக்கத்துல 'குட் ஹோப்' ஹாஸ்பிடல் இருக்கு..... உடனே அங்கே கொண்டு போயிடலாம்"

ஒட்டுமொத்த போலீஸ் ஸ்டேஷனும் தீப்பிடித்துக்கொண்ட தினுசில் பரபரக்க, வாசலில் நின்றிருந்த கார்க்கு கொண்டு போகப்பட்டான் புவனேஷ்.

குட் ஹோப் ஹாஸ்பிடல்.

ஐ.ஸி.யூனிட்டுக்கு வெளியே காத்திருந்த தருணை நெருங்கினார் டாக்டர் நாராயணமூர்த்தி. களைத்துப்போன கண்களோடு அவனை ஏறிட்டார்.

"பேஷண்ட்டோட வந்தது நீங்கதானே .....?"

"ஆமா டாக்டர். நவ் ஹௌ ஈஸ் ஹி .....?"

"கொஞ்சம் சிவியர் அட்டாக்தான்..... எமர்ஜென்ஸி இஞ்ஜெக்ஷன் போட்டுட்டோம். ட்ரீட்மெண்ட் போயிட்டு இருக்கு. பேஷண்ட் கான்ஷியஸுக்கு வர எப்படியும் நாலைஞ்சு மணி நேரமாயிடும்..... லெட் அஸ் வெயிட் அண்ட் ஸீ" டாக்டர் சொல்லிவிட்டு நகர்ந்துவிட தருண் பக்கத்தில் இருந்த ஒரு பாலிவினைல் நாற்காலிக்குப் போய் தளர்வோடு உட்கார்ந்தான்.

மௌனத்தில் ஒரு ஐந்து நிமிஷம் கரைந்திருந்தபோது அவனுடைய சட்டைப் பாக்கெட்டில் இருந்த செல்போன்

ரிங்டோனை மெலிதாய் வெளியிட்டது.

எடுத்து அழைப்பது யாரென்று பார்த்தான்.

"ஜோஷ்" என்ற பெயர் ஸ்கார்ல் செய்தபடி டிஸ்ப்ளேயில் ஊர்ந்துகொண்டிருந்தது.

பதட்டமான தருண் சுற்றும்முற்றும் பார்த்துவிட்டு செல்போனை தன் இடது காதுக்குப் பொத்தி குரலைத் தாழ்த்தினான்.

"சொல்லு ஜோஷ்"

"உன்னோட ஃப்ரண்ட் புவனேஷுக்கு என்னாச்சு .....?"

"சிவியர் ஹார்ட் அட்டாக்.... இப்பத்தான் டாக்டர் சொல்லிட்டுப் போறார்"

"ஆள் பொழைப்பானா.....?"

"தெரியலை.... அதைவிடு ஜோஷ். முகிலா இப்ப எப்படியிருக்கா... அவளுக்கு மயக்கம் தெளிஞ்சிடுச்சா.... இல்லையா .....?"

8

"முகிலா இன்னமும் மயக்கத்துலதான் இருக்கா.....?"

தருண் செல்போனை தன் இடதுகாதுக்கு இன்னமும் அழுத்தமாய் பொருத்தியபடி சுற்றும்முற்றும் ஒரு முறை பார்த்துக்கொண்டு சன்னமான குரலில் பேசினான்.

"ஜோஷ்........ இப்போ மணி பத்தரை...... எப்படியும் இன்னமும் ஒரு அரை மணி நேரத்துக்குள்ளே முகிலாவுக்கு கான்ஷியஸ் வந்துடும். கான்ஷியஸ் வந்ததும் நிலைமையைப் புரிஞ்சுகிட்டு கொஞ்ச நேரத்துக்கு அழுது ஆர்ப்பாட்டம் பண்ணுவா. நீ அதை கண்டுக்க வேண்டாம்.... ரொம்பவும் ஆர்ப்பாட்டம் பண்ணினா பென்டாஜோசின் ஒரு ஆம்ப்யூல் போட்டுடு..... யோசனை பண்ணிட்டிருக்க வேண்டாம்"

"சரி....."

"அப்புறம் .... இக்பால் வந்தானா.....?"

"வரலை......"

"ஏன்.....?"

"தெரியலை..... அவனோட ஃபாதர் அபுதாபியிலிருந்து இன்னிக்கு வரப்போறதா சொல்லியிருந்தான்... போன் பண்ணிப் பார்க்கட்டுமா.....?"

"வேண்டாம்... நான் அவன்கிட்ட பேசிக்கிறேன்"

"சரி.... நீ எப்ப வர்றே .....?"

"உடனடியாய் முடியாது இங்கே நிலைமை கொஞ்சம் சரியில்லை.... புவனேஷுக்கு ஹார்ட் அட்டாக் வரும்ன்னு நான் கொஞ்சம் கூட எதிர்பார்க்கலை.... டாக்டர் இனிமேல என்ன சொல்லப்போறார்ன்னு தெரியலை.... முகிலா காணாமே போன விஷயத்துல அந்த ட்ரைவர் மகுடபதி எப்படியும் மாட்டிக்குவான்னு நினைச்சேன். எப்படியோ தப்பிச்சுட்டான். இங்கே எல்லாமே அன்எக்ஸ்பெக்ட்டடா நடந்துட்டிருக்கு. நாம அவசரப்படாமே நிதானமா காய்களை நகர்த்த வேண்டிய நேரம் இது......"

மறுமுனையில் ஜோஷ் சிரித்துவிட்டு சொன்னான்.

"என்ன தருண்...உன்னோட வாய்ஸ்ல ஒரு பயம் தெரியுது.. நீ எதுக்கும் பயப்படமாட்டியே?"

"இது பயமில்லை.... ஒரு முன்னெச்சரிக்கை.. சரி அப்புறமா நான் பேசறேன். ஒரு நர்ஸ் ஐ.சி.யூனிட்டுக்கு வெளியே வந்து நின்னு என் பேரைச் சொல்லி கூப்பிட்டுக்கிட்டிருக்கா... நான் என்னன்னு போய்ப் பார்க்கிறேன்"

சொன்ன தருண் செல்போனை அணைத்து சட்டைப் பாக்கெட்டில் போட்டுக்கொண்டு வேகமான நடையில் அந்த நர்ஸை நெருங்கினான்.

நர்ஸ் கேட்டாள்.

"இப்ப அட்மிட்டான பேஷண்ட் புவனேஷோட அட்டெண்டர்தானே நீங்க.....?"

"ஆமா சிஸ்டர்..."

அவள் தன் கையில் இருந்த ப்ரிஸ்கிரிப்ஷனை நீட்டினாள்.

"இந்தாங்க.... பேஷண்ட்டுக்கு உடனடியாய் ஒரு எல்.எஸ்.டி. இஞ்ஜெக்சன் போடணும். வாங்கிட்டு வந்துடறீங்களா.....? ஹாஸ்பிடலோட அண்டர் க்ரௌண்ட் செல்ல பார்மஸி இருக்கு. போய் வாங்கிட்டு வந்துடுங்க... லேட் பண்ணிடாதீங்க. அடுத்த அரைமணி நேரத்துக்குள்ளே அந்த இஞ்ஜெக்சனை பேஷண்ட்டுக்கு போடணும்"

"இதோ... ஒரு பத்து நிமிஷத்துக்குள்ளே வாங்கிட்டு வந்துடறேன் சிஸ்டர்" சொன்ன தருண் ப்ரிஸ்கிரிப்ஷனை வாங்கிக்கொண்டு நடந்தான். பக்கவாட்டுப்படிகளில் இறங்கி, அண்டர் க்ரௌண்ட் செல்லில் இருந்த பார்மஸியை

நோக்கி ஓட்டமும் நடையுமாய் போனான்.

கூட்டமில்லாத கெளண்டரில் ப்ரிஸ்கிரிப்ஷனை கொடுக்க, உள்ளேயிருந்த ஒரு பெண் வாங்கிப் பார்த்துவிட்டு சொன்னாள்.

“இந்த இஞ்ஜெக்சன் கொஞ்சம் காஸ்டலி ஸார்”

“எவ்வளவு.....?”

“ஏழாயிரம் ரூபாயாகும்”

“நோ.... ப்ராப்ளம்.... குடுங்க”

“கேஷா.... கார்டா ஸார்.....?”

“கார்ட்....”

அந்தப்பெண் மருந்தை எடுப்பதற்காக நகர்ந்த விநாடி தருணின் முதுகுக்கு பின்னாடி அந்த சாக்லேட் குரல் கேட்டது.

“குட்மார்னிங் ! என் வருங்கால பிராண நாதரே......”

தருண் சற்றே திடுக்கிட்டுப் போனவனாய் திரும்பிப் பார்த்து மலர்ந்தான்.

“தீப்தி.... நீயா........?”

“நானேதான்....” என்று சொல்லி அழகாய் சிரித்த, இருபத்திமூன்று வயது தீப்தி, ஒரு பெண்ணுக்குத் தேவையான சாமுத்திரிகா லட்சணத்தில் பெரும்பான்மையான இடங்களில் வெற்றி பெற்று ஆட்சியைப் பிடித்திருந்தாள். உடுத்தியிருந்த மெரூன் நிற சேலையும், அதே வண்ண ஜாக்கெட்டும் அவளுடைய ரோஸ் மில்க் நிறத்தை கூட்டிக் காண்பித்தது. லேசாய் தமன்னா ஜாடை. நூறு சதவீத உரிமை எடுத்துக்கொண்டு தன் வலதுகையின் ஆட்காட்டி விரலால் அவனுடைய விலாவில் குத்தியபடி கேட்டாள்.

“தருண்..... என்ன பண்ணிட்டிருக்கே..... யார்க்கு மெடிசன்..?”

“எ...எ....என்னோட ஃப்ரண்ட் புவனேஷுக்கு.....

“என்னாச்சு .....?”

“ஹார்ட் அட்டாக்...”

தீப்தி முகம் வெகுவாய் மாறியது “இன்னிக்குத்தானே அவர்க்கு கல்யாணம்ன்னு சொன்னே..?”

தருண் சிரமமாய் எச்சில் விழுங்கினான். “ஆ...ஆமா.....

ஆனா கல்யாணம் நடக்கலை..."

"என்னது.... கல்யாணம் நடக்கலையா.....? காரணம்.....?"

"அ...அ...அது வந்து......"

"சொல்லு தருண் என்ன பிரச்சினை.....?"

"முகிலாவைக் காணோம்"

தீப்தி நிதானம் இழந்தவளாய் அவனுடைய தோள்பட்டையை இறுக்கிப் பிடித்தாள்.

"என்னது.... காணோமா....? புரியும்படியா சொல்லு....."

தருண் ஒரு நிமிஷ நேரத்தை செலவழித்து நடந்த சம்பவங்களை சுருக்கமான வார்த்தைகளால் சொல்லி முடிக்க, தீப்தி உறைந்து போன பார்வையோடு அவனை ஏறிட்டாள்.

"முகிலா சொன்ன நேரத்துக்கு அந்த விநாயகர் கோயிலுக்கு வராமே பூமார்க்கெட் கார்னர்ல ஏன் டாக்ஸியிலிருந்து இறங்கிப் போகணும் .....?"

"அ...அ...அதான் தெரியலை...."

"சரி... அவளோட செல்போன் இருக்கிற இடத்தை சைபர் க்ரைம் ப்ராஞ்ச் ஸ்பாட்அவுட் பண்ணிட்டாங்களா.....?"

"இன்னும் இல்லை..... மானிட்டரிங் போயிட்டிருக்கு"

"போலீஸ் என்ன சொல்றாங்க .....?"

"இன்னிக்கு சாயந்தரத்துக்குள்ளே எப்படியும் கண்டுபிடிச்சுடலாம்ன்னு இன்ஸ்பெக்டர் முத்துக்குமரன் நம்பிக்கை தர்ற மாதிரி சொல்றார்"

தீப்தி மேற்கொண்டு பேசும் முன்பாக பார்மஸிப் பெண் பிளாஸ்டிக்காலான ஒரு சிறிய சைஸ் 'மெடிசன் கிட்' எடுத்து வந்து தருணுக்கு முன்பாய் வைத்துவிட்டு பில்லை நீட்டினாள்.

"உங்க கார்டை கொடுங்க ஸார்"

தருண் தன்னுடைய டெபிட் கார்டை எடுத்து நீட்ட அவள் ஸ்வைப்பிங் மெஷினில் செருகிக்கொண்டே கேட்டாள்.

"பேஷண்ட்டுக்கு என்ன வயசு.....?"

"இருபத்தெட்டு"

"அப்ப பிரச்சினையில்லை..... 24 மணி நேரத்துல

சரியாயிடும். கவலைப்படாதீங்க....”

“தேங்க்ஸ் ஃபார் யுவர் கைண்ட் வேர்ட்ஸ்”

தருணும், தீப்தியும் மெடிசன் கிட்டோடு பார்மஸியை விட்டு நகர்ந்தார்கள். நடக்க நடக்கவே தருண் கேட்டான்.

“ஆமா.... நீ எதுக்காக இந்த ஹாஸ்பிடலுக்கு வந்தே .....?”

“ரெண்டு நாளைக்கு முந்தி என்னோட அம்மாவை இங்கே இருக்கிற ஒரு ஆர்த்தோ டாக்டர்கிட்ட கூட்டிட்டு வந்தேன். மூட்டு மாற்று ஆப்ரேஷன் பண்ண வேண்டியிருக்கும்ன்னு டாக்டர் சொல்லி எம்.ஆர்.ஐ. ஸ்கேன், அல்ட்ரா ஸ்கேனுக்கு எழுதி கொடுத்தார். ஸ்கேன் எடுத்துட்டோம். ஆனா ரிப்போர்ட்ஸ் இன்னிக்குத்தான் கிடைக்கும்ன்னு சொன்னதால நான் மட்டும் வந்தேன்.....”

“ரிப்போர்ட்ஸையெல்லாம் வாங்கிட்டியா .....?”

“இன்னும் இல்லை.... இப்பத்தான் பார்க்கிங் ஏரியாவில் என்னோட டூவீலரை விட்டுட்டு இந்தப்பக்கம் வந்தேன். உன்னைப் பார்த்தேன்”

“சரி....நீ ரிப்போர்ட்ஸை வாங்கிட்டு கிளம்பு”

“த....த....தருண்”

“நான் புவனேஷை பார்க்க வரலாமா.....?”

“வேண்டாம்”

“ஏன்.....?”

“வேண்டாம்ன்னா வேண்டாம்தான்.... நீ என்ன வேலைக்காக இந்த ஹாஸ்பிடலுக்கு வந்தியோ அதைப் பார்த்துட்டு போயிட்டே இரு”

“ஆமா.. எதுக்காக இவ்வளவு டென்ஷன்.....?”

தீப்தி கேட்க, மாடிப்படிகளை நோக்கி நடந்து கொண்டிருந்த தருண் நின்றான்.

“இதோ பார் தீப்தி... நீயும் நானும் காதலிக்கிற விஷயம் வெளியுலகத்துக்கு தெரியக்கூடாதுன்னு நான் எத்தனையோ தடவை உன்கிட்டே சொல்லிட்டேன். ஆனா நீ அதை சீரியஸாவே எடுத்துக்கமாட்டேங்கிறே.....?”

“நான் அதை சீரியஸாய் எடுத்துகிட்ட காரணத்தினாலதான் அடிக்கடி உன்னை நேர்ல சந்திக்காமே போன்ல மட்டுமே பேசிப்பேசி நம்ம காதலை பொத்தி பொத்தி வளர்த்துட்டு

வர்றேன். இன்னிக்கு இந்த ஹாஸ்பிடல்ல ஏதேச்சையாய் சந்திச்சிருக்கோம். கொஞ்ச நேரம் பேசிட்டு இருக்கலாம்ன்னு நினைச்சேன்"

"இப்ப நிலைமை சரியில்லை தீப்தி"

"எனக்குப் புரியுது தருண்.... நவ் யூ ஆர் நாட் இன் தட் மூட். இட்ஸ் ஓ.கே.... நான் கிளம்பறேன்... சாயந்தரமா போன் பண்றேன்... புவனேஷ் எப்படியிருக்கார்ன்னு சொல்லு..... முகிலா கிடைச்சாளா இல்லையாங்கிறதையும் எனக்கு அப்டேட் பண்ணு"

தீப்தி சொல்லிக்கொண்டே எதிர்திசையில் நடந்து போய்விட தருண் பெருமூச்சொன்றை வெளியேற்றிவிட்டு, பக்கவாட்டுப் படிகளில் ஏறி, இரண்டு நிமிஷ நடையில் ஐ.ஸி.யூனிட்டுக்கு வந்தான். சின்னதாய் ஒரு அதிர்ச்சிக்கு உட்பட்டான்.

ஐ.ஸி.யூனிட்டுக்கு வெளியே போடப்பட்ட நாற்காலிகளில் அமர்ந்திருந்த புவனேஷின் அண்ணன் மகேந்திரன், அவனுடைய மனைவி சுவர்ணா பார்வைக்கு தட்டுப்பட்டார்கள். முகிலாவின் அப்பா ரத்தினம் வெளிறிப்போன முகத்தோடு பின்வரிசை நாற்காலியில் தெரிய, இவர்கள் மூன்று பேர்க்கும் முன்பாய் கால் மேல் கால் போட்டபடி இன்ஸ்பெக்டர் முத்துக்குமரன் உட்கார்ந்திருந்தார். தருணைப் பார்த்ததும் கேட்டார்.

"என்ன தருண்..... மெடிசன் வாங்கப் போனீங்களா.....?"

"ஆமா ஸார்....."

"ஐ.ஸி.யூல சிஸ்டர் வெயிட் பண்றாங்க. போய் குடுத்துட்டு வாங்க..."

தருண் வேகவேகமாய் போய் ஐ.ஸி.யூ. கதவருகே காத்திருக்க, நர்ஸிடம் மெடிசனைக் கொடுத்துவிட்டு இன்ஸ்பெக்டரிடம் வந்தான். அவர் கை காட்டினார்.

"உட்காருங்க "

தருண் பக்கத்து நாற்காலியில் உட்கார்ந்தான். இன்ஸ்பெக்டர் முத்துக்குமரன் புவனேஷின் அண்ணனை ஏறிட்டபடி, கிண்டலான குரலில் சொன்னார்.

"புவனேஷுக்கு நீங்க செய்ய வேண்டிய வேலையை எல்லாம் அவரோட ஃப்ரண்ட் தருண் பண்ணிட்டிருக்கார்.

இதுதான் உண்மையான ஃப்ரண்ட்ஷிப். கூட பொறந்துட்டா மட்டும் போதாது”

தருண் தயக்கமான குரலில் இடைமறித்தான்.

“ஸார்..... ஏற்கனவே அவங்க... மனக்கஷ்டத்துல இருக்காங்க... நீங்களும் ஹர்ட் பண்ற மாதிரி பேசாதீங்க ப்ளீஸ்”

“மனக்கஷ்டமாவது ஒண்ணாவது ..... கடந்த ஒரு மணி நேரமா.. மூணு பேரையும் ஸ்டேஷன்ல வெச்சு விசாரிச்சுப் பார்த்துட்டேன். ஒரு கேள்விக்கும் சரியான பதில் வரலை. கடப்பாரையை விழுங்கிட்ட மாதிரி மூணு பேரும் முழிக்கறாங்க. எல்லாரையும் தூக்கி உள்ளே வெக்கணும். அப்பத்தான் உண்மை வெளியே வரும்”

இன்ஸ்பெக்டர் கோபத்தில் பொருமிக்கொண்டிருக்கும் போதே தருணின் செல்போன் வைப்ரேஷனில் துடித்தது. லேசாய் கை நடுங்க எடுத்து அழைப்பது யாரென்று பார்த்தான்.

மறுமுனையில் ஜோஷ் கூப்பிட்டுக்கொண்டிருந்தான்.

9

செல்போனின் டிஸ்ப்ளே திரையில் ஜோஷின் பெயரைப் பார்த்த விநாடியே தருணின் இதயத்துடிப்பு சற்றே எகிற, நெற்றிப்பரப்பு வியர்வையின் பிசுபிசுப்புக்கு உட்பட்டது.

'அழைப்பை நிராகரித்து விடலாமா ?' என்று யோசித்து போனின் பக்கவாட்டு பட்டனை அழுத்த முயன்ற விநாடி, இன்ஸ்பெக்டர் முத்துக்குமரன் குரல் கொடுத்தார்.

"போனை அட்டெண்ட் பண்ணுங்க. ஏதாவது முக்கியமான விஷயமாய் இருக்கப் போகுது. நாம பேச வேண்டியதை ஒரு பத்து நிமிஷம் கழிச்சு கூட பேசிக்கலாம். எந்த அவசரமும் இல்லை"

தருண் தயக்கமான குரலில் சொன்னான்.

"நான் வேலை செய்யற பேங்கிலிருந்து மானேஜர் போன் பண்றார் ஸார்"

"விஷயம் என்னன்னு கேளுங்க"

தருண் இயல்பாய் முகத்தை வைத்துக்கொண்டு செல்போனை காதுக்குக் கொடுத்து மெல்ல குரலைத் தாழ்த்தினான்.

"குட்மார்னிங் ஸார்"

ஜோஷ் மறுமுனையில் சின்ன சிரிப்பொன்றை

உதிர்த்துவிட்டு குரலைத் தாழ்த்தினான்.

“புரியுது .. உனக்குப் பக்கத்துல யாரோ இருக்காங்கன்னு நினைக்கிறேன்”

“எஸ் ஸார்.. இன்னிக்கு காலைல ஒன்பது மணிக்கே ரெண்டு நாள் லீவு வேணும்ன்னு லீவ் அப்ளிகேஷனை உங்களுக்கும், ஆர்.ஓவுக்கும் மெயில் பண்ணிட்டேன். எனிதிங் இம்பார்ட்டண்ட் ஸார் ..?”

ஜோஷின் குரல் மறுமுனையில் வெகுவாய் தாழ்ந்தது.

“முக்கியமான விஷயம்தான்... முகிலாவைப் பத்தின ஒரு விஷயத்தை உன்கிட்ட ஷேர் பண்ணிக்கனும். சொல்லலாமா..?”

“சொல்லுங்க ஸார்”

“முகிலா இன்னமும் மயக்கத்துலதான் இருக்கா. எப்படியும் அவ கண் முழிச்சுப் பார்க்க மத்தியானம் ஆயிடும்ன்னு நினைக்கிறேன். ஒரு அஞ்சு நிமிஷத்துக்கு முந்தி அவகிட்ட இருந்த சூட்கேஸை எடுத்து அதுக்குள்ளே என்ன இருக்குன்னு ஆர்வமா செக் பண்ணிப் பார்த்தேன். ஒரு ஷாக்கிங் நியூஸ் கிடைச்சது. அந்த நியூஸ் என்னான்னு இப்ப சொல்றேன். நீ உன்னோட ஃபேஸ்ல எந்த ஒரு எக்ஸ்ப்ரஷனையும் காட்டிக்காமே நான் சொல்றதை மட்டும் கேட்டுக்கோ”

“ஒண்ணும் பிரச்சினையில்லை ஸார்.. அந்த பார்ட்டிக்கு தாராளமாய் அம்பது லட்சம் ரூபாய் வரைக்கும் லோன் தரலாம். ஹி ஈஸ் வெரி ஜென்யூன் அண்ட் லாயல் பர்சன். நீங்க என்னமோ சொல்ல வந்தீங்களே.. சொல்லுங்க ஸார்”

ஜோஷ் எதிர்முனையில் குரலை கிசுகிசுப்பாக்கிக் கொண்டான்.

“தருண்.. முகிலாவோட சூட்கேஸுக்குள்ளே ரெண்டு லட்ச ரூபாய் பணம், நாலு தங்க வளையல், அதோடு ஒரு கவர்க்குள்ளே மெடிக்கல் டெஸ்ட் ரிப்போர்ட்டும், சில மாத்திரைகளும் இருந்தது. அந்த மெடிக்கல் ரிப்போர்ட்டை எடுத்து படிச்சுப் பார்த்தேன். போன வாரம் முகிலா வடகோவை பவர் ஹவுஸுக்கு பக்கத்தில் இருக்கிற டாக்டர் மனோரஞ்சிதத்தைப் போய்ப் பார்த்து ‘க்வாலிடேட்டீவ் ஹெ.சி.ஜி. டெஸ்ட்’ பண்ணியிருக்கா. அது எதுக்கான டெஸ்ட் தெரியுமா..?”

"தெரியலை. சொல்லுங்க ஸார்"

"ஒரு பெண் கர்ப்பமாய் இருக்காளா இல்லையான்னு தெரிஞ்சிருக்கிறதுக்காக செய்யற ப்ளட் டெஸ்ட் அது. முகிலா அந்த ப்ளட் டெஸ்ட்டைப் பண்ணியிருக்கா. ரிப்போர்ட் என்ன சொல்லுது தெரியுமா தருண்.. ? முகிலாவோட ப்ரக்னன்ஸி கன்ஃபார்ம். பதினைஞ்சு நாள் தள்ளிப் போயிருக்கு.. இந்த ஒரு காரணத்துக்காகத்தான் புவனேஷும், முகிலாவும் அவசர அவசரமாய் கல்யாணம் பண்ணிக்க வேண்டிய கட்டாயத்துக்கு வந்து இருக்காங்கன்னு நினைக்கிறேன்"

தருண் அதிர்ச்சியை ஜீர்ணித்துக்கொண்டு வெகு இயல்பான முகபாவத்தோடு பேச ஆரம்பித்தான்.

"யூ ஆர் கரெக்ட் ஸார்.. நான் ரெண்டு நாள் லீவு முடிஞ்சு பேங்க்குக்கு வந்த பின்னாடி பேப்பர்ஸ் ரெடி பண்ணி தர்றேன். அதுவரைக்கும் அந்த லோன் சாங்க்சனை பெண்டிங்கில் வையுங்க ஸார்"

"ஓ.கே. தருண்.. நைட் இங்கே வர்றதுக்கு ட்ரை பண்ணு. நீ வரும்போது இக்பால் இங்கே இருப்பான். பார்ட்டி வெச்சு கொண்டாடிடுவோம்"

"ஓ.கே. ஸார்.. தேங்க்யூ வெரிமச்"

தருண் செல்போனை அணைத்துவிட்டு இன்ஸ்பெக்டரை ஏறிட்டபடி செயற்கைத்தனமாய் புலம்பினான்.

"நான் ஹாஸ்பிடல்ல எதுமாதிரியான சூழ்நிலையில இருக்கேன்னு தெரிஞ்சும் போன் பண்றாங்க ஸார். இவங்களுக்கெல்லாம் மனிதாபிமானம்ன்னா என்னன்னு தெரியாது போலிருக்கு. நான் எதுக்காக லீவு போட்டிருக்கேன்னு அப்ளிகேஷன்ல தெளிவா மென்ஷன் பண்ணியிருந்தேன்"

இன்ஸ்பெக்டர் சிரித்தார்.

"சில பேர் அப்படித்தான்.. அதையெல்லாம் பெரிசா எடுத்துக்காம... இப்ப முகிலாவோட விஷயத்துக்கு வருவோம். முகிலாவோட அப்பா ரத்தினத்தையும், புவனேஷோட அண்ணன் மகேந்திரனையும், அண்ணி சுவர்ணாவையும் ஸ்டேஷனுக்கு வரவழைச்சு பேசினதில் அவங்க தர்ற ஸ்டேட்மெண்ட்ஸ் வித்தியாசமாயிருக்கு"

தருணின் இரு புருவங்களும் ஒரு மில்லிமீட்டர் உயரத்துக்கு

உயர்ந்தன.

"என்ன ஸார் சொல்றீங்க? வித்தியாசமான ஸ்டேட்மெண்ட்டா ..?"

"ஆமா.. முகிலாவோட அப்பா ரத்தினம் தன்னோட பொண்ணைப் பத்தி என்ன சொல்றார்ன்னு அவர்கிட்டயே கேளுங்க"

தருண் ஆச்சர்யமான பார்வையோடு ரத்தினத்தின் பக்கம் திரும்ப, அவர் தலையசைத்தபடி பேச ஆரம்பித்தார்.

"தம்பி.. என்னோட பொண்ணு என்னைப்பத்தி உங்ககிட்ட என்ன சொல்லியிருப்பான்னு எனக்குத் தெரியாது. நான் குடிகாரன்தான். பெத்த பொண்ணு கல்யாண வயசுல இருக்கும்போது, நான் ரெண்டாவதா ஒரு கல்யாணம் பண்ணிக்கிட்டது தப்புதான். வயசான காலத்துல எனக்கு ஒரு துணை தேவைப்படும்ங்கிற காரணத்துக்காகத்தான் கல்யாணம் பண்ணிக்கிட்டேன். முகிலாவுக்கு அது பிடிக்கலை. முன்ன மாதிரி முகம் குடுத்து என்கிட்டே பேசறதில்லை. தேவையிருந்தா மட்டும் என்கிட்ட பேசுவா. வீட்ல இருக்கும்போது ஒரு மூணாம் மனுஷி மாதிரிதான் நடந்துக்குவா. எனக்கும் அவளோட நடவடிக்கைகள் எல்லாம் பழகிப்போனதால எல்லாத்தையும் பொறுத்துகிட்டேன். அவளுக்கும், புவனேஷுக்கும் இடையே இருக்கிற காதல் விவகாரம் எனக்குத் தெரியும். ஒரு ஆறு மாசம் கழிச்சு ரெண்டு பேர்க்கும் நானே பேரூர் கோயில்ல சிம்பிளா கல்யாணம் பண்ணி ஒரு நல்ல ஹோட்டல்ல ரிச்ப்ஷன் வைக்கலாம்ன்னு இருந்தேன். அதுக்குள்ளே இப்படி ஒரு அவசர கல்யாணத்துக்கு ரெண்டு பேரும் தயாராவாங்கன்னு நான் நினைச்சுகூட பார்க்கலை. சரி அப்படியே கல்யாணமாயிருந்தாக்கூட பரவாயில்லை.. அதுவும் நடக்கலையே"

பேசிக்கொண்டே போன ரத்தினம் குரல் தழுதழுத்து மேற்கொண்டு பேச முடியாமல் அழ ஆரம்பித்தார்.

தருண் அப்பாவித்தனமாய் தன் முகத்தை வைத்துக் கொண்டு பேசினான்.

"அய்யா.. முகிலாவை யாரும் கடத்திட்டுப் போகலை. பூமார்க்கெட் கார்னர்ல டாக்ஸியை நிறுத்தி சூட்கேஸோடு அவதான் இறங்கிப் போயிருக்கா. அந்த ஏரியால உங்களுக்கு

சொந்தக்காரங்க யாராவது இருக்காங்களா..?"

"இன்ஸ்பெக்டரும் இதே கேள்வியைத்தான் என்கிட்ட கேட்டார். சொந்தக்காரங்க யாரும் அந்த ஏரியால இல்லையே தம்பி.."

"கொஞ்சம் நிதானமா யோசிச்சு பாருங்கய்யா..." என்று சொன்ன தருண் புவனேஷின் அண்ணன் மகேந்திரனிடம் திரும்பினான். மெல்லிய குரலில் கேட்டான்.

"உங்க ப்ரதரும் முகிலாவும் காதலிக்கிற விஷயம் உங்களுக்குத் தெரியுமா ..?"

"தெரியாது.. இன்ஸ்பெக்டர் இன்னிக்கு கூப்பிட்டு விசாரிக்கும்போதுதான் அந்த விஷயமே தெரிய வந்தது. இந்த காதல் விஷயம் எங்களுக்கு முன்னாடியே தெரிஞ்சிருந்தா நாங்களே முன்னாடி நின்னு கல்யாணத்தைப் பண்ணி வெச்சிருப்போம். நாங்க ஒண்ணும் காதலுக்கு எதிரானவங்க இல்லை"

"அப்படீன்னா முகிலா காணாமே போனதுக்கும் உங்களுக்கும் எந்த ஒரு சம்பந்தமும் இல்லைன்னு சொல்ல வர்றீங்களா..?"

"ஒரு துளி கூட சம்பந்தம் கிடையாது. அவன் எந்தப் பொண்ணைக் காதலிச்சா எங்களுக்கு என்ன.. அது அவனோட சொந்தப் பிரச்சினை"

"உங்களுக்கும், புவனேஷுக்கும் டெர்ம்ஸ் சரியாய் இல்லாத காரணத்தாலதான் அவன் வீட்டை விட்டு வெளியேறி மேன்ஷன்ல போய் தங்கியிருந்தான் இல்லையா..?"

"ஆமா"

"உங்க ரெண்டு பேர்க்கும் என்ன பிரச்சினை..?"

"என்ன நீங்க என்னை ஒரு க்ரிமினல் குற்றவாளியை போலீஸ் விசாரிக்கிற மாதிரி விசாரணை பண்ணிட்டு இருக்கீங்க..?"

"தப்பா நினைச்சுக்காதீங்க... உங்களை குற்றவாளின்னு யார் சொன்னது.. உங்க தம்பி புவனேஷுக்கும், முகிலாவுக்கும் கல்யாணம் நடக்க இருந்த நேரத்துல முகிலா காணாமே போயிருக்கா. அந்த அதிர்ச்சியில் புவனேஷுக்கு ஹார்ட் அட்டாக் வந்து இப்ப ஐ.ஸி.யூவில் இருக்கான். அவன் சுய உணர்வுக்கு வந்து கண் முழிச்சு பார்க்கும்போது முகிலாவை

அவனுக்கு முன்னாடி கொண்டு போய் நிறுத்தணும்... அதுக்கான ஒரு முயற்சிதான் இந்த விசாரணை. டோன்ட் மிஸ்டேக் மீ மகேந்திரன்... புவனேஷ் உங்களுக்கு தம்பி. எனக்கு ஃப்ரண்ட். அவனோட உயிரைக் காப்பாத்த வேண்டியது நம்ம ரெண்டு பேர்க்குமே ஒரு முக்கியமான விஷயம் இல்லையா ..?"

அதுவரைக்கும் எதுவும் பேசாமல் மௌனமாயிருந்த இன்ஸ்பெக்டர் முத்துக்குமரன் ஒரு புன்னகையோடு மகேந்திரனைப் பார்த்தார்.

"நான் கேட்க நினைச்ச கேள்விகளைத்தான் தருண் உங்ககிட்ட கேட்டுகிட்டு இருக்கார். பதில் சொல்லுங்க. நீங்க எந்த தப்பும் பண்ணலைன்னா பயப்படாதீங்க"

"ஸார்.. எனக்கும் என்னோட தம்பிக்கும் கிராமத்துல இருக்கிற ஒரு ஏக்கர் விவசாய நிலம் சம்பந்தமாய் பிரச்சினை இருந்தது என்னவோ உண்மைதான். அதனால அவனுக்கும், எனக்கும் இடையில் சச்சரவு ஏற்பட்டதும் உண்மைதான். ஒரு தடவை கை கலப்பு கூட நடந்திருக்கு. அதையெல்லாம் காரணம் காட்டி, முகிலா காணாமே போனதுக்கு நானும் என்னோட மனைவியும்தான் காரணம்ன்னு முத்திரை குத்திடாதீங்க"

மகேந்திரன் சற்றே குரலை உயர்த்தி கோபத்தோடு பேசிக்கொண்டிருக்கும்போதே, ஐ.ஸி.யூனிட்டினின்றும் வெளிப்பட்ட அந்த நர்ஸ் வேகநடை போட்டு தருணை நெருங்கினாள். உடம்பில் லேசாய் பதட்டம்.

"ஸார்.. நீங்கதானே பேஷண்ட் புவனேஷோட ப்ரண்ட் தருண் ..?"

"ஆமா..."

"பேஷண்ட் புவனேஷுக்கு எல்.எஸ்.டி. இஞ்ஜெக்சன் போட்ட அஞ்சு நிமிஷத்துக்குள்ளே கான்ஷியஸ் திரும்பிடுச்சு. சுய உணர்வுக்கு வந்து கண் விழிச்சு பார்த்ததுமே உங்க பேரைச் சொல்லித்தான் கூப்பிட்டார்"

இன்ஸ்பெக்டர் முத்துக்குமரன் நாற்காலியினின்றும் எழுந்தார்.

"புவனேஷைப் போய்ப் பார்க்கலாமா ..?"

நர்ஸ் தயக்கமாய் குரலை இழுத்தாள்.

"ஸாரி ஸார்.. ஐ.ஸி.யூக்குள் போய் பேஷண்ட்டைப் பார்க்க வெளியாட்கள் யார்க்கும் அனுமதியில்லை.. ஆனா பேஷண்ட் ஒரு நபரைப் பார்த்துப் பேச ஆசைப்பட்டா மட்டும், அவரை அலவ் பண்ணுவோம். பேஷண்ட் புவனேஷ் இப்போ தருணை மட்டும் பார்த்து ஏதோ பேச விரும்பறதா சொல்றார்"

தருணின் விழிகளில் வியப்பு உறைந்தது.

"புவனேஷ் என்கிட்ட பேசணும்ன்னு சொன்னானா ..?"

"ஆமா ஸார்.. கொஞ்சம் சீக்கிரமா வாங்க. இப்ப அவர்க்கு கான்ஷியஸ் இருக்கு. போயிட்டா மறுபடியும் எப்ப வரும்ன்னு தெரியாது"

நர்ஸ் சொல்லிக் கொண்டே நடக்க ஆரம்பித்துவிட, தருண் தன்னைச் சுற்றியிருந்த எல்லோரையும் தயக்கத்தோடு பார்த்தான்.

இன்ஸ்பெக்டர் அவனுடைய தோளின் மீது கையை வைத்தார்.

"போயிட்டு வாங்க தருண். புவனேஷ் தனிப்பட்ட முறையில் உங்ககிட்ட ஏதோ சொல்ல விரும்பறார்ன்னு நினைக்கிறேன்"

தருண் அதிர்கிற இதயத்துடிப்போடு ஐ.ஸி.யூனிட்டை நோக்கி நடந்தான்.

10

தருண் ஐ.ஸி.யூனிட்டின் கெட்டியான கண்ணாடிக் கதவைத் தள்ளியபடி தயக்க நடையோடு உள்ளே நுழைந்தான்.

அந்த மெகா சைஸ் ஹால், பாலிவினைல் பலகைகளால் சீராக பிரிக்கப்பட்டு, ஒரு ஐ.ஸி.யூனிட்டாய் மாறி, ஏ.சியின் குளிர்ச்சியில் உறைந்து போயிருந்தது. நோயாளிகள் நீலநிற அங்கிகளில் சலனமில்லாமல் படுத்து ஆக்ஸிஜன் சிலிண்டர்களின் உதவியோடு உயிர் வாழ்ந்துகொண்டிருக்க, சுற்றும்முற்றும் பார்த்தபடி நர்ஸை பின்தொடர்ந்து கொண்டிருந்தான் தருண்.

ட்யூட்டி டாக்டர்கள் கண்ணாடிச் சுவர்களால் சூழப்பட்ட ஒரு சதுரமான அறைக்குள் உட்கார்ந்து பேஷண்ட் மானிட்டரிங் எக்யூப்மெண்ட்ஸ்களை மௌனமாய் கையாண்டு கொண்டிருந்தார்கள். ஒருவிதமான அரோமா ஆஃப் மெடிசன் ஒட்டுமொத்தமாய் ஐ.ஸி.யூனிட் முழுவதும் பரவி சுவாசத்தில் நுழைந்து வயிற்றைக் கலக்கியது.

யூனிட்டின் மையப்பகுதிக்கு வந்ததும் நர்ஸ் வலது பக்கமாய் திரும்பி, ஒரு திரைச்சீலையைத் தள்ளிக்கொண்டு அந்த அறைக்குள் நுழைந்தாள். உயர்த்திப் போடப்பட்டிருந்த கட்டிலில் கண் மூடி படுத்திருந்தான் புவனேஷ். அவனுடைய தலைபாகத்திற்கு மேல் கார்டியோ வேஸ்குலார், பல்மனரி,

ந்யூரோலாஜி மானிட்டர்ஸ் பொருத்தப்பட்டிருக்க, அவைகளின் திரைகளில் சிவப்பு நிற எண்கள் விநாடிக்கு விநாடி மாறிக்கொண்டிருந்தன. நார்மல் என்கிற வார்த்தை பச்சை நிறத்தில் ஒளிர்ந்தது.

நர்ஸ் கட்டிலை நெருங்கி புவனேஷின் காதருகே குனிந்தாள். குரல் கொடுத்தாள்.

"ஸார்.. உங்க ஃப்ரண்ட் தருண் வந்திருக்கார். அவர்கிட்டே ஏதோ பேசணும்ன்னு சொன்னீங்களே.. ?"

புவனேஷின் கண்ணிமைகள் அவஸ்தையோடு பிரிந்தன. தருண் அவனுடைய கையைப் பற்றினான்.

"புவனேஷ்.. உனக்கு இப்போ எப்படியிருக்கு?"

"ப..ப..பரவாயில்ல" சொல்லிவிட்டு லேசாய் மூச்சு வாங்கினான்.

"பேசறதுக்கு கஷ்டமாயிருந்தா வேண்டாம்"

"இ..இ...இல்ல தருண்.. நான் உன்கிட்ட பேச வேண்டியிருக்கு. பேசித்தான் ஆகணும்"

"எ..என்ன விஷயம்?"

புவனேஷின் பலகீனமான பார்வை நர்ஸின் மேல் நிலைத்தது.

"சி..சி..சிஸ்டர்.. என் ஃப்ரெண்ட்கிட்ட நான் தனியா பேசணும்"

புரிந்துகொண்ட நர்ஸ் தலையசைத்துவிட்டு அந்த அறையினின்றும் வெளியேறினாள். தருண் புவனேஷின் அருகே போய் நின்றான். அவன் மூச்சிரைக்கப் பேசினான்.

"தருண்.. நான் இப்ப உன்கிட்ட சொல்லப் போற விஷயம் உனக்கு கொஞ்சம் அதிர்ச்சியாய் இருக்கலாம். இருந்தாலும் வேற வழியில்லை"

"எதுவாயிருந்தாலும் பரவாயில்லை சொல்லு"

"மு..மு..முகிலாவைப்பத்தி ஏதாவது தகவல் கிடைச்சதா?"

"இன்னும் இல்ல.. எப்படியும் இன்னிக்கு சாயந்தரத்துக்குள்ளே நல்ல தகவல் கிடைக்கலாம். தைரியமாயிரு புவனேஷ். பி பாஸீட்டிவ்"

புவனேஷ் தருணையே இமைக்காமல் பார்க்க, அவனுடைய இருதயம் வேகமான துடிப்பில் இருந்தது.

"எ..எ..என்ன அப்படி பார்க்கிறே.. ஏதோ அதிர்ச்சியான விஷயம்ன்னு சொன்னியே என்ன அது ?"

"நான் சொன்னா நீ தப்பா நினைச்சுக்கக்கூடாது"

செயற்கையான ஒரு புன்னகையோடு தருண் புவனேஷின் கையைப் பற்றிக் கொண்டான்.

"இதோ பார்.. நீ சொல்றது தப்பாவே இருந்தாலும் பரவாயில்லை. நான் தப்பா நினைச்சுக்க மாட்டேன். உன் மனசுல என்ன இருக்கு.. சொல்லு"

புவனேஷ் சில விநாடிகள் மௌனமாய் இருந்துவிட்டு சன்னமான குரலில் பேச ஆரம்பித்தான். இடையிடையே மூச்சிரைத்தாலும் நிறுத்தாமல் பேசினான்.

"இ..இ..இன்னிக்கு காலையில விநாயகர் கோயிலுக்கு வரவேண்டிய முகிலா திடீர்ன்னு காணாமே போயிருக்கா. காணாமே போறதுக்கு அவ ஒண்ணும் சின்னப் பொண்ணு கிடையாது. யாரோ சதி பண்ணி அவளைக் கடத்திட்டுப் போயிருக்காங்கன்னு நினைக்கிறேன்"

தருணின் இருதயம் தாறுமாறான துடிப்பில் இருக்க, அதை சிறிதும் வெளிக்காட்டிக் கொள்ளாமல் இயல்பான குரலில் கேட்டான்.

"எக்ஸ் எம்.எல்.ஏ. இதயச்சந்திரன் கொண்டு வந்து போட்டுக்காட்டின அந்த வீடியோ ஃபுட்டேஜைப் பார்க்கும்போது முகிலா கடத்தப்பட்ட மாதிரி தெரியலையே புவனேஷ்?"

"அது கடத்தல்ன்னு தெரியாத மாதிரி திட்டம் போட்டிருக்காங்க"

"யாரு?"

புவனேஷ் பேசாமல் மௌனம் காத்தான்.

தருண் லேசாய் எரிச்சலானான்.

"சொல்லு புவனேஷ்.. யாரு அவங்க?"

"உன்னோட ஃப்ரண்ட்ஸ் ஜோஷும், இக்பாலும்தான்"

ஒட்டுமொத்த உடம்புக்குள்ளும் மின்சாரம் பாய்ந்த மாதிரியான உணர்வில் ஒரு சில விநாடிகள் நிலைகுலைந்துபோன தருண், அந்த அதிர்ச்சியை சிறிதும் வெளிக்காட்டாமல் முகத்தை அப்பாவித்தனமாக வைத்துக்கொண்டு கேட்டான்.

“புவனேஷ்.. நீ என்ன சொல்றே.. ?”

“என்னோட மனசுல பட்டதைச் சொல்லிட்டிருக்கேன்”

“அவங்க எதுக்காக முகிலாவைக் கடத்தணும்?”

“முகிலா மேல அவங்களுக்கு கோபம்”

“என்ன கோபம் ?”

“ரெண்டு மாசத்துக்கு முன்னாடி இக்பாலும், ஜோஷும் முகிலாவை தனியா சந்திச்சு ஒரு விளம்பரப்படத்துல நடிக்க முடியுமான்னு கேட்டிருக்காங்க. அவ முடியாதுன்னு சொல்லியிருக்கா. பத்து லட்சம் வரை சம்பளம் பேசியிருக்காங்க. கோடி ரூபாய் கொடுத்தாக் கூட நடிக்கமாட்டேன்னு சொன்னதால முகிலா மேல அவங்களுக்கு ஏகப்பட்ட கோபம்”

“நீ சொல்ற விஷயம் எனக்கு புதுசா இருக்கு புவனேஷ். அது என்ன விளம்பரப்படம்?”

“பார்த்தியா.. உன்கிட்ட கூட அந்த விஷயத்தைச் சொல்லாம மறைச்சிருக்காங்க. உன்னோட ஃப்ரண்ட்ஸ் ரெண்டு பேரும் சரியில்லை. தப்பானவங்க. நீ அவங்க கிட்ட ஜாக்ரதையா இருக்கணும்...” வேகவேகமாய் பேசிவிட்டு மூச்சு வாங்கினான் புவனேஷ். மார்பு தூக்கி தூக்கிப்போட்டது.

“நீ டென்ஷன் ஆகாதே புவனேஷ்..”

“எ..எ..எப்படி டென்ஷன் ஆகாமே இருக்க முடியும்.. அந்த சம்பவம் இப்பத்தான் என்னோட ஞாபகத்துக்கு வந்தது. மொதல்ல போலீஸ் இன்ஸ்பெக்டரைக் கூப்பிட்டு சொல்லலாம்ன்னு நினைச்சேன். ஆனா போலீஸுக்கு விஷயம் போனா ஜோஷிக்கும், இக்பாலுக்கும் இன்னமும் கோபம் அதிகமாகலாம்ன்னு ஒரு பயம் வரவே உன்கிட்ட இதை ஷேர் பண்ணிக்கலாம்ன்னு நினைச்சு இங்க உன்னை வரச்சொன்னேன்”

“சரி.. அது என்ன விளம்பரப்படம் ?”

“நீலாம்பூர்ல இக்பாலுக்கு தி ரியல் லாயல் காஸ்மெடிக்ஸ்னு ஒரு கம்பெனி இருக்கா ?”

“ஆமா.. பெண்களுக்கான அழகு சாதனப் பொருட்களை தயாரிக்கிற கம்பெனி. இக்பாலுக்கு கோயமுத்தூரைச் சுத்தி நாலைஞ்சு இன்டஸ்ட்ரீஸ் இருக்கு. அதுல இதுவும் ஒண்ணு”

“அந்த காஸ்மெடிக்ஸ் கம்பெனியில் புதுசா தயாரிக்கப்போற

ஒரு ஃபேஸியல் க்ரீமுக்கான விளம்பரப்படம் அது. முகிலா அழகா நிறமா இருக்கிறதால அவளை நடிக்க வெக்கலாம்ன்னு உன்னோட ஃப்ரண்ட் இக்பால் நினைச்சிருக்கார். அப்படி நினைச்சவர் அதை உன்கிட்ட சொல்லியிருக்கலாம். இல்லேன்னா உன்கிட்ட என்னோட போன் நெம்பரை வாங்கி, என்கிட்ட பேசியிருக்கலாம். அப்படி செய்யாமே அவராவே முடிவு எடுத்து ஜோஷ்யைக் கூட்டிகிட்டு போய் முகிலாவை பார்த்து பேசியிருக்கார். இதுவே முதல் தப்பு. நடிக்கச்சொல்லி ஃபோர்ஸ் பண்ணினது ரெண்டாவது தப்பு...”

“இக்பாலும், ஜோஷ்யையும் இப்படியெல்லாம் நடந்துக்க மாட்டாங்களே?”

“அப்படீன்னா.. முகிலா என்கிட்ட சொன்னது பொய்ன்னு சொல்ல வர்றியா தருண்?”

“நான் அந்த அர்த்ததுல சொல்லலை”

“அப்புறம் ?”

“சம்பவம் நடந்து ரெண்டு மாசமாச்சு.. இதுநாள் வரையிலும் நீ ஏன் அதை என்கிட்ட சொல்லலை.. ?”

“முகிலாதான் சொல்ல வேண்டாம்ன்னு தடுத்துட்டா.. அவங்க ரெண்டு பேர்கிட்டேயும் தருண் நல்ல ஃப்ரண்ட்ஷிப்ல இருக்கும்போது சொல்றது சரியில்லை. இன்னொரு தடவை அவங்க என்கிட்ட வரும்போது பார்த்துக்கலாம்ன்னு சொல்லிட்டா“

“புவனேஷ்.. நான் ஒரு விஷயத்தைச் சொன்னா நீ நம்பணும். நம்புவியா.. ?”

“என்ன.. ?”

“நீ என்னோட பால்யகாலத்து சிநேகிதன். அவங்க ரெண்டு பேரும் என்னோட காலேஜ் மேட்ஸ். வசதியான குடும்பத்தைச் சேர்ந்தவங்க. அந்த வசதிக்கு ஏத்த மாதிரிதான் பழக்கவழக்கங்களும் இருக்கும். நீ நினைக்கிற மாதிரி அவங்க தப்பானவங்க கிடையாது”

“அவங்க தப்பானவங்கன்னு நான் சொல்லலையே.. முகிலாவுக்கு அவங்களால ஏதாவது ஆபத்து ஏற்பட்டு இருக்கலாமேங்கிற என்னோட சந்தேகத்தைத்தான் சொன்னேன்”

“ஓ.கே. புவனேஷ்.... அந்த ரெண்டு பேரைக்காட்டிலும் கூடுதலாய் ஒரு பர்சண்ட் என்னோட நட்புக்கு சொந்தக்காரன் நீ.... உன்னோட மனசில் இருக்கிற சந்தேகத்துக்கு மதிப்பு கொடுத்து ஜோஷ்யையும், இக்பால் ரெண்டு பேரையும் ஷேடோ வாட்ச்சிங் பண்ணப் போறேன்.... முகிலா அவங்களால கடத்தப்பட்டிருந்தா எந்த வழியிலாவது எனக்கு உண்மை தெரிஞ்சுடும். அவங்க தப்பு செஞ்சிருந்தா போலீஸ் போகவும் தயங்க மாட்டேன். அது யாராயிருந்தாலும் சரி”

புவனேஷின் கண்களில் சந்தோஷம் மின்னியது.

“என்னோட மனசுக்குள்ளே இருந்த நெருடலை உன்கிட்ட சொல்லிட்டேன். இனிமே நீ எல்லாத்தையும் பார்த்துக்குவேங்கிற நம்பிக்கை எனக்கு இருக்கு”

“தைரியமா இரு.. நான் இருக்கும்போது நீ எதுக்கும் கவலைப்படாதே. முகிலாவை எப்படியும் கண்டுபிடிச்சு உனக்கு முன்னாடி கொண்டு வந்து நிறுத்தறதுதான் என்னோட முதல் வேலை. இப்ப ஐ.ஸி.யூனிட்டுக்கு வெளியே உன்னோட அண்ணன், அண்ணி, முகிலாவோட அப்பா, இன்ஸ்பெக்டர் முத்துக்குமரன் வெயிட் பண்ணிட்டிருக்காங்க. நான் வெளியே போனதும் நீ என்கிட்ட என்ன பேசினேன்னு கேட்பாங்க. நான் அவங்களுக்கு என்ன பதிலைச் சொல்லட்டும்”

“என்னோட மெடிக்கல் எக்ஸ்பென்ஸுக்கு தேவையான பணத்தை என் பேங்க் அக்கவுண்ட்டிலிருந்து, எடுக்கும்படியா நான் சொன்னதா அவங்ககிட்ட சொல்லிடு”

சரியென்று தலையசைத்துவிட்டு ஐ.ஸி.யூனிட்டிலிருந்து வெளிப்பட்டான் தருண். மனசுக்குள் ஒரு புயல் மையம் கொண்ட மாதிரியான உணர்வு.

‘புவனேஷ் துல்லியமாய் யூகித்திருக்கிறான்.’

‘இனி வரப்போகும் ஒவ்வொரு நிமிஷத்தையும் எச்சரிக்கையோடு எதிர் கொள்ள வேண்டியிருக்கும்.’

ஐ.ஸி.யூனிட்டுக்கு வெளியே காத்திருந்த முகிலாவின் அப்பா ரத்தினம், புவனேஷின் அண்ணன் மகேந்திரன், அண்ணி சுவர்ணா, இன்ஸ்பெக்டர் முத்துக்குமரன் இந்த நான்கு பேர்களின் பார்வைகளும் குத்தீட்டி முனைகளாய் மாறி தருணின் முகத்தை மொய்த்தது.

“என்ன சொல்றார் உங்க ஃப்ரண்ட் புவனேஷ்..?”

முத்துக்குமரன் கேட்டுக் கொண்டே அருகில் வந்தார்.

தருண் விரக்தியாய் புன்னகைத்தான்.

"நத்திங் இம்பார்ட்டண்ட் ஸார். ஹாஸ்பிடல் செலவுக்கு பேங்க்ல இருக்கிற தன்னோட அக்கவுண்ட் பணத்தை எடுத்துக்கச் சொன்னான் புவனேஷ். அதைப்பத்தியெல்லாம் நீ கவலைப்படாதேன்னு சொல்லிட்டு வந்தேன்"

"இதுதானா விஷயம் ? உங்க ஃப்ரண்ட் ஏதாவது சொல்லியிருப்பார். க்ளூ கிடைக்கும்ன்னு எதிர்பார்த்தேன்"

முத்துக்குமரன் ஏமாற்றம் தடவிய குரலில் சொல்லிக்கொண்டிருக்கும்போதே அவருடைய சட்டைப் பாக்கெட்டுக்குள் இருந்த செல்போன் வெளிச்சத்தை சிதறடித்தபடி ரிங்டோனை வெளியிட்டது. எடுத்து அழைப்பது யாரென்று பார்த்தார்.

சைபர் க்ரைம் பிராஞ்சிலிருந்து இன்டர்வென்ஷன் ஆபீஸர் நேத்ரா கூப்பிட்டுக் கொண்டிருந்தாள். செல்போனை காதுக்கு ஒற்றினார் முத்துக்குமரன்.

"சொல்லுங்க மேடம்.."

"காணாமல் போன அந்த முகிலா சம்பந்தமாய் ஒரு முக்கியமான தகவல் இப்பத்தான் தெரிய வந்தது. நீங்க உடனே புறப்பட்டு வர முடியுமா ஸார்.. ஏ லிட்டில் ஷாக்கிங் மேட்டர்"

11

சைபர் க்ரைம் செல்.

இன்டர்வென்ஷன் ஆபீஸர் நேத்ராவுக்கு முன்பாய் இன்ஸ்பெக்டர் முத்துக்குமரன் உட்கார்ந்திருக்க, பக்கவாட்டு நாற்காலியில் இன்ஃபர்மேஷன் ஷேரிங் அண்ட் அனாலிஸிஸ் சென்டர் பிரிவைச் சேர்ந்த, அதிகாரி லலித்குமார் சற்றே கவலை தோய்ந்த குரலில் சொல்லிக் கொண்டிருந்தார்.

“ஸார்.... முகிலாவோட செல்போனை கண்டுபிடிக்கிற முயற்சியில் ஒரு ஜீரோ எஃப்.ஐ.ஆரைப் பதிவு பண்ணி, அதன் அடிப்படையில் சர்ச்சிங் ப்ராஸ்ஸை நடத்திகிட்டு இருந்தோம். நேத்ரா மேடமும், நானும் ஐ.பி.எஸ். மானிட்டரிங் ஆபீஸர் சத்யனும் ஒரு நிமிஷம் கூட இடைவிடாமே முகிலாவோட விஷயத்தை மட்டும் மாறி மாறி பேசிட்டிருந்தோம். செல்போனின் ஐ.எம்.ஈ.ஐ. அடையாள எண் இருந்ததால ஜி.பி.எஸ். மூலமா போன் இருக்கிற இடத்தை எப்படியும் கண்டுபிடிச்சுடலாம்ன்னு நினைச்சோம். ஆனா அந்த முயற்சியில் வெற்றி கிடைக்காததினால *MAC* அட்ரஸை வெச்சு ட்ரை பண்ண வேண்டிய நிலைமை ஏற்பட்டது”

முத்துக்குமரன் புருவங்களை உயர்த்தினார்.

“*MAC* அட்ரஸா.... அப்படீன்னா .. ?”

“இது ஒரு யூனிக்யூ ஐடென்டிஃபையர் ஸார். இந்த

எழுத்துக்களின் விரிவாக்கம்... மீடியா அக்செஸ் கண்ட்ரோல் அட்ரஸ். இது என்.ஐ.சி. என்கிற இன்டர்ஃபேஸ் கண்ட்ரோலரோட இணைக்கப்பட்டிருக்கும். முகிலாவோட செல்போன் வைஃபை நெட்வொர்க்கின் தொடர்பில் இருந்திருந்தா, செல்போன் இருக்கிற இடத்தை சுலபமாய் ஸ்பாட் அவுட் பண்ணிடலாம்ன்னு நினைச்சு, அந்த ப்ராஸஸுக்குள்ளேயும் நுழைஞ்சு பார்த்துட்டோம். ஆனா செல்போனை கண்டுபிடிக்க முடியலை"

லலித்குமார் பேச்சை நிறுத்த, நேத்ரா அதே கவலையான தொனியில் பேச்சைத் தொடர்ந்தாள்.

"எம்.ஏ.சி. மூலமா முயற்சி பண்ணியும் முடியாதால *ADM* என்கிற ஆன்ட்ராய்ட் டிவைஸ் மானேஜர் ஆப்பின் உதவியோட தேட ஆரம்பிச்சோம். முகிலாவோட செல்போன் எந்த இடத்தில் இருந்தாலும் அது சைலண்ட் மோடில் இருந்தாலும் கூட, இந்த ஆப்பின் மூலமா, போன் ரிங் செய்ய வைக்க முடியும். ஆனா அந்த முயற்சியிலும் எங்களுக்குக் கிடைச்சது தோல்விதான்.

இப்படி எவ்வளவுதான் முயற்சி பண்ணினாலும் முகிலாவோட செல்போனை கண்டுபிடிக்கவே முடியலை. அதுக்கான காரணத்தை தெரிஞ்சுக்க டெல்லியில் இருக்கிற ஹையர் சைபர் க்ரைம் ப்ராஞ்ச் அதாரிட்டியின் ஒரு 'விங்'கான 'ஐடென்டிஃபை தெஃப்ட்'டை காண்டாக்ட் பண்ணினோம். முகிலாவோட செல்போனின் ஐ.எம்.ஈ.ஐ. அடையாள நெம்பரைக் குடுத்து விசாரிச்சோம். அந்த விசாரணையில்தான் ஒரு அதிர்ச்சியான தகவல் வெளியே வந்தது"

முத்துக்குமரன் விழிகளில் மிரட்சி பரவ, அவர் நாற்காலியின் நுனிக்கு நகர்ந்தார்.

"எ..எ..என்ன தகவல்.. ?"

"முகிலாவின் செல்போன் ஐ.எம்.ஈ.ஐ. அடையாள நெம்பரை எந்த ஒரு ஹைடெக் டிவைஸினாலும், ஆப்பினாலும் கண்டுபிடிக்க முடியாமல் போனதுக்கான காரணம், அந்த நெம்பர் மாற்றப்பட்டிருப்பதுதான்"

முத்துக்குமரன் உடல் மறுபடியும் ஒரு நிமிர்வுக்கு உட்பட்டது.

"இப்படி மாத்தறது சாத்தியமா .. ?"

“சாத்தியம்தான்.. ஃப்ளாஷர் (FLASHER) பத்தி கேள்விப்பட்டிருக்கீங்களா ஸார்.. ?”

“இல்ல... அப்படின்னா?”

“‘ஃப்ளாஷர்’ங்கிறது ஒரு ஸாஃப்ட்வேரோட பேர். அதை யூஸ் பண்ணி ஒரு ஐ.எம்.ஈ.ஐ. நெம்பரை மாத்த முடியும். அதாவது அந்த பழைய நெம்பர் மேலேயே ஒரு புது நெம்பரை சூப்பர் இம்போஸ் பண்ணிடுவாங்க. அதுக்கப்புறம் அந்தப் பழைய ஐ.எம்.ஈ.ஐ. நெம்பரை வெச்சு செல்போனை ட்ரேஸ்அவுட் பண்ணி கண்டுபிடிக்க முடியாது. இது ஒரு அட்வான்ஸ்ட் டெக்னாலஜி”

“முகிலா எதுக்காக தன்னோட செல்போனின் அடையாள எண்ணை மாத்தணும்?”

“முகிலா அதை மாத்தியிருக்க வாய்ப்பில்லை”

“அப்புறம் யாரு மேடம்?”

“அவளைக் கடத்திட்டு போனவங்கதான் அந்த வேலையைப் பண்ணியிருக்கணும்”

“அவ கடத்தப்படலை மேடம்”

“அது எப்படி உங்களுக்குத் தெரியும் ?”

“சி.சி.டி.வி. வீடியோ ஃபுட்டேஜில் அவ பூமார்க்கெட் கார்னரில் டாக்ஸியை விட்டு தனியா இறங்கி சூட்கேஸோடு நடந்து போறது தெளிவாய் பதிவாயிருக்கே ?”

”அதுக்கப்புறமா ஏன் அவ கடத்தப்பட்டு இருக்கக்கூடாது? கொஞ்சம் டீப்பா திங்க் பண்ணிப் பாருங்க ஸார்”

“மேடம்.. அந்தக் கோணத்துல இதுவரைக்கும் நான் யோசிச்சுப் பார்க்கவேயில்லை..”

“ஸார்.. இது ஒரு வெல்ப்ளான்ட் கிட்நேப்பிங். முகிலாவை கடத்தின நபர்களுக்கு முகிலாவைக் காட்டிலும் அவளோட செல்போன்தான் முக்கியம். அந்தப் போனில் ரகசியமான முறையில் பதிவிறக்கம் செய்யப்பட்ட விஷயங்கள் ஏதாவது இருக்க வாய்ப்பு அதிகம்.. அதனாலதான் முகிலாவை செல்போனோட கடத்தியிருக்காங்க. அவ கடத்தப்பட்ட அடுத்த ஒரு மணி நேரத்துக்குள்ளேயே, அந்தப் போனின் ஐ.எம்.ஈ.ஐ. அடையாள எண்ணை அழிச்சுட்டு ஒரு புது எண்ணை சூப்பர் இம்போஸ் பண்ணிருக்காங்க. அதனாலதான் நம்மால முகிலாவோட செல்போனை

ஸ்பாட்அவுட் பண்ண முடியலை"

முத்துக்குமரன் இடைமறித்தார்.

"மேடம்.. ஏதாவது ஒரு ஹைஃபை டெக்னிக்கை உபயோகப்படுத்தி முகிலாவோட செல்போன் இருக்கிற இடத்தை கண்டுபிடிக்க வாய்ப்பு இருக்கா ?"

"ஸாரி.. வாய்ப்பில்லை... இனிமேல் முழுக்க முழுக்க உங்க இன்வெஸ்டிகேஷன் மூலமாகத்தான் முகிலாவைப் பற்றின உண்மைகள் வெளியே வரணும். பை த பை முகிலா ஏதோ ஒரு கம்பெனியில் ரிசப்னிஷ்டா வேலை பார்த்துட்டு இருந்ததாய் சொன்னீங்க.. அது என்ன கம்பெனி?"

"ஸ்டீல் ஃபேப்ரிகேஷன்ங்கிற ஒரு கம்பெனி "

"அது எங்கே இருக்கு ?"

"பாப்பநாயக்கன்பாளையத்துல"

"முகிலாவை கல்யாணம் பண்ணிக்க இருந்த புவனேஷும் அதே கம்பெனியில்தான் அஸிஸ்டெண்ட் எஞ்சினியராய் வேலை பார்த்து வந்திருக்கார் இல்லையா ஸார் ?"

"ஆமா மேடம்...."

"ரெண்டு பேரோட ஃபேமிலி மெம்பர்ஸையும் வரவழைச்சு என்கொயர்ரி பண்ணீங்களா ?"

"ம்.. பண்ணிட்டேன். ரெண்டு பேர் வீட்லேயும் இவங்க காதலுக்கு ஒரு சின்ன எதிர்ப்பு கூட இல்லை.. ஆனா இவங்கதான் பயந்துகிட்டு யார்க்கும் தெரியாமே விநாயகர் கோயில்ல வெச்சு கல்யாணத்தை நடத்தத் திட்டம் போட்டிருக்காங்க. இதை தெரிஞ்சுகிட்ட யாரோ அந்த விடியற்காலையில முகிலா டிராவல் பண்ண காரை ஃபாலோ பண்ணி அவளைக் கடத்தியிருக்கணும். எனக்கு இருக்கிற ஒரு சந்தேகம் இதுதான் மேடம்.. விநாயகர் கோயிலுக்கு போக வேண்டிய முகிலா அதுக்கு முன்னாடி பூமார்க்கெட் கார்னர்ல லக்கேஜை எடுத்துட்டு ஏன் இறங்கணும்?"

"அங்கே யாரையாவது சந்திக்க போயிருக்கலாம்"

"யாரை?"

நேத்ரா மெலிதாய் புன்னகைத்தாள்.

"ஸார்.. இந்த முகிலா கேஸில் என்னோட ட்யூட்டி முடிஞ்சுது. நவ் பால் ஈஸ் இன் யுவர் கோர்ட். யூ ஹேவ் டு ப்ளே..."

"எஸ் மேடம்.. இப்ப ஐ.ஸி.யூவில் இருக்கிற புவனேஷ் நார்மலாகி சாதாரண வார்டுக்கு வந்ததும் ஒரு ஷார்ப்பான என்கொயரியை ஸ்டார்ட் பண்ணி கேஸை அடுத்த லெவலுக்கு கொண்டு போயிடணும் "

முத்துக்குமரன் சொல்லிக்கொண்டிருக்கும்போதே அவருடைய செல்போன் வெளிச்சம் பிடித்துக்கொண்டு ரிங்டோனை வெளியிட்டது. எடுத்து அழைப்பது யாரென்று பார்த்தார். டிஸ்ப்ளேயின் திரையில் தருண் பெயர் மெதுவாய் ஊர்ந்து கொண்டிருந்தது.

காதுக்கு ஒற்றி குரல் கொடுத்தார்.

"சொல்லுங்க தருண்"

"ஸார்.. நீங்க ஹாஸ்பிடலுக்கு மறுபடியும் எப்ப வருவீங்க?"

"ஏன் என்ன விஷயம் ?"

"நான் வேலை பார்க்கிற பேங்க்ல ஒரு பிரச்சினை ஸார்.. அதை ஸால்வ் பண்ணனும்ன்னா நான் நேர்ல போயாகணும். நீங்க சைபர் க்ரைம் ப்ராஞ்ச்சிலிருந்து எப்ப திரும்புவீங்கன்னு தெரிஞ்சுட்டா பரவாயில்லை"

"நோ ப்ராப்ளம் தருண்.. ஹாஸ்பிடலில் இருக்கும் புவனேஷை பார்த்துக்க அவரோட அண்ணன் மகேந்திரனும், அண்ணி சுவர்ணாவும் இருக்காங்க.. இனி நீங்க ஹாஸ்பிடல்ல இருக்க வேண்டிய அவசியமில்லை. நீங்க உங்க வேலையைப் பாருங்க. நாளைக்கு நாம மறுபடியும் சந்திப்போம்"

"தேங்க்யூ ஸார்..." என்று சொன்ன தருண் தயக்கமான குரலில் கேட்டான்.

"ஸார்.. சைபர் க்ரைம் ப்ராஞ்ச் மூலமா முகிலாவைப் பத்தின தகவல் கிடைச்சுதா?"

"எஸ்.. ஒரு முக்கியமான தகவல் கிடைச்சிருக்கு. நாளைக்கு நாம நேர்ல சந்திக்கும்போது சொல்றேன்.. நவ் ஐயாம் இன் ஏ மீட்டிங்"

"ஓ.கே. ஸார்...." தருண் மறுமுனையில் செல்போனை அணைத்துவிட, முத்துக்குமரனும் தன்னுடைய செல்போனை மௌனமாக்கிக் கொண்டே நேத்ராவை ஏறிட்டார்

"மேடம்.. ஒரு ஃப்ரண்ட்ன்னா தருண் மாதிரிதான் இருக்கணும்.. இன்னிக்கு விடிகாலை அஞ்சு மணியிலிருந்து இந்த நிமிஷம் வரைக்கும் புவனேஷை விட்டு அவர்

பிரியவே இல்லை.. தன்னோட நண்பனுக்கு ஏற்பட்ட பிரச்சினையை தனக்கு ஏற்பட்ட பிரச்சினையாய் நினைச்சுகிட்டு முகிலாவை கண்டுபிடிக்கிற முயற்சியில் எனக்கு உதவியாய் இருந்திட்டிருக்கார். ஹி ஈஸ் க்ரேட்” என்று சொன்னபடி முத்துக்குமரன் எழுந்தார்.

“ஓ.கே.மேடம்.. நான் புறப்படறேன்”

நேத்ரா ஒரு பெருமூச்சோடு “ஸாரி ஸார்.. எங்க சைபர் க்ரைம் முகிலாவை கண்டுப்பிடிக்கிற விஷயத்துல தோல்வி அடைஞ்சதை என்னால டைஜஸ்ட் பண்ணிக்க முடியலை.. ஐ யாம்... அஷேம்ட் டூ ஸே ஸோ”

“நோ ப்ராப்ளம் மேடம்.. நீங்களும் எவ்வளவே முயற்சி பண்ணீங்க. இப்படிப்பட்ட சவாலான கேஸ்களை டீல் பண்ணத்தான் எனக்கும் பிடிக்கும். எப்படியும் ரெண்டு நாளைக்குள்ளே முகிலா இருக்கிற இடத்தைக் கண்டுபிடிச்சுடலாம்ங்கிற நம்பிக்கை எனக்கு இருக்கு....”

“விஷ் யூ ஆல் த பெஸ்ட்” வறண்டு போன ஒரு புன்னகையோடு சொன்னாள் நேத்ரா.

உக்கடம்

ராத்திரி எட்டு மணி.

பைபாஸ் ரோட்டுக்கு உள்ளே தள்ளியிருந்த அன்புநகர் குடியிருப்பின், ஏழாவது தெருவில் சில கோடி ரூபாய்களை விழுங்கிவிட்டு திடகாத்ரமாய் முளைத்திருந்தது அந்த பங்களா. சுற்றிலும் மரங்கள்.

பங்களாவின் உள்ளே ஒரு சிறிய மைதானம் போல் தெரிந்த ஹாலின் மையத்தில் போடப்பட்டிருந்த, சோபாவில் தருண் சாய்ந்திருக்க, அவனுக்கு எதிரே 30 லிருந்து 35க்குள் இடைப்பட்ட வயதுகளில் ஜோஷ், இக்பால் இருவரும் இறுகிப்போன முகங்களோடு உட்கார்ந்திருந்தார்கள்.

தருண் கோபமாய் குரலை உயர்த்திப் பேசிக்கொண்டிருந்தான். “முகிலாவை விளம்பரப் படத்தில் நடிக்க வெக்க முயற்சி பண்ண வேண்டாம்ன்னு நான் படிச்சு படிச்சு சொன்னேன். நீங்க ரெண்டு பேருமே அதை சீரியஸாய் எடுத்துக்கலை.

அதனோட விளைவு இப்ப அது ஒரு பிரச்சினைக்குரிய விஷயமா மாறிடுச்சு.. புவனேஷ் உங்க ரெண்டுபேர் மேலயும் சந்தேகப்படறான். நல்லவேளையாய் போலீஸ்

இன்ஸ்பெக்டர்கிட்ட அவன் இந்த விஷயத்தை சொல்லலை.. சொல்லியிருந்தா நிலைமை என்னவாயிருக்கும்ன்னு யோசிச்சு பாருங்க”

இக்பால் தன் தாடையில் பயிராகியிருந்த தாடியின் சொரசொரப்பை இடது கைவிரல்களால் தேய்த்தபடி மெல்லச் சிரித்தான்.

“தருண்... நீ ரொம்பவும் பயப்படறே.. புவனேஷ் போலீஸுக்கெல்லாம் போகமாட்டான். அப்படி போற எண்ணம் இருந்தா உன்னைக் கூப்பிட்டு விளம்பர விஷயத்தை சொல்லியிருக்க மாட்டான்”

“இருந்தாலும் நாம கொஞ்சம் எச்சரிக்கையோடு இருக்கணும். முகிலாவோட விஷயத்துல நாம மாட்டிக்கக்கூடாது. நிலைமை நாம நினைக்கிற மாதிரி இல்லை”

ஜோஷ் சிரித்தான்.

“தருண்.... நீயும் பயப்பட்டு எங்களையும் பயமுறுத்தாதே. இப்ப நாம ‘கோல்டன் டிராப்ஸ்’ விஸ்கி சாப்பிடவேண்டிய நேரம். அதுல ஒரு ‘ஸ்மால்’ உள்ளே போனாப்போதும், எவ்வளவு பெரிய பிரச்சினையாயிருந்தாலும் அந்த பிரச்சினையும் ‘ஸ்மால்’ ஆயிடும்...” சொல்லிக் கொண்டே சோபாவுக்கு பின்புறம் இருந்த பாட்டிலை எடுத்தான்.

தருண் கேட்டான்.

“முகிலாவுக்கு கான்ஷியஸ் இருக்கா?”

“இல்லை... மத்தியானம் போட்ட இஞ்ஜெக்சன் கொஞ்சம் பவர்ஃபுல். இன்னிக்கு மிட்நைட்டுக்கு மேலதான் கான்ஷியஸ் வரும் ...”

“ஃபர்ஸ்ட் ஃப்ளோரில்தானே இருக்கா?”

“ஆமா...”

“ஒரு தடவை போய் பார்த்துட்டு வந்துடலாமா?”

“நாங்க ரெண்டு பேரும் இப்பத்தான் போய் பார்த்துட்டு வந்தோம். நீ வேணும்ன்னா போய் பாரு..” இக்பால் சொல்ல தருண் சோபாவைவிட்டு எழுந்தான். மாடியை நோக்கி நடந்தான்.

அதே விநாடி –

வாசலில் காலிங் பெல் ஒலித்தது.

மூன்று பேரும் மாறி மாறி முகங்களைப் பார்த்துக்கொண்டார்கள்.

"யாரு?"

"இருங்க.. நான் போய்ப் பார்க்கிறேன்" சொன்ன தருண் தயக்க நடையோடு வாசற்கதவை நோக்கிப் போனான். டோர் வ்யூவர் லென்ஸில் தன் ஒரு கண்ணை வைத்துப் பார்த்தான்.

வாசற்படியில் இன்ஸ்பெக்டர் முத்துக்குமரன்.

12

தருணின் தலைக்குள் ஒரு பிரளயம் நிகழ்ந்த உணர்வு.

டோர் வ்யூவர் லென்ஸில் வலது பக்கக் கண்ணை சரியாய்ப் பொருத்திக்கொண்டு மறுபடியும் ஒரு தடவை பார்வையை கூர்மையாக்கினான்.

அகலமான வாசற்படியில் முத்துக்குமரன் நின்றிருக்க, காம்பௌண்ட் கேட்டுக்குப் பக்கத்தில் அவருடைய பைக் அந்த இருட்டிலும் மினுமினுப்பாய் தெரிந்தது.

ஒரு சிறு சத்தம் கூட காட்டாமல் பின்வாங்கிய தருண், இக்பாலையும், ஜோஷையும் நெருங்கினான். குரலை கிசுகிசுப்பாக்கிக் கொண்டான்.

"வ..வ..வந்திருக்கிறது யார் தெரியுமா...?"

"யாரு.. ?"

"இன்ஸ்பெக்டர் முத்துக்குமரன்"

இக்பால், ஜோஷ் இருவரின் விழிகளிலும் கலவர அலைகள் பரவின. குரலில் குளிர் அடிக்க இக்பால் கேட்டான்.

"எ..எ..என்ன சொல்றே தருண்... இன்ஸ்பெக்டர் எப்படி இங்கே வந்தார்..?"

"தெரியலை..."

"யூனிஃபார்ம்ல இருக்காரா...?"

“இல்ல மஃப்டி..... கருப்பு டீ ஷர்ட்.. ஒயிட் பேண்ட்”

“அவர் கூட வேற யாராவது இருக்காங்களா...?”

“இல்லை...” தருண் தலையாட்டிக்கொண்டு இருக்கும்போதே மறுபடியும் காலிங்பெல் பொறுமை இழந்து சற்றே நீளமாய் வீறிட்டது.

ஜோஷ் குரல் உதறக் கேட்டான்.

“என்ன பண்ணலாம்...?”

“வேற வழியில்லை.. போய் கதவைத் திறந்து அவரை ரிஸீவ் பண்ண வேண்டியதுதான்”

“அதுக்கு முந்தி ஒரு முக்கியமான விஷயம்” என்றான் தருண்.

“என்ன...?”

“இன்ஸ்பெக்டர் ஏதாவது கேள்விக் கேட்ட நம்ம மூணு பேர்ல ஒருத்தர்தான் பேசணும். அவர் கேட்கிற கேள்விக்கு மட்டுந்தான் பதிலைச் சொல்லணும்.. கூடுதலாய் ஒரு வார்த்தை கூட பேசக்கூடாது”

இருவரும் தலையாட்டிக்கொண்டிக்கும்போதே தருண் வாசல் கதவை நெருங்கி தாழ்ப்பாளை விடுவித்து கதவைத் திறந்தான். போலியாய் முகத்தில் வியப்பைக் காட்டி செயற்கையாய் மலர்ந்தான்.

“ஸார்.. நீங்களா...?”

முத்துக்குமரனின் உதடுகளில் புன்னகையொன்று பரவியது.

“நானேதான்”

“ஆச்சர்யமாயிருக்கு ஸார்”

“எனக்கும் அதே ஆச்சர்யம்தான். இது உங்க வீடா.. ?”

“இல்ல ஸார். இது என் ஃப்ரண்ட்டோட வீடு. ப்ளீஸ் கம். உள்ளே வாங்க ஸார்”

முத்துக்குமரன் படியேறி உள்ளே வந்தார். தருண் துளியளவுகூட பதட்டத்தை வெளிப்படுத்திக் கொள்ளாமல் சோபாவைக் காட்டினான்.

“உட்கார்ங்க ஸார்”

முத்துக்குமரன் சோபாவுக்கு சாய்ந்துகொண்டே சற்றுத் தள்ளி நின்றிருந்த இக்பாலையும், ஜோஷையும் பார்க்க

தருண் சொன்னான்.

"அவங்க ரெண்டுபேரும் என்னோட ஃப்ரண்ட்ஸ் ஸார். ஹி ஈஸ் இக்பால். இந்த வீடு அவரோடதுதான். இக்பால் ஒரு மல்டி பிசினஸ் மேன். காஸ்மெட்டிக் ப்ராடக்ட்ஸிலிருந்து கம்ப்யூட்டர் அக்ஸ்ஸரீஸ் வரைக்கும் தயாரிக்கிற நாலைஞ்சு கம்பெனிகளுக்கு ஓனர். ஹி ஈஸ் ஜோஷ். ஒரு சாஃப்ட்வேர் கம்பெனியில் ப்ராஜெக்ட் ஹெட்டா ஒர்க் பண்றார்"

இக்பாலும், ஜோஷும் கலக்கத்தைக் காட்டிக்கொள்ளாமல் முத்துக்குமரனை புன்சிரிப்புகளோடு நெருங்கி, கை கொடுத்துவிட்டு எதிரேயிருந்த நாற்காலிகளில் உட்கார்ந்தார்கள். தருண் அவர்களுக்கு முத்துக்குமரனை அறிமுகப்படுத்திவிட்டு அவர்க்கு அருகே அமர்ந்தபடி கேட்டான்.

"நான் இங்கே இருப்பேன்னு உங்களுக்கு எப்படி ஸார் தெரியும்.. ?"

முத்துக்குமரன் மெல்லச் சிரித்துவிட்டு சொன்னார்.

"நீங்க இங்க இருப்பீங்கன்னு எனக்குத் தெரியாது தருண். நான் வேற ஒரு கேஸ் விஷயமா பழைய குற்றவாளி ஒருத்தனைப் பார்க்க வந்தேன். அன்பு நகர் ஏழாவது தெருவில் 72ம் நெம்பர் வீட்ல இருக்கிறதாய் தகவல். கடந்த அரைமணி நேரமாய் இந்த தெருவுல 72ம் நெம்பர் வீட்டைத் தேடறேன். பார்வைக்குத் தட்டுப்படவேயில்லை. ஒவ்வொரு வீட்லேயும் பழைய நெம்பர், புது நெம்பர் ரெண்டையுமே காம்பௌண்ட் சுவத்துல எழுதி வெச்சிருக்காங்க. அதுவும் வரிசைக்கிரமமாயில்லை.

அதனால பைக்கை மெல்ல ஓட்டிக்கிட்டே ஒவ்வொரு வீடா பார்த்துட்டு வந்தேன். இந்த வீட்டுக்கு வந்ததும் போர்டிகோவில் நின்னுட்டிருந்த ஸ்கோடா கார் கண்ணுல பட்டது. காரோட ரிஜிஸ்ட்ரேஷன் நெம்பர் 7777ன்னு இருந்ததைப் பார்த்ததும் அது உங்க காராய் இருக்கலாமோன்னு ஒரு சந்தேகம் வந்தது. காரணம் இன்னிக்கு காலையில்தானே ஆர்.எஸ்.புரம் விநாயகர் கோயில் வாசல்ல உங்க காரைப் பார்த்தேன்.

7777 ஒரு ஃபேன்ஸி நெம்பர். அதனால அந்த நெம்பரை ஞாபகம் வெச்சுக்க முடிஞ்சுது. இதுவே வேற ஒரு சாதாரண நெம்பராய் இருந்திருந்தா என்னால ஐடென்டிஃபை

பண்ணியிருக்க முடியாது. தேங்க்ஸ் ஃபார் யுவர் ஃபேன்ஸி நெம்பர் ஆஃப் த கார்"

தருண் வரவழைத்துக்கொண்ட சிரிப்போடு சொன்னான்.

"நெம்பர் செவன் என்னோட லக்கி நெம்பர் ஸார். இந்த நெம்பர் கிடைக்கிறதுக்காக ஒரு பெரிய பிரிமியம் அமௌண்ட்டை பே பண்ணியிருக்கேன். பை த பை இந்தத் தெருலே ஒரு பழைய குற்றவாளியைத் தேடிட்டு வந்ததா சொன்னீங்க. அது யார்ன்னு நாங்க தெரிஞ்சுக்கலாமா ஸார்.. ?"

"தாராளமா... அவனோட பேரு துரையப்பன். ஆனா உக்கடம் துரைன்னு சொன்னாத்தான் போலீஸ் டிபார்ட்மெண்ட்ல இருக்கிற எல்லார்க்கும் தெரியும். நிறைய தடவை ஜெயிலுக்கு போயிருக்கான்" முத்துக்குமரன் பேசப்பேச இக்பால் குறுக்கிட்டான்.

"நீங்க சொல்ற அந்த உக்கடம் துரைங்கிற பேர்ல இந்தத் தெருவில் யாருமேயில்ல ஸார். நான் இங்கே அஞ்சு வருஷமா குடியிருக்கேன்"

"இந்த அன்பு நகர்க்கு வெல்ஃபேர் அஸ்ஸோஸியேஷன் ஏதாவது இருக்கா.. ?"

"இருக்கு ஸார். அஸ்ஸோஸியேஷன் தலைவர் கூட எனக்கு ரொம்பவும் பழக்கமானவர்தான். நான் வேணும்ன்னா விசாரிச்சு பார்க்கட்டுமா ஸார்.. ?"

"நீங்க பேச வேண்டாம்.. அவரோட போன் நெம்பரை மட்டும் குடுங்க.. நாளைக்குக் காலையில நான் பேசிக்கிறேன். ஏன்னா இது ஒரு சீக்ரெட் என்கொயரி. விஷயம் வெளியே போயிடக்கூடாது"

"தட்ஸ் ரைட் ஸார்" சொன்ன இக்பால் ஒரு துண்டு பேப்பரை எடுத்து செல்போன் நெம்பரை எழுதிக்கொடுக்க, முத்துக்குமரன் அதை வாங்கி சட்டைப் பாக்கெட்டில் போட்டுக் கொண்ட விநாடி தருண் தயக்கமான குரலில் கேட்டான்.

"ஸார்.. முகிலாவோட செல்போன் எந்த இடத்துல இருக்குங்கிறதை சைபர் க்ரைம் ப்ராஞ்ச் ஸ்பாட் அவுட் பண்ணிட்டாங்களா .. ?"

"இல்லை.... இனிமேல கண்டு பிடிக்கிறதுக்கான சாத்தியமும் இல்லை"

“ஏன் ஸார்.. ?”

“முகிலா காணாமே போன சம்பவத்துக்கு பின்னாடி ஏதோ ஒரு பெரிய விவகாரம் இருக்கலாம்கிறது சைபர் க்ரைம் ப்ராஞ்சோட கெஸ் வொர்க்”

“விவகாரமா.. ?”

“எஸ்... முகிலா காணாமே போகலை.. கடத்தப்பட்டிருக்கா.. அதுவும் செல்போனுக்காக கடத்தப்பட்டிருக்கான்னு சொல்றாங்க”

தருண் முகத்தை அப்பாவித்தனமாக வைத்துக்கொண்டு கேட்டான்.

“அப்படி அவங்க ஒரு முடிவுக்கு வர என்ன காரணம் ஸார்.. ?”

“முகிலாவோட செல்போனோட ஐ.எம்.ஈ.ஐ. என்கிற அடையாள நெம்பரை அழிச்சுட்டு அதுக்கு மேலேயே ஒரு போலி நெம்பரை சூப்பர் இம்போஸ் பண்ணியிருக்காங்க. இப்படிப்பட்ட டெக்னாலஜியெல்லாம் முகிலாவுக்கு தெரிய வாய்ப்பில்லை. இந்த சம்பவத்துக்கு பின்னாடி ஹைடெக் பீப்பிள் யாரோ இருக்காங்கன்னு சைபர் க்ரைம் செல் இன்டர்வென்ஷன் ஆபீஸர் தீர்க்கமா சொல்லி அதை ஒரு ரிப்போர்ட்டாவும் கொடுத்துட்டார்”

“ஃபர்தரா இந்த முகிலா கேஸை எப்படி ஸார் இன்வெஸ்டிகேட் பண்ணப் போறீங்க..?”

“இப்ப ஐ.ஸி.யூவில் இருக்கற புவனேஷ் கொஞ்சம் ரிக்கவர் ஆகி உடம்பு தேறி, ஆர்டினரி வார்டுக்கு வந்ததும் அவர்கிட்டயிருந்து ஒரு டீப் இன்வெஸ்டிகேஷனை ஸ்டார்ட் பண்ணலாம்ன்னு இருக்கேன்”

“புவனேஷ் மேல சந்தேகப்படறீங்களா ஸார் .. ?”

“இது சந்தேகம் கிடையாது.. முகிலாவைப்பத்தி அவர்க்கு சில விஷயங்கள் தெரிஞ்சிருக்கலாம். அந்த விஷயங்கள் என்னோட இன்வெஸ்டிகேஷனுக்கு பெரிய உதவியாய் இருக்கும்ன்னு நம்பறேன்”

அதுவரைக்கும் எதுவும் பேசாமல் மௌனமாயிருந்த ஜோஷ் குரல் கொடுத்தான்.

“ஸார்.. புவனேஷ் தருணுக்கு மட்டும்தான் ஃப்ரண்ட். நானும் இக்பாலும் என்னிக்காவது ஒரு நாள் அக்கேஷனலா

அவரைப் பார்ப்போம். கல்யாணம் முடிஞ்சதும் போன் பண்ணி க்ரீட் பண்ணலாம்ன்னு நினைச்சிருந்தோம். அதுக்குள்ளே இப்படியொரு மோசமான சம்பவம் நடந்துடுச்சு. நீங்க வர்றதுக்கு கொஞ்ச நேரத்துக்கு முன்னாடி கூட அதைப்பத்தித்தான் பேசிட்டிருந்தோம்"

ஜோஷிடம் திரும்பி அவனுக்கு பதில் சொல்ல முயன்ற முத்துக்குமரனின் பார்வை எதிர்புற சோபாவின் பின்னால் உருண்டு கிடந்த அந்த பாட்டிலின் மேல் பதிய அவருடைய உதட்டில் புன்னகையொன்று பூத்தது.

"அது 'கோல்டன் டிராப்ஸ்' விஸ்கி பாட்டில்தானே...?"

முத்துக்குமரன் கேட்ட கேள்வியில் சற்றே திடுக்கிட்டுப்போன தருண் குனிந்து பார்த்துவிட்டு நெற்றியை இடதுகையின் ஆட்காட்டி விரலால் கீறியபடி அவஸ்தையாய் சிரித்தபடி தலை அசைத்தான்.

"ஆமா ஸார்... மனசு சரியில்லாத நாட்கள்ல நாங்க மூணு பேரும் சாப்பிடுவோம்... ஸாரி ஸார்"

முத்துக்குமரன் சிரித்தார்.

"இப்ப எதுக்காக ஸாரி சொல்றீங்க.. லிக்கர் கன்ஸ்யூம் பண்றது ஒண்ணும் தப்பான விஷயம் கிடையாது. ஆனா அது ஒரு அளவோடு இருக்கணும். அவ்வளவுதான். நானும் கூட வீக்லி ஒன்ஸ் வீட்ல சாப்பிடுவேன்"

"இப்ப சாப்டறீங்களா ஸார்.. இது துபாயிலிருந்து வந்த காஸ்ட்லி விஸ்கி"

"இந்த ப்ராண்ட்டைப்பத்தி எனக்குத் தெரியும். கோல்டன் டிராப்ஸோட விலை ரெண்டு லட்சம்ன்னு கேள்விப்பட்டிருக்கேன். உங்க கூட உட்கார்ந்து கன்ஸ்யூம் பண்ண ஆசைதான். ஆனா இப்ப ட்யூட்டியில் இருக்கேன்.. ஸாரி இன்னொரு நாளைக்குப் பார்க்கலாம்" முத்துக்குமரன் சொல்லிக்கொண்டே எழுந்தார்.

இக்பால் சோபாவுக்குப் பின்னாடி இருந்த அந்த விஸ்கி பாட்டிலை எடுத்து அவரிடம் நீட்டினான்.

"நீங்க இதை வீட்டுக்கு எடுத்துட்டு போங்க ஸார். ஃப்ரிஜ்ல எங்களுக்கு இன்னொரு பாட்டில் இருக்கு..."

"வேண்டாம்.. தேங்க்ஸ்... நான் புறப்படறேன். நாளைக்கு காலையில் வெல்ஃபேர் அஸ்ஸோஸியேஷன் தலைவர்கிட்ட

செல்போன்ல உக்கடம் துரை சம்பந்தமாய் பேசிடறேன்”

முத்துக்குமரன் சொல்லிக்கொண்டிருக்கும்போதே மாடியில் இருந்து அந்த சத்தம் கேட்டது.

பலமாய் கதவு தட்டப்படும் சத்தம்.

தருண், இக்பால், ஜோஷ் அதிர்ந்து போனவர்களாய் மாடியை அண்ணாந்து பார்க்க முத்துக்குமரன் கேட்டார்.

“மாடியில யார் இருக்காங்க.. ?”

“அ..அ..அது என்னோட அப்பா ஸார்” இக்பால் அவசரக்குரலில் சொல்ல, தருண் பதட்டத்தைக் காட்டிக்கொள்ளாமல் பேச்சைத் தொடர்ந்தான்.

“ஸார்.. நாலைஞ்சு நாளாவே அவர்க்கு ஃபீவர். ரெஸ்ட்ல இருக்கணும்ன்னு டாக்டர் சொல்லியிருக்கார். ஆனா அவர் பேச்சைக் கேட்காததினால இக்பால் அவரோட ரூமை வெளிப்பக்கமாய் தாழ் போட்டிருக்கான்... ஒரு மணி நேரத்துக்கு ஒரு தடவை இப்படித்தான் கதவைத் தட்டுவார்” என்று சொன்ன தருண் இக்பாலிடம் திரும்பினான்.

“நீ போய் அப்பாவைப்பாரு.. நான் ஸாரை அனுப்பிவிட்டு வர்றேன்...”

இக்பால் வியர்த்த முகமாய் தலையாட்டிவிட்டு மாடிப்படிகளை நோக்கி போக, இன்ஸ்பெக்டர் முத்துக்குமரன் வாசல் கதவை நோக்கி நடந்தார்.

பத்தடி நடந்தவர் முகம் மாறி நின்றார். தருண் கேட்டான்.

“என்ன ஸார்...?”

“ஒரு பொண்ணு அழற மாதிரி சத்தம் கேட்கலை...?”

13

இன்ஸ்பெக்டர் முத்துக்குமரன் சொன்னதைக்கேட்டு தருண், ஜோஷ், இக்பால் மூன்று பேரும் ஸ்தம்பித்துப்போன பார்வைகளோடு அந்த அதிர்ச்சியை பரஸ்பரம் பகிர்ந்து கொண்டார்கள். நெற்றிகள் வியர்த்து மினுமினுத்தன.

முதலில் சுதாரித்துக்கொண்ட தருண், அதிர்ச்சியினின்றும் தன்னை விடுவித்துக் கொண்டு இயல்பான குரலில் கேட்டான்.

"என்ன ஸார் சொல்றீங்க .... ஒரு பொண்ணு அழற மாதிரி சத்தம் கேட்டதா.. ?"

"ஆமா... இப்ப கேட்டேன்"

"அப்படியொரு சத்தம் கேட்க வாய்ப்பே இல்லை ஸார். இந்த வீட்ல லேடீஸ் யாரும் கிடையாது"

முத்துக்குமரன் தருணை கையமர்த்தினார். "ஒரு நிமிஷம் கொஞ்சம் உன்னிப்பா கவனிங்க... கதவைத்தட்ற சத்தம்கூட அந்த அழற சத்தம் கேட்குது"

ஹாலுக்குள் அமைதி நிலவ, மாடியிலிருந்து கதவு தட்டப்படும் சத்தம் இப்போது விட்டு விட்டு கேட்டது.

இதயம் தாறுமாறாய் துடிக்க, தருண் காதுகளுக்கு உன்னிப்பைக் கொடுத்தான். அவனுடைய மைண்ட் வாய்ஸ் பேசியது.

‘முகிலாவுக்கு அவ்வளவு சீக்கிரத்தில் மயக்கம் தெளிய வாய்ப்பில்லையே’

‘அப்படியே மயக்கம் தெளிந்து இருந்தாலும் எழுந்து நிற்க கூடிய அளவுக்கு உடம்பு ஒத்துழைக்காதே’

‘ஏதாவது காரணம் சொல்லி இன்ஸ்பெக்டரை மாடிக்குப் போகாதபடி பார்த்துக் கொள்ள வேண்டும்’

தருணின் மூளை பரபரவென்று தீப்பற்றிக்கொண்ட தினுசில் யோசித்துக்கொண்டு இருக்கும்போதே கதவு தட்டும் சத்தத்துக்கு நடுவில் அந்த அழுகையும் கேட்டது.

“என்ன தருண்.. அழுகைச்சத்தம் இப்ப கேக்குதா.. ?”

தருண் கலக்கத்தைக் காட்டிக் கொள்ளாமல் தன் உதடுகளில் சிறிய புன்னகையொன்றை தவழவிட்டபடி அவரை ஏறிட்டான்.

முத்துக்குமரன் எரிச்சலானார்.

“இப்படி சிரிச்சா என்ன அர்த்தம்.. ?”

“அது உண்மையான அழுகை கிடையாதுன்னு அர்த்தம் ஸார்”

“என்ன சொல்றீங்க .. அது உண்மையான அழுகை கிடையாதா.. ?”

“ஆமா ஸார்.. இக்பாலோட அப்பா டி.வி.சீரியல்களுக்கு அடிக்ட். காலையில பத்து மணியிலிருந்து ராத்திரி பதினோரு மணி வரை டி.வியில் வர்ற எல்லா சீரியல்களையும் பார்த்துடுவார். உடம்புக்கு சரியில்லாத இந்த நேரத்துல கூட சீரியல்களைப் பார்த்துட்டு இருக்காரு. இப்ப நீங்க கேட்கிற ஒரு பொண்ணோட அழுகைச்சத்தம் டி.வி.சீரியல் நடிகையோடது. அது நிஜமான அழுகையில்லை”

முத்துக்குமரன் தன்னுடைய கண்களில் சந்தேகத்தை நிரப்பிக்கொண்டபடி மூன்று பேரையும் பார்வையால் அளந்துவிட்டு சொன்னார்.

“எனக்கு அப்படித் தோணலையே.. ஒரு பொண்ணோட நிஜ அழுகைக்கும், டி.வி.சீரியல் நடிகையோட போலியான அழுகைக்கும் நல்லாவே வித்தியாசம் தெரியும். அந்த வித்தியாசம் உங்களுக்குத் தெரியாமே இருக்கலாம். பட் ஐ நோ த டிஃபரன்ஸ்” சொன்ன முத்துக்குமரன் இக்பாலிடம் திரும்பி சற்றே கடுமையான குரலில் கேட்டார்.

“மாடியறையில் இருக்கிறது யாரு உங்க ஃபாதரா.. ?”

“ஆமா ஸார்”

“அவர்கூட இருக்கிற அந்தப் பொண்ணு யாரு.. ?”

“நீங்க சொல்ற மாதிரி அப்பா ரூம்ல எந்தப்பொண்ணும் இல்ல ஸார்” என்று சொல்லிக்கொண்டே முத்துக்குமரனுக்கு அருகில் வர முயற்சிக்க, அவர் எச்சரிக்கையாகி பின்னுக்கு நகர்ந்து தன் இடுப்பின் மறைவுக்கு கையைக் கொண்டு போய் ஒரு மைக்ரோ விநாடியில் அந்த பிஸ்டலை உருவிக்கொண்டார். குரலை உயர்த்தினார்.

“மூவ் பேக்... மூணு பேரும் அப்படியே நடந்து போய் சுவரோரமா நில்லுங்க.. யாரும் திரும்பிப் பார்க்கக்கூடாது”

தருண் குரல் கொடுத்தான்.

“ஸார்.. டோன்ட் பி நெர்வஸ் ப்ளீஸ்... விஷயம் என்னன்னு நான் சொல்றேன்”

“நோ.... உங்க மூணு பேர்கிட்டேயும் ஏதோ தப்பு இருக்கு.. என் பக்கத்துல யாரும் வரக்கூடாது.. மீறி வந்தா சுடுவேன். ம்... பின்னாடி போங்க...” சொல்லிக்கொண்டே பிஸ்டலை அசைத்தபடி மூன்று பேர்களையும் குறி பார்த்தார்.

தருண், இக்பால், ஜோஷ் மூன்று பேரும் வியர்த்து வழிந்து கொண்டு பின்னுக்கு நகர்ந்து சுவரோரமாய் போய் நின்றார்கள்.

முத்துக்குமரன் கிட்டத்தட்ட கர்ஜித்தார்.

“எனக்கு முதுகைக் காட்டிகிட்டு நில்லுங்க” மூவரும் இருண்டு போன முகங்களோடு எந்திரத்தனமாய் திரும்பி நின்றார்கள்.

“இப்ப நான் யார்கிட்ட கேள்வி கேட்கிறேனோ அவங்க மட்டும்தான் பதில் சொல்லணும்... அந்த பதில் உண்மையாயிருக்கணும். முதல் தடவை பொய் சொன்னா தோட்டா முழங்கால்ல பாயும். ரெண்டாவது தடவை பொய் சொன்னா தோள்பட்டையில பாயும். மூணாவது பொய் சொன்னா மார்புல பாயும். இது சைலன்ஸர் பொருத்தப்பட்ட பிஸ்டல். டெஸிபல்லோட அளவு 30 தான். இந்த 30 டெஸிபல் அளவு நாம கிசுகிசுன்னு பேசற சத்தத்துக்கு சமமானது. நான் சுட்டா அந்த சத்தம் கூட உங்க மூணுபேர்க்கும் கேட்காது”

முத்துக்குமரன் பேசப்பேசவே தருண் பதட்டமாய் குரல் கொடுத்தான்.

"ஸார்... அவசரப்பட்டு எங்களை ஷூட் பண்ணிடாதீங்க.. அந்த அழுகைச் சத்தத்துக்கு என்ன காரணம்ன்னு நான் சொல்றேன்"

"நீ எதையும் சொல்ல வேண்டாம்... நான் கேட்கிற கேள்விகளுக்கு மட்டும் பதில் சொல்லு.. மாடியில இருக்கிற பொண்ணு யாரு .. ?"

"ஸ..ஸ...ஸார்.. அந்தப் பொண்ணு.. ?"

"பொய் சொன்னா உன்னோட முழங்காலுக்கு கீழே தோட்டா பாயும்"

"அது.. அது.. முகிலா ஸார்"

தருண் சொல்ல முத்துக்குமரன் அதிர்ச்சியில் உறைந்தார்.

"என்னது... முகிலாவா... முகிலா எதுக்காக இக்பாலோட அப்பா கூட இருக்கா.. ?"

"ஸார்.. இக்பாலோட அப்பா அந்த ரூம்ல இல்லை. அவர் இன்னிக்கு மத்தியானமே அபுதாபி புறப்பட்டுப் போயிட்டார். நாங்க சொன்னது பொய். முகிலா மட்டுந்தான் அந்த ரூம்ல இருக்கா"

முத்துக்குமரனின் விழிகளில் அதிர்ச்சி அலைகள் பரவியது. சில விநாடிகள் மௌனமாய் இருந்துவிட்டு கேட்டார்.

"அப்படீன்னா இது கடத்தல். புவனேஷோட கல்யாணத்துக்கு உதவி பண்ற மாதிரி நடிச்சுகிட்டே முகிலாவை நீங்க மூணு பேரும் கடத்தியிருக்கீங்க இல்லையா...?"

இக்பால், ஜோஷ், தருண் மௌனம் அனுஷ்டிக்க, முத்துக்குமரன் அடித்தொண்டையில் உறுமினார்.

"அடுத்த பத்து செகண்ட்ல எனக்கு பதில் வேணும். இல்லேன்னா மூணுபேர்ல யாரை வேணும்ன்னாலும் சுடுவேன்"

ஜோஷ் கத்தினான்.

"வேண்டாம் ஸார்.. நான் சொல்றேன்"

"சொல்லு"

“நாங்க மூணு பேரும் ப்ளான் பண்ணித்தான் அவளைக் கடத்தினோம்”

“முகிலா பூமார்க்கெட் கார்னர்ல இறங்கி யாரைப் பார்க்கப் போனா.. ?”

“அவ யாரையும் பார்க்கப் போகலை ஸார்”

“அப்புறம்.. ?”

“ஆர்.எஸ்.புரம் விநாயகர் கோயிலுக்குப் போக வேண்டிய முகிலாவுக்கு நான்தான் போன் போட்டு அவளை டைவர்ட் பண்ணினேன்”

“டைவர்ட் பண்ணினியா .. ?”

“ஆமா ஸார்.. ஆர்.எஸ்.புரம் விநாயகர் கோயில் அர்ச்சகர்க்கு உடம்பு சரியில்லை. அதனால பூமார்க்கெட்டுக்கு பக்கத்தில் இருக்கிற ராமலிங்க சௌடேஸ்வரி அம்மன் கோயில்ல கல்யாணத்தை நடத்த ஏற்பாடு பண்ணியிருக்கிறதாய் நான் போன்ல சொன்னதை முகிலா நம்பி, பூமார்க்கெட் கார்னர்ல டாக்ஸியை நிறுத்தி இறங்கிட்டா. சௌடேஸ்வரி அம்மன் கோயிலுக்கு வர்ற வழியில நானும் இக்பாலும் காரோட போய் அவளுக்கு உதவி பண்ற மாதிரி நடிச்சு கடத்தி இந்த வீட்டுக்கு கொண்டு வந்துட்டோம்”

முத்துக்குமரன் அதிர்ச்சியிலிருந்து மீள முடியாமல் தவித்துப்போனவராய் இக்பாலைப் பார்த்து குரல் கொடுத்தார்.

“என்ன... ஜோஷ் சொல்றதெல்லாம் உண்மையா.. ?”

“உண்மைதான் ஸார்”

“முகிலாவோட செல்போனின் ஐ.எம்.ஈ.ஐ. அடையாள எண்ணை மாத்தி அந்த எண்ணுக்கு மேலே இன்னொரு எண்ணை சூப்பர் இம்போஸ் பண்ணினது யாரு.. ?”

“நா..நா..நான்தான் ஸார்.. முகிலாவோட செல்போன் இருக்குற இடத்தை சைபர் க்ரைம் பிராஞ்ச் ஸ்பாட் அவுட் பண்ணிடக்கூடாதேன்னு அந்த ஐ.எம்.ஈ.ஐ. நெம்பரை சேஞ்ச் பண்ணினேன்”

“சரி.. முகிலாவை எதுக்காக கடத்துனீங்க .. ?”

“புவனேஷ் முகிலாவை கல்யாணம் பண்ணிக்கிறது எங்களுக்குப் பிடிக்கலை”

“என்ன காரணம்.. ?”

“அதான் பிடிக்கலைன்னு சொல்லிட்டோமே.. ?”

“இது சரியான காரணமா தெரியலை.. வேற ஏதோ ஒரு காரணம் இருக்கணும்.. இந்த வீட்ல இருக்கிறவரைக்கும் நீங்க மூணு பேரும் அந்தக் காரணத்தை சொல்லமாட்டீங்க...” என்று சொன்ன முத்துக்குமரன் பிஸ்டலை வலது கையில் எச்சரிக்கையோடு வைத்துக்கொண்டு, இடது கையால் பேண்ட் பாக்கெட்டில் இருந்த செல்போனை எடுத்து, போலீஸ் கண்ட்ரோல் ரூமை தொடர்பு கொண்டார்.

பத்து விநாடிகளுக்குப் பிறகு ஒரு “பீப்” சத்தத்தை மட்டும் வெளியிட்ட அவருடைய செல்போன் தொடர்ந்து மௌனம் சாதித்தது.

மனதுக்குள் ஒரு சின்ன திடுக்கிடல் பரவ முத்துக்குமரன் மறுபடியும் கண்ட்ரோல் ரூமை தொடர்பு கொண்டார். அதே பீப் சத்தத்தோடு இணைப்பு அறுந்து போக, இருதயம் லேசான பயத்தோடு ஒரு முறை உதறிக்கொண்டது.

‘பக்கத்தில் இருக்கும் போலீஸ் ஸ்டேஷனுக்கு தகவல் கொடுத்து கண்ட்ரோல் ரூமுக்கு கன்வே பண்ணச் சொல்லலாமா .. ?’

முத்துக்குமரன் யோசித்துக்கொண்டிருக்கும்போதே அந்த சம்பவம் நடந்தது.

முதுகுப்புறங்களைக்காட்டிக்கொண்டு நின்றிருந்த மூன்று பேரில் ஜோஷ் ‘திடும்’ என்று திரும்பி ஒரு சூறாவளியைப்போல் அரைவட்டமாய் சுழன்று பக்கத்திலிருந்த பாலிவினைல் நாற்காலியை மூர்க்கத்தோடு எட்டி உதைக்க, அது ஒரு ஏவுகணையாய் பாய்ந்து முத்துக்குமரனின் முகத்தைத் தாக்கியது. துல்லியமான தாக்குதல்.

நிலைகுலைந்தார் முத்துக்குமரன்.

அவர் வலதுகையில் வைத்திருந்த பிஸ்டல் எகிறி அந்தரத்தில் மிதந்து மாடிப்படிகளில் போய் விழ, இடதுகையிலிருந்த செல்போன் தெறித்து சுவரில் மோதி நான்கைந்து சில்லுகளாய் சிதறியது.

அந்த விநாடிகளுக்காகவே காத்திருந்த தருண், விருட்டென்று பாய்ந்து போய் மாடிப்படியில் விழுந்திருந்த பிஸ்டலை எடுத்துக்கொள்ள, இக்பால் டீபாயின் மேல் இடம் பிடித்திருந்த வெண்கலத்தாலான கனமான அந்த ஃப்ளவர்வாஷை கையில் எடுத்துக்கொண்டான்.

மல்லாந்து கீழே விழுந்து கிடந்த முத்துக்குமரன் கைகளை ஊன்றியபடி எழ முயல, இக்பால் தன்னுடைய முழுபலத்தையும் திரட்டி ஃப்ளவர்வாஷால் அவருடைய பின்னந்தலையை ஆவேசமாய் தாக்கினான்.

"த்த்த்ட்ட்ட்"

முத்துக்குமரனின் பொத்துக்கொண்ட தலையிலிருந்து ரத்ததுளிகள் சிதறி பக்கத்து சுவர்களில் பட்டு சின்னச் சின்ன சிவப்பு கோடுகளாய் மாறி வழிந்தது.

14

தலையில் பீறிட்ட ரத்தத்தோடு எழுந்து நிற்க முயற்சித்த முத்துக்குமரனை கீழே தள்ளிவிட்ட தருண், அவரருகே ஒரு நாற்காலியை இழுத்துப்போட்டுக்கொண்டு உட்கார்ந்தான். உதட்டின் கடைக்கோடியில் புன்னகையொன்று உற்பத்தியாயிற்று.

"ஸாரி... இன்ஸ்பெக்டர்... சில சமயங்கள்ல இப்படித்தான் அரசாங்க அதிகாரிகளை பணி செய்யவிடாமே, ரத்தம் வர்ற மாதிரி அடிக்க வேண்டியதாயிடுது... இக்பால் கொஞ்சம் பலமாய்த்தான் அடிச்சுட்டான்னு நினைக்கிறேன். உங்க உடம்புக்குள்ளே இருக்கிற ஆறுலிட்டர் ரத்தமும் கொஞ்சம் கொஞ்சமா வெளியே வந்துடும் போலிருக்கே.. ?"

தருண் கிண்டலாய் பேசிக்கொண்டிருக்கும்போதே முத்துக்குமரன் மறுபடியும் இரு கைகளையும் ஊன்றிக்கொண்டு, பிரயாசைபட்டு எழ முயன்று முடியாமல் ஒரு பக்கமாய் சாய்ந்தார். கண்களுக்குள் இருட்டு பாய்ந்து, தலை சுழன்றது.

அருகே நின்றிருந்த ஜோஷ் அவருடைய தலைமுடியைக் கொத்தாய் பற்றி உலுக்கினான். "இந்த ராத்திரி நேரத்துல உக்கடம் துரையைத் தேடிகிட்டு வந்த நீ அவன் கிடைக்கலைன்னா திரும்பிப் போக வேண்டியதுதானே.... இங்கே எதுக்காக வந்தே? இப்படி எங்க கையில

அடிபட்டு சாகவா.. ?"

ரத்தத்தில் நனைந்து கொண்டிருந்த முத்துக்குமரன் சிரமப்பட்டு கண்ணிமைகளைப் பிரித்து அவனைப் பார்த்தார். உதடுகளை மெதுவாய் அசைத்தார். ஜோஷ் கேலியாய் சிரித்தான்.

"அட... ஸார் ஏதோ பேசறார்... என்னன்னு கேளு தருண்"

தருண் அவரருகே குனிந்தான். உதட்டருகே காதை கொண்டு போய் கேட்டான்.

"சொல்லுங்க இன்ஸ்பெக்டர்"

"த..த....தண்ணி..." இந்த மூன்று எழுத்துக்களை மூச்சிரைக்க பேசிவிட்டு முத்துக்குமரன் கண்களை மூடிக்கொள்ள, தருண் ஜோஷை புன்சிரிப்போடு பார்த்தான்.

"ஸார்க்கு தண்ணி வேணுமாம்... அந்த மினரல் வாட்டர் பாட்டிலை எடு ஜோஷ்.. உயிர் போற நேரத்துல தண்ணி குடுத்தா ரொம்பவும் புண்ணியமாம்"

ஜோஷ் டீபாயின் மேலிருந்த வாட்டர் பாட்டிலை எடுக்க முயல, சோபாவுக்கு சாய்ந்து உட்கார்ந்திருந்த இக்பால் குரல் கொடுத்தான்.

"ஒரு நிமிஷம் ஜோஷ்"

"என்ன.. ?"

"அவர்க்கு அந்த பாட்டில் வேண்டாம்"

"அப்புறம்.. ?"

சோபாவில் உருண்டு கிடந்த கோல்டன் ட்ராப்ஸ் விஸ்கி பாட்டிலை எடுத்து ஜோஷிடம் கொடுத்தான் இக்பால்.

ஜோஷ் கண் சிமிட்டினான். "இன்ஸ்பெக்டர்... அந்தத் தண்ணியைத்தான் கேட்டார்"

"இதுவும் தண்ணிதான். ரொம்பவும் காஸ்ட்லி தண்ணி. 750 மில்லி இருக்கும். பூராவையும் ஊத்தி ஸாரோட வயித்தை ரொப்பிடு"

"தேவையில்லாமே ரெண்டு லட்ச ரூபாய் விஸ்கியை எதுக்காக வேஸ்ட் பண்ணனும்"

"இது வேஸ்ட் கிடையாது. நாம இனிமே பண்ணப்போற விஷயங்களில் இதுதான் பெஸ்ட்"

"எனக்குப் புரியலை"

தருண் குறுக்கிட்டான். "இக்பால் சொல்றது எனக்குப் புரியது... அந்த விஸ்கி பாட்டிலைக் கொண்டா.. ஜோஷ்"

ஜோஷ் குழப்ப முகத்தோடு விஸ்கி பாட்டிலைக் கொடுக்க தருண் வாங்கிக்கொண்டு முத்துக்குமரனின் கன்னத்தைத் தட்டினான்.

"ஸார்... கொஞ்சம் வாயைத் திறங்க "

சிரமமான சில விநாடிகளுக்குப் பிறகு முத்துக்குமரனின் உதடுகள் மெதுவாய் பிரிய, அந்த இடைவெளியில் பாட்டிலின் வாயை நுழைத்து கவிழ்த்தான். விஸ்கி துளிகள் தொண்டைக்குள் இறங்க, அவருடைய உடல் அதை ஏற்க மறுத்து திமிறியது.

"ஜோஷ்... இன்ஸ்பெக்டரோட தலையை அசைய விடாமே பலமாய் பிடிச்சுக்க "

அவன் பிடித்துக்கொண்டான்.

பாட்டிலில் இருந்த விஸ்கி ஒவ்வொரு மில்லியாய் இறங்க ஆரம்பித்தது.

சரியாய் ஐந்து நிமிடம்.

பாட்டில் காலியாயிற்று.

இக்பால் சோபாவினின்றும் எழுந்து வந்தான். முத்துக்குமரனின் நாடியைப் பிடித்துப் பார்த்துவிட்டு தருணையும், ஜோஷையும் ஏறிட்டபடி சொன்னான்.

"இன்னும் அஞ்சு நிமிஷத்திலே இன்ஸ்பெக்டர்க்கு அமரர் பதவி கிடைச்சுடும். பல்ஸை அதள பாதாளத்துக்கு போயிட்டிருக்கு... உயிரை விடறதுக்காகவே இங்கே வந்திருக்கார் போலிருக்கு... புவர் போலீஸ் மேன்"

ஜோஷ் ஒரு சிகரெட்டை பற்ற வைத்து, புகையை உதடுகளில் கசியவிட்டபடியே கேட்டான்.

"சரி.... பாடியை எப்படி டிஸ்போஸ் பண்ணப் போறோம்.. ?"

இக்பால் தருணை ஏறிட்டான்.

"அது எப்படின்னு ஜோஷுக்கு சொல்லு தருண்"

தருண் சொன்னான்.

"இன்ஸ்பெக்டர் முத்துக்குமரன் ஃபுல்லா குடிச்சுட்டு போதையில் பைக்கை ஓட்டிட்டு உக்கடம் துரை என்கிற,

ஒரு பழைய குற்றவாளியை தேடிகிட்டு, அன்பு நகர்க்கு வந்தார். வர்ற வழியில் போத்தனூர்க்கு போற ரயில்வே ட்ராக்குக்குப் பக்கத்துல பைக் வரும்போது ஸ்பீட் ப்ரேக்கர் மேல ஏறி நிலை தடுமாறி ரோட்டோர குட்டைக்குள்ளே விழுந்து.....”

“தலையில் அடிபட்டு ஸ்பாட்ல அவுட்ன்னு சொல்ல வர்றே... இல்லையா தருண் .. ?”

“அதேதான்....”

“ஜோஷ்... தருண் சொன்னது ஒர்க் அவுட் ஆகுமா .. ?”

“மேலோட்டமா பார்த்தா ஓ.கே.தான்.... ஆனா இதை நாம செயல்படுத்தறதுக்கு முந்தி நிறைய யோசனை பண்ண வேண்டியிருக்கு.. இன்ஸ்பெக்டர் முத்துக்குமரன் கொலை செய்யப்பட்டிருக்கலாமோன்னு சந்தேகம் ஒரு சதவீதம் கூட போலீஸுக்கு வந்துடக்கூடாது. வந்துட்டா பிரச்சினையாயிடும்”

தருண் குறுக்கிட்டான்.

“அப்படி சந்தேகம் வர வாய்ப்பில்லை ஜோஷ்”

“எப்படி சொல்றே .. ?”

“இன்ஸ்பெக்டர்க்கு குடிப்பழக்கம் இருந்திருக்கு. அது முதல் ப்ளஸ் பாயிண்ட். இந்த ராத்திரி நேரத்துல ஒரு பழைய குற்றவாளியை தேடிகிட்டு உக்கடம் ஏரியாவுக்கு வந்திருக்கார். இது ரெண்டாவது ப்ளஸ் பாயிண்ட். போத்தனூர் ரயில்வே ட்ராக்கும் அதையொட்டி இருக்கிற குட்டையும் கொஞ்சம் ரிஸ்க்கான இடம். பகல் நேரத்துல ட்ரைவ் பண்றதே ரிஸ்க். இது மூணாவது ப்ளஸ் பாயிண்ட். இன்ஸ்பெக்டர் தலையில் அடிபட்டுத்தான் இறந்து போயிருக்கார். அவரோட மரணத்துக்கு கத்திக்குத்தோ, துப்பாக்கித் தோட்டாவோ காரணமில்லை. இது நாலாவது ப்ளஸ் பாயிண்ட். ஒரு மரணத்துக்கு பின்னாடி இத்தனை ப்ளஸ் பாயிண்ட்கள் இருக்கும்போது, அது ஒரு கொலையாய் இருக்கலாம்ங்கிற சந்தேகம் போலீஸுக்கு எப்படி வரும் .. ?”

“ஒருவேளை சந்தேகம் வந்தா..?” கேள்வி கேட்ட ஜோஷை நெருங்கி அவன் தோள்மீது கையைப் போட்டான் தருண்.

“அப்படியே சந்தேகம் வந்தாலும் அந்த சந்தேகக்கணை இன்ஸ்பெக்டர் தேடிகிட்டு வந்த அந்தப் பழைய குற்றவாளி உக்கடம் துரை மேலதான் பாயுமே தவிர நாம இருக்கிற

பக்கம் எட்டிப் பார்க்கக்கூட வாய்ப்பில்லை”

ஜோஷ் சில விநாடிகள் மௌனமாய் இருந்துவிட்டு பெருமூச்சோடு சொன்னான்.

“இன்ஸ்பெக்டர் இங்கே வருவார்ன்னு நான் கொஞ்சமும் எதிர்பார்க்கலை”

“அப்படி வந்ததுக்கு காரணம் என் காரோட ஃபேன்ஸி நெம்பர். எனக்கு அது லக்கி நெம்பர். அவர்க்கு அது அன்லக்கி நெம்பர்”

“நல்லவேளையா.... மொபைல் போன் ஜாமர் டிவைஸை ஆக்டிவேட் பண்ணி வெச்சிருந்தோம். ஜாமர் ‘ஆன்’ல இருந்ததால இன்ஸ்பெக்டரோட செல்போன் ஓர்க் ஆகலை”

“முகிலா மட்டும் கதவைத் தட்டாமே இருந்திருந்தா இந்நேரம் இன்ஸ்பெக்டர் உயிரோட வெளியே போயிருப்பார்”

“அவளுக்கு எப்படி இவ்வளவு சீக்கிரத்துல கான்ஷியஸ் வந்ததுன்னு தெரியலை.. நாளைக்கு காலையிலதானே கண் முழிப்பான்னு நினைச்சோம்”

“இப்ப கொஞ்ச நேரமா கதவைத் தட்டற சத்தம் கேட்கலை”

“ஆமா... நான் வேணும்ன்னா மேல போய்ப் பார்த்துட்டு வரட்டுமா..?” ஜோஷ் சொல்லிக் கொண்டே நகர முயன்றான்.

“ஒரு நிமிஷம்”

அவன் நின்றான்.

“என்ன.. ?”

“முகிலாவுக்கு முழு அளவுல கான்ஷியஸ் திரும்பியிருக்க வாய்ப்பில்லை. அரைகுறையான சுய உணர்வோடதான் அவ எந்திரிச்சு வந்து கதவைத் தட்டியிருக்கணும்.. அதுக்கப்புறம் மறுபடியும் அன்கான்ஷியஸுக்குப் போயிருக்கணும்.. நீ மேலேபோய் அந்த ரூமைத் திறந்துகிட்டு உள்ளே போனதும் செய்ய வேண்டிய முதல் வேலை என்ன தெரியுமா..?”

“சொல்லு”

“முகிலாவை கட்டிலோடு சேர்த்து கட்டி போட்டுட்டு அவ வாய்க்கு ஒரு பிளாஸ்டரையும் ஒட்டணும்... நாம இதை காலையிலேயே பண்ணியிருக்கணும். அப்படி பண்ணாததால தேவையில்லாமே ஒரு கொலை”

ஜோஷ் தலையாட்டிவிட்டு மாடிப்படிகள் ஏறிப்போக இக்பால் கீழே விழுந்து கிடந்த முத்துக்குமரனை நெருங்கினான்.

மண்டியிட்டு உட்கார்ந்தபடி அவரைப் புரட்டினான். ரத்தம் உறைந்த முகத்தில் நிலைத்துப்போன விழிகளோடு அந்த உயிரற்ற உடல் மல்லாந்தது.

இக்பால் தருணை ஏறிட்டுப் பார்த்து சிரித்தான்.

"இன்ஸ்பெக்டர் ரொம்பவும் வீக். ஒரு அடிக்கே உயிரை விட்டுட்டார். சிபாரிசுல வேலைக்கு வந்தவர் போலிருக்கு"

"சிரிக்காதே... எனக்கு பயமாயிருக்கு"

"என்ன பயம்...?"

"டிஸ்போஸ் பண்ணப் போற இடத்தைப்பத்தி பேசிட்டோம். ஆனா பாடியை எப்படி வெளியே கொண்டு போகப் போறோம். அதுல நிறைய ரிஸ்க் இருக்கு"

"அதைப்பத்தி யோசிக்காமே இருப்பேனா.. வா.. ஒரு பெக் போட்டுகிட்டே பேசுவோம்"

இக்பால் சொல்லிக்கொண்டே பக்கத்திலிருந்த ஃப்ரிஜ்ஜில் ஒரு வெளிநாட்டு விஸ்கி பாட்டிலை எடுத்த விநாடி, காலிங்பெல் ஒரு பியானோ நோட்டை இனிமையாக வாசித்து கூப்பிட்டது.

முகங்கள் வெகுவாய் மாறிப்போக, தருணும், இக்பாலும் ஒருவரையொருவர் பார்த்துக் கொண்டார்கள். 'இந்நேரத்துக்கு யார்...?'

"நான் போய் பார்க்கிறேன். நீ இன்ஸ்பெக்டரோட பாடியை அந்த ரூமுக்குக்கொண்டு போயிடு"

இக்பால் தருணிடம் சொல்லிவிட்டு தயக்கமாய் நடை போட்டு கதவை நெருங்கி, டோர் வியூவர் லென்ஸ் வழியாக பார்த்தான்.

அரையிருட்டில் யாரோ உயரமாய் நின்றிருந்தார்கள். உற்றுப் பார்த்தான். அடையாளம் தெரியவில்லை.

'கதவைத் திறக்கலாமா வேண்டாமா.. ?'

யோசித்துக்கொண்டிருக்கும்போதே அழைப்பு மணி பொறுமையிழந்து நீளமாய் கதறியது.

இக்பால் தாழ்ப்பாளை விலக்கி கதவைத் திறந்தான்.

வாசற்படியில் அந்த நபர் நின்றிருந்தான்.

கறுப்பு கோடு போட்ட நீலநிற கைலி, வெள்ளைச்சட்டை, காற்றுக்கு சிலும்பும் தலைமுடி, சிரத்தையாய் வளர்க்கப்பட்ட மீசை, ட்ரிம் செய்யப்பட்ட தாடி, கழுத்தில் புரளும் தங்கச்சங்கிலி.

இக்பால் கேட்டான்.

"யார் வேணும்...?"

அவன் வாய் நிறைய ஜர்தா பீடாவை மென்று கொண்டே பேசினான்.

"நான் துரையப்பன். உக்கடம் துரைன்னா எல்லார்க்கும் தெரியும்....."

இக்பாலின் இருதயம் உதைத்துக்கொண்டது. கலக்கத்தை முகத்தில் காட்டிக் கொள்ளாமல் கேட்டான்.

"சரி... என்ன விஷயம்...?"

"இன்ஸ்பெக்டர் முத்துக்குமரன் உள்ளே இருக்காரா...?"

15

இக்பாலின் ஒட்டு மொத்த உடம்பின் ரத்த ஓட்டமும் இரண்டு விநாடிகளுக்கு ஸ்தம்பித்து, பின்பு இயல்பு நிலைமைக்கு திரும்பியது. இதயம் வேகமான துடிப்பில் இருக்க பதட்டத்தைக் காட்டிக்கொள்ளாமல் துரையப்பனை ஒரு அலட்சியமான பார்வையோடு ஏறிட்டபடி கேட்டான்.

“இன்ஸ்பெக்டரா.... அவர் எதுக்கு என்னோட வீட்டுக்கு வரணும்...?”

“வந்திருப்பாரோன்னு நினைச்சு கேட்டேன். ஏன்னா இன்ஸ்பெக்டரோட பைக் உங்க வீட்டுக்கு முன்னாடி இருக்கிற மரத்துக்கு கீழேதான் நிக்குது....”

“அந்த மரத்துக்கு கீழே பைக் நின்னா அவர் இந்த வீட்டுக்குத்தான் வந்திருக்கார்ன்னு அர்த்தமா...?”

“தப்பா நினைக்காதீங்க தம்பி... இன்ஸ்பெக்டர் என்னைத் தேடிகிட்டு வந்திருக்கிற விஷயம், ஒரு அரைமணி நேரத்துக்கு முன்னாடிதான் எனக்குத் தெரியும். இதே தெருவுல... அதோ அந்த நர்சரி ஸ்கூலுக்குப் பக்கத்துலதான் மாடியில ரூம் எடுத்து தங்கியிருக்கேன். அவர் என்னைத் தேடிகிட்டு வந்தப்ப நான் ரூமை பூட்டிகிட்டு வெளியே போயிருந்தேன். அவர்க்கு வீடு அடையாளம் தெரியலை போலிருக்கு. தெரு முனையில் பானிபூரி ஸ்டால் வெச்சிருக்கிற

நூருல்லாகிட்டே என் வீடு எங்கேன்னு விசாரிச்சிருக்கார். அவர் சொல்லித்தான் விஷயமே எனக்குத் தெரியும். அதான் இன்ஸ்பெக்டரைத் தேடிகிட்டு இந்தப் பக்கமா வந்தேன்”

துரையப்பன் பேசிக்கொண்டிருக்கும்போதே அவனுடைய சட்டைப் பைக்குள் ஒளிந்திருந்த செல்போன் வெளிச்சமாய் ஒளிர்ந்து கூப்பிட்டது. எடுத்து அழைப்பது யார் என்று பார்த்துவிட்டு இக்பாலை ஏறிட்டான்.

“ஒரு நிமிஷம் தம்பி” என்று சொல்லி சற்று தள்ளிப்போய் நின்றுகொண்டு செல்போனை காதுக்கு ஒற்றினான். பேச ஆரம்பித்தான்.

“சொல்லு.. கதிர்..”

மறுமுனையில் இருந்த கதிர் சற்றே பதட்டமான குரலில் கேட்டான்.

“என்ன இன்ஸ்பெக்டர் முத்துக்குமரனை பார்த்துட்டியா...?”

“இல்ல... பைக் மட்டும் ஒரு மரத்துக்கு அடியில நிக்குது... ஆளைக் காணோம். இந்த ஏரியாவில் எங்கே போய் என்னைத் தேடிகிட்டு இருக்கார்ன்னு தெரியலை.. வெயிட் பண்ணிப் பார்க்கிறேன்”

“துரை.... நீ ஒண்ணும் வெயிட் பண்ண வேண்டாம். அங்கிருந்து கிளம்பிடு”

“ஏன்...?”

“முத்துக்குமரன் உன்னை எதுக்காக தேடிகிட்டு வந்திருக்கார்ன்னு தெரியுமா...?”

“எதுக்கு...?”

“ரெண்டு மாசமா அவர்க்குப் போய் சேர வேண்டிய மாமூல் பணம் போய்ச் சேரலை.. நம்ம ஆட்கள்ல எவனோ ஒருத்தன் அந்த பணத்தை ஆட்டைய போட்டுட்டான்னு நினைக்கிறேன். அந்த கோபத்துலதான் உன்னைத் தேடிகிட்டு வந்திருக்கார். இன்னிக்கு நீ அவர் கையில மாட்டினே.. அவ்வளவுதான். நாளைக்கு காலையில நீ ஒழுங்கா உட்கார்ந்து டாய்லட் போக முடியாது”

“என்ன கதிர் இப்படி பயமுறுத்தறே...?”

“பயமுறுத்தலை. நடக்கப் போற நிஜத்தைச் சொல்றேன். ஒரு ரெண்டு நாளைக்கு அவர் கண்ணுல படாதே.. அவருக்குப்

போய் சேரவேண்டிய மாமூல் பணம் என்னாச்சுன்னு கண்டு பிடிச்ச பின்னாடி நீயும் நானும் அவரை நேர்ல போய்ப் பார்த்து விபரம் சொல்லி பணத்தைக் குடுத்துட்டு வரலாம். அதுவரைக்கும் நீ கொஞ்சம் வெளியே தலையைக் காட்டாமே இரு”

“அப்படி நான் தலைமறைவா இருந்தா இன்ஸ்பெக்டருக்கு என்மேல இன்னமும் கோபம் அதிகமாகுமே.. ?”

“பணத்தை கண்ணுல பார்த்துட்டாருன்னா போதும் அவர்க்கு எவ்வளவு கோபம் இருந்தாலும் சரி, பத்து செக்கண்ட்ல காணாமே போயிடும். அவரை நான் ஹேண்டில் பண்ணிக்கிறேன்.. நீ ரெண்டு நாளைக்கு அந்த அன்பு நகர் ஏரியாவிலேயே இருக்காதே ..”

“சரி.. நான் ஆனைக்கட்டியில இருக்கிற அமுதா வீட்டுக்குப் போயிடறேன்”

“உடனே கிளம்பு... நான் உனக்கு போன் பண்ணின பின்னாடி நீ கிளம்பி வந்தா போதும்”

“சரி” செல்போனில் பேச்சை முடித்துக்கொண்ட துரையப்பன் மென்று கொண்டிருந்த பீடாவை விழுங்கிவிட்டு இக்பால் அருகே வந்தான்.

“நான் கிளம்பறேன் தம்பி.. இன்ஸ்பெக்டரை நாளைக்கு காலையில ஸ்டேஷன்ல போய்ப் பார்த்து பேசிக்கிறேன்.. வீணா உங்களுக்கு தொந்தரவு குடுத்துட்டேன் “

“அதைப் புரிஞ்சுகிட்டா சரி..”

“அப்புறம் தம்பி ஒரு சின்ன உதவி. அந்த இன்ஸ்பெக்டர் உங்ககிட்ட வந்து என்னோட பேரைச் சொல்லி உங்களுக்குத் தெரியுமான்னு விசாரிச்சா நான் இங்கே வந்துட்டு போனதை சொல்லிடாதீங்க ”

“சொல்லலை”

“ரொம்ப தேங்க்ஸ் தம்பி”

துரையப்பன் வாசற்படியில் இறங்கி, காம்பௌண்ட் கேட்டைத் திறந்து கொண்டு, தெருவில் கொட்டிக்கிடந்த இருட்டில் கலந்துவிட இக்பால் கதவைச் சாத்திவிட்டு உள்ளே வந்தான்.

பக்கவாட்டு ஜன்னல் வழியாக எல்லாவற்றையும் பார்த்தபடி சுவரோரமாய் நின்றிருந்த தருண் இக்பாலை

நோக்கி வியர்த்த முகமாய் வந்தான்.

"என்ன அந்த துரையப்பன் போயிட்டானா...?"

"ம்.. போயிட்டான்... ஒரு பிரச்சினையிலிருந்து எப்படியோ மீண்டுட்டோம். இன்ஸ்பெக்டரோட பைக் நம்ம வீட்டுக்கு முன்னாடி இருக்கிற மரத்துக்கு அடியில நின்னுட்டிருந்ததை நாம கவனிக்க தவறிட்டோம்"

"அந்த பைக்கை இப்ப என்ன பண்ணலாம்..? வேற யாராவது பார்க்கிறதுக்கு முந்தி வீட்டுக்கு பின்னாடி கொண்டு போய் நிறுத்திக்கலாமா...?"

"உடனடியா அதை பண்ண வேண்டாம். இன்னும் அரைமணி நேரத்துக்கு அந்த பைக் அதே இடத்துல இருக்கட்டும். இன்ஸ்பெக்டரோட பாடியை டிஸ்போஸ் பண்ணப் போகும்போது அந்த பைக்கை நீயோ இல்லேன்னா ஜோஷோ ரயில்வே ட்ராக் வரை ஓட்டிகிட்டு வர வேண்டியிருக்கும்"

"பாடியை எதுல கொண்டு போகப் போறோம் .. ?"

"ஷெட்ல இருக்கிற என்னோட பழைய மெட்டாடர் வேனை எடுத்துக்க வேண்டியதுதான். அதுதான் இதுமாதிரியான வேலைகளுக்கு எல்லாம் வசதி"

இக்பால் சொல்லிக்கொண்டிருக்கும்போதே லேண்ட் லைன் டெலிபோன் ஹாலின் மூலையிலிருந்து முணுமுணுப்பாய்க் கூப்பிட்டது.

தருணும், இக்பாலும் சரேலென்ற கலக்கமான பார்வைகளோடு பரஸ்பரம் ஒருவரையொருவர் பார்த்துக் கொண்டார்கள்.

"யாராயிருக்கும்.. ?"

"போய் போன்காலை அட்டெண்ட் பண்ணு இக்பால். யாரா இருந்தாலும் தைரியமா பேசு"

இக்பால் தயக்க நடையோடு போய் ரிஸீவரை எடுத்து காதுக்கு கொடுத்து மெல்ல "ஹலோ" என்றான்.

"இக்பால்.. நான்தான் ஜோஷ்.. வீட்டு மாடியில இருக்கிற பேரலல் டெலிபோன் லைன் மூலமா பேசிட்டிருக்கேன். ஆமா கீழே என்ன பிரச்சினை.. யார் வந்துட்டு போனாங்க... ?"

இக்பாலுக்கு இயல்பான சுவாசம் வந்தது. "போன்ல

நீதானா ஜோஷ்.. வேற யாரோன்னு நினைச்சு கொஞ்சம் டென்ஷன் ஆயிட்டேன். கீழே எந்த பிரச்சினையும் இல்லை..." என்று சொன்னவன் துரையப்பன் வந்துவிட்டுப் போன விஷயத்தை சுருக்கமாய் சொல்லிவிட்டு தவிப்பான குரலில் கேட்டான்.

"முகிலாவைப் பார்த்தியா.. எப்படியிருக்கா.. ?"

"ரெண்டு பேரும் உடனே புறப்பட்டு மேல வாங்க.."

"ஏன் என்ன விஷயம்.. ?"

"முகிலாவுக்கு நான் இப்போ ஃபர்ஸ்ட் எய்ட் குடுத்துட்டிருக்கேன் "

"என்னது முதல் உதவியா.. ?"

"ஆமா...."

"என்னாச்சு அவளுக்கு .. ?"

"வந்து பாருங்க தெரியும்..." ஜோஷ் சொல்லிவிட்டு மறுமுனையில் ரிஸீவரை வைத்துவிட, இக்பால் "விஷயம் என்னன்னு தெரியலையே...?" என்று புலம்பிக்கொண்டே மாடிப்படிகளில் ஏற ஆரம்பித்தான்.

இருவரும் மூச்சு வாங்கிக்கொண்டு படிகளில் வேகவேகமாய் ஏறி மாடி வராந்தாவில் நடந்து திறந்திருந்த இரண்டாவது அறைக்குள் நுழைந்தார்கள். அறையின் வெண்மையான் மார்பிள் தரையில் ரத்தத்துளிகள் ஆங்காங்கே தெளிக்கப்பட்டது போல் தெரிய, முகிலா கட்டிலில் படுக்க வைக்கப்பட்டிருந்தாள். ஜோஷ் அவளுடைய தலைமாட்டில் நின்றபடி, கையில் வைத்திருந்த பஞ்சை பேண்டேஜ் துணியில் வைத்து அவளுடைய நெத்தியில கட்டிக்கொண்டிருந்தான். தருண் பதட்டமாய் கேட்டான்.

"ஜோஷ்.. முகிலாவுக்கு என்னாச்சு.. ?"

"தெரியலை.. நான் கதவை திறந்துகிட்டு உள்ளே நுழைஞ்சப்ப முகிலா கீழே விழுந்து கிடந்தா. அரைகுறை மயக்கத்துல எந்திரிச்சு கதவைத் தட்டறப்ப தடுமாறி கீழே விழுந்ததால அவளோட நெத்தில அடிபட்டிருக்கலாம்ன்னு நினைக்கிறேன்"

"காயம் பெரிசா..?"

"கொஞ்சம் ஆழமான காயம்தான். நான் சரியான நேரத்துல வந்ததால முகிலாவுக்கு ஃபர்ஸ்ட் எய்ட் பண்ண

முடிஞ்சுது....”

“மறுபடியும் செடக்டிவ் ஊசி போட்டியா..?”

“இல்ல.. இனிமேத்தான் போடணும்”

“ஊசி போட்ட பின்னாடி இவளை கட்டிலோடு சேர்த்து நல்லாக் கட்டிப் போட்டுட்டு வாய்ல பிளாஸ்டரையும் ஒட்டிடு.. நாளைக்குக் காலையிலதான் இவளுக்கு முழிப்பு வரணும். ஏன்னா இன்னிக்கு ராத்திரி நம்ம மூணு பேர்க்கும் நிறைய வேலையிருக்கு..” தருண் சொல்லிக்கொண்டே இக்பாலைப் பார்க்க அவன் கீழே எதையோ உற்றுப் பார்த்துக் கொண்டிருந்தான். அவனுடைய தோளைத் தட்டியபடி தருண் கேட்டான்.

“என்ன அப்படிப் பார்த்துட்டிருக்கே ..?”

இக்பாலின் உலர்ந்து போன உதடுகளில் ஒரு குரூரமாக புன்னகை பரவியிருந்தது.

“தருண்.. என்ன அழகான ஒரு காம்பினேஷன் பார்த்தியா..?”

“காம்பினேஷனா ..?”

“ம்... இந்த ப்யூர் ஒயிட் மார்பிள் தரையில் முகிலாவோட ரத்தத்துளிகள் எவ்வளவு நேர்த்தியாக அழகா சிதறியிருக்கு. இதை பாக்கும்போது உனக்கு என்ன தோணுது ..?”

“சொல்லட்டுமா..?”

“சொல்லு”

“ஒரு ரோஜாப்பூவோட இதழ்களை அள்ளித் தெளிச்ச மாதிரியிருக்கு”

“நான் என்ன நினைச்சேனோ அதையே நீயும் சொல்லிட்டே”

ஜோஷ் முகிலாவின் நெற்றிக்கு அடர்த்தியான பேண்டேஜ் கட்டைப் போட்டுவிட்டு கோணல் சிரிப்போடு இக்பாலையும, தருணையும் ஏறிட்டான்.

“எனக்கு எப்படி தோணுது தெரியுமா ..?”

“சொல்லு”

“சிவப்பு ஸ்டிக்கர் பொட்டுக்களை வீசி எறிஞ்ச மாதிரி இருக்கு..”

“உன்னோட ரசனையே தனிதான்...” இக்பால் சொல்லி

சிரித்துக் கொண்டிருக்கும் போதே அவனுடைய அதி நவீனமான ப்ளாட்டினம் ப்ளாக் 12 ஜி.பி. ரேம் செல்போன் வைப்ரேஷனில் தன்னுடைய உடம்பை உதறி வெளிச்சத்தை கசிய விட்டது.

எடுத்து அழைப்பது யார் என்று பார்த்தான்.

செல்போனின் மறுமுனையில் அவனுடைய அப்பா தாஹிர்.

"சொல்லுங்க டாட்"

"என்ன இக்பால்.. நம்ம வீட்ல மொபைல் ஜாமர் ஆன்ல இருக்கும் போலிருக்கே..?"

"ஆமா டாட்.. தூங்கப் போற நேரத்துல தேவையில்லாத போன் கால்ஸ் வரும். அதான் ஜாமரை ஆன் பண்ணி வெச்சிருக்கேன். என்னோட இந்த பர்சனல் போனுக்கு நீங்க எப்ப வேணும்ன்னாலும் வரலாமே. இதுலதான் ஜாமர் பிரேக்கிங் டிவைஸ் இருக்கே"

"தெரியும்.. அதனால்தான் இந்த போனுக்கு வந்தேன்"

"என்ன விஷயம் டாட்..?"

"எனக்கு இன்னும் ஒரு மணி நேரத்துல மும்பையிலிருந்து அபுதாபிக்கு ஃப்ளைட். நான் இப்போ மும்பை ஏர்போர்ட்ல இருக்கேன். இன்னிக்கு மத்தியானம் கோயமுத்தூரிலிருந்து மும்பை புறப்படறதுக்கு முன்னாடி ஒரு விஷயத்தை உன்கிட்ட சொல்ல மறந்துட்டேன்"

"என்ன டாட்..?"

"கவனமா கேளு.. நாளைக்கு காலையில சரியா பத்து மணிக்கு டெல்லிலயிருக்கிற இன்ஸ்ட்யூட் ஆஃப் மென்டல் ஹெல்த் சைக்யாட்ரி டிபார்ட்மெண்டைச் சேர்ந்த டாக்டர் ப்ரவீண் குப்தாவுக்கு நீ போன் பண்ணனும். ரெண்டு மாசத்துக்கு முன்னாடி உனக்கு அவர்கிட்ட அப்பாயிண்ட்மெண்ட் வாங்கியிருந்தோம். இது ஒரு டெலி ஹெல்த் ட்ரீட்மெண்ட். டாக்டர் கேட்கிற கேள்விகளுக்கெல்லாம் நிதானமா யோசிச்சு பதில் சொல்லணும். ப்ரவீண் குப்தா ஹைலி டேலண்டட் டாக்டர். அவரோட அப்பாயிண்ட்மெண்ட் கிடைக்கிறது ரொம்ப கஷ்டம். உனக்கு கிடைச்சிருக்கு. மிஸ் பண்ணிடாதே. உனக்கு இருக்கிற அந்த விபரீதமான மனரீதியான பிரச்சினை சரியாகணும்ன்னா டெலி ஹெல்த் ட்ரீட்மெண்ட் ரொம்பவும் முக்கியம்..."

16

செல்போனின் மறுமுனையில் தன்னுடைய அப்பா தாஹிர் பேசியதைக் கேட்டு லேசாய் எரிச்சலானான் இக்பால்.

"இப்ப எதுக்கு டாட் இந்த 'டெலி ஹெல்த்' ட்ரீட்மெண்ட். நான் இப்போ நார்மலாயிட்டேன். நவ் அயாம் ஆல்ரைட்"

தாஹிர் எதிர்முனையில் மெல்லச் சிரித்தார். "நீ இப்படி சொல்றது சந்தோஷம்தான். ஆனா நீ நார்மல் ஆகலைன்னு டாக்டர் ப்ரவீண் குப்தா சொல்றார். உனக்கு இருக்கிற பை போலார் டிஸ்ஆர்டர் குணமாக ரெண்டு வருஷமாகும். அதுவரைக்கும் நீ ட்ரீட்மெண்ட்ல இருக்கணும்ங்கிறது அவரோட மெடிக்கல் ஒபினியன். அவரோட ஒபினியனை நாம இக்னோர் பண்ண முடியாது...."

"அப்பா... அந்த டாக்டர் ஒரு மணி மைண்டட் பர்ஸன். அவரை நீங்க அவரை அளவுக்கு அதிகமா நம்பறீங்க. இனிமேல எனக்கு எந்த ட்ரீட்மெண்ட்டும் வேண்டாம். நான் இப்ப நம்ம பிசினஸையெல்லாம் பார்த்துட்டு நார்மலாய்த்தான் இருக்கேன். நீங்கதான் பார்த்துட்டு இருக்கீங்களே"

"நான் ஒரு உண்மையைச் சொல்லட்டுமா...?"

"என்ன...?"

“நீ இன்னமும் அந்த பை போலார் டிஸ்ஆர்டரிலிருந்து முழுமையா குணமாகலை.. அப்படி குணமாகியிருந்தா அதே டிஸ்ஆர்டர் நோயால பாதிக்கப்பட்ட உன்னோட நண்பர்கள் தருண், ஜோஷ் ரெண்டு பேரையும் உன்கூடவே தங்க வெச்சுகிட்டு நெருக்கமா இருந்திருக்க மாட்டே. ஆந்திரா ஹனம் கொண்டா மெண்டல் ஹெல்த் நியூரோ சயின்ஸஸ் ஹாஸ்பிடல்ல அவங்க ரெண்டு பேரும் நீ ட்ரீட்மெண்ட் எடுத்துகிட்ட அதே இன்டென்ஸிவ் வார்டுல உனக்கு சகநோயாளிகளாய் இருந்தவங்க.

நீ அவங்க கூட பேசும்போதும் பழகும்போதும் ரொம்பவும் சந்தோஷமாய் இருக்கேங்கிற ஒரே ஒரு காரணத்துக்காகத்தான் அந்த நட்புக்கு நான் அனுமதி கொடுத்தேன். ஆனா நீ அந்த ஹனம் கொண்டா ஹாஸ்பிடலிலிருந்து டிஸ்சார்ஜாகி வந்த பின்னாடியும், அந்த நட்பை கண்டினியூ பண்றதும், அவங்களை உன்கூடவே தங்க வெச்சுக்கறதும், என்னோட மனசுக்கு என்னமோ சரியாப்படலை”

“டாட்... ஒருத்தர் மனச்சிதைவு நோயிலிருந்து மீண்டுட்டாலும் இந்த உலகம் அந்த நபரை ஒரு மனநோயாளியாய்த்தான் பார்க்கும்ங்கிறதுக்கு நீங்களே ஒரு நல்ல உதாரணம். தருணும், ஜோஷும் ஹனம் கொண்டா ஹாஸ்பிடலில் என்கூட சகநோயாளிகளாய் இருந்தவங்கதான்.. ஆனா இன்னிக்கு அவங்க தெளிவா இருக்காங்க. தருண் ஒரு பேங்க் ஆபீஸர். ஜோஷ் ஒரு ஐ.டி கம்பெனியின் க்ரூப் ஹெட்.. அவங்க நார்மலாய் இல்லாத பட்சத்துல அந்த கம்பெனில வேலை பார்க்க முடியுமா என்ன...?”

“இக்பால்.. நீ இப்படி தெளிவா பேசறதை கேட்கறப்ப எனக்கு சந்தோஷமாத்தான் இருக்கு.. இருந்தாலும் அடி மனசுக்குள்ளே சின்னதா ஒரு பயம்.. போன தடவை உனக்கு பண்ணினா மைண்ட் மேப்பிங் ரிப்போர்ட்டை மறுபடியும் எடுத்து படிச்சுப் பாரு. உனக்கே சில விஷயங்கள் புரியும்”

“அந்த பை போலார் பிரச்சினை மறுபடியும் எனக்கு வந்துடுமோன்னு நினைக்கறீங்களா..?”

“லேசா.. ஒரு பயம் வருது”

“ஓ.கே. டாட்.. உங்களுக்காக நான் நாளைக்குக் காலையில் பத்து மணிக்கு டெல்லியில் இருக்கிற சைக்யாட்ரிக் டாக்டர்

ப்ரவீண் குப்தாவுக்கு போன் பண்ணி பேசி, அவர்கிட்ட அந்த டெலி ஹெல்த் ட்ரீட்மெண்ட்டை எடுக்கறேன். போதுமா.. ?"

"இப்ப நீ சொன்னியே இது வார்த்தை. இந்த ஒரு தடவை மட்டும் அந்த டாக்டர்கிட்ட பேசிடு போதும். நான் மறுபடியும் அடுத்த வாரத்துல ஒருநாள் அபுதாபியிலிருந்து கோயமுத்தூர்க்கு வரவேண்டிய வேலையிருக்கு. அப்படி நான் வரும்போது நீயும் நானும் ரெண்டு நாள் கேரளா போக வேண்டி வரலாம்"

"கேரளாவா எதுக்கு.. ?"

"அதைப்பத்தி நேர்ல பேசுவோம்"

"சரி.. நான் போனை கட் பண்ணட்டுமா டாட்.. ?"

"ஒரு நிமிஷம்"

"என்ன.. ?"

"நான் எப்பவுமே சொல்றதுதான். உன்னோட ஃப்ரண்ட்ஸ் தருண், ஜோஷ் இந்த ரெண்டு பேரையும் அவாய்ட் பண்ணு. அவங்களை உன்கூட தங்க வைக்காதே.. அவங்க சரியில்லை"

"ஸாரி டாட்.. இந்த உலகத்திலேயே எனக்கு ரொம்பவும் பிடிச்சவங்க நீங்களும், அம்மாவும்தான். அம்மா இப்ப உயிரோட இல்லை. உங்களுக்கு அடுத்தபடியா எனக்கு தருணையும், ஜோஷையும்தான் ரொம்பவே பிடிக்குது. அதுக்கு காரணம் எனக்குத் தெரியலை. அவங்க எது செஞ்சாலும் சரி, எதைப்பத்திப் பேசினாலும் சரி, அது என்னோட மனசுக்கு சந்தோஷத்தைக் கொடுக்குது.. அந்த சந்தோஷத்தை இழக்க நான் தயாராயில்லை.. அவங்க எப்பவும் என்கூடத்தான் இருப்பாங்க"

"இக்பால்.. நான் என்ன சொல்ல வர்றேன்னா.... அவங்க..."

"ஸாரி டாட்.. எனக்கு இப்போ உங்ககிட்ட பேசிட்டிருக்க நேரமில்லை.. முக்கியமான ஒரு வேலையை உடனடியாய் நான் இங்கே பண்ண வேண்டியிருக்கு.. எதுவாயிருந்தாலும் நாளைக்குக் காலையில் பேசிக்கலாம்..."

கோபத்தோடு சொன்ன இக்பால் செல்போனின் இணைப்பைத் துண்டித்துவிட்டு, ஒன்றரை லட்ச ரூபாய் மதிப்புள்ள அந்த ப்ளாட்டினம் ப்ளாக் 12 ஜி.பி.ரேம் செல்போனை கீழே போட்டு அதன் மேல தனது வலது

பூட்ஸ்காலை வைத்து பலம் அனைத்தையும் திரட்டி ஓங்கி உதைத்தான். எதிர்புற சுவரில் போய் மோதிய செல்போன் நொறுங்கி தன்னுடைய டிஜிட்டல் உடம்பின் உள்ளுறுப்புகளை சிதறடித்தபடி உயிர்விட்டது.

போலீஸ் ஸ்டேஷன்.

இரவு மணி 11.15.

லாக்கப்பில் இருந்த பிக்பாக்கெட் பேர்வழி ஒருவனை லத்தியால் நலம் விசாரித்துவிட்டு, நாற்காலிக்கு வந்த சாய்ந்த, கான்ஸ்டபிள் சிவராமனை இன்னொரு கான்ஸ்டபிள் ஒருவர் வேக நடையோடு நெருங்கி பதட்டமான குரலில் சொன்னார்.

"ஏசிபி வந்துட்டிருக்கார்"

நாற்காலியைப் பின்னுக்குத் தள்ளிக்கொண்டு அவசர அவசரமாய் எழுந்த சிவராமன் பெல்ட்டையும், தொப்பியையும் சரிப்படுத்திக்கொண்டு ஸ்டேஷனின் வாசலை நோக்கிப் போக, இன்னோவா காரினின்றும் இறங்கிய அஸிஸ்டெண்ட் போலீஸ் கமிஷனர் செழியன், வராந்தாபடிகளில் ஏறிக்கொண்டிருந்தார்.

ஸ்டேஷனுக்குள் இருந்த ஒட்டு மொத்த கான்ஸ்டபிள்களும் நேர்கோடுகளாய் மாறி, விரைப்பாய் நின்று சல்யூட் வைக்க, அதை ஒரு பார்வையால் ஏற்றுக்கொண்ட அந்த நடுத்தரவயது செழியன் உள்ளே நுழைந்து ஒரு நாற்காலியை இழுத்துப் போட்டுக் கொண்டு உட்கார்ந்தார்.

பார்வையை சுற்றும்முற்றும் அலைபாயவிட்டபடி சிவராமனை ஏறிட்டபடி கேட்டார்.

"இன்ஸ்பெக்டர் முத்துக்குமரன் எங்கே.. ?"

"அவர் வெளியே போயிருக்கார் ஸார்"

"வெளியேன்னா... பர்சனலா.. ஆன் ட்யூட்டியா.. ?"

"ஆன் ட்யூட்டி ஸார்.. ஒரு அக்யூஸ்ட்டைத் தேடிகிட்டு உக்கடம் வரைக்கும் போயிருக்கார்"

"எப்ப போனார்.. ?"

"சாயந்தரம் ஒரு ஏழுமணி இருக்கும் ஸார்"

"இப்ப மணி 11.15. இன்னுமா அக்யூஸ்ட்டை அங்கே தேடிகிட்டு இருக்கார்.. ?"

"காரணம் என்னன்னு தெரியலை ஸார். எப்படியும்

இன்னும் கொஞ்சம் நேரத்துல வந்துடுவார். பனிரெண்டு மணிக்கு காந்திபார்க் ஏரியாவில் பேட்ரோலிங் போகணும் ஸார்"

"இன்ஸ்பெக்டர்க்கு போன் போட்டு அவர் எப்ப ஸ்டேஷனுக்கு வருவார், இப்ப எங்கேயிருக்கார்ன்னு கேளு"

சிவராமன் தன்னுடைய செல்போனை எடுத்து முத்துக்குமரன் செல் நெம்பர்க்கு இரண்டு தடவை முயற்சி செய்து பார்த்துவிட்டு பவ்யமாய் செழியனுக்கு அருகில் குனிந்தபடி சொன்னார்.

"காண்டாக்ட் பண்ண முடியலை ஸார்.. தொடர்பு எல்லைக்கு அப்பால் உள்ளார்ன்னு ரெக்கார்டட் வாய்ஸ் மெஸேஜ் வருது"

சில விநாடிகள் மௌனம் காத்த செழியன் தன்னுடைய அடர்த்தியான மீசையை இடது கை விரல்களால் நெருடியபடி கேட்டார்.

"சரி, ஹாஸ்பிடல்ல அட்மிட்டாகியிருக்கிற புவனேஷோட கண்டிஷன் இப்போ எப்படியிருக்கு...?"

"பரவாயில்ல ஸார்.. இன்னும் ரெண்டுநாள் ஐ.சி. யூவில் இருந்தார்ன்னா நார்மல் வார்டுக்கு கொண்டு போயிடலாம்ன்னு டாக்டர் சொன்னார்"

"காணாமல் போன முகிலாவைப்பத்தி ஏதாவது தகவல் கிடைச்சுதா...?"

"இல்ல ஸார்"

"முகிலாவை கண்டுபிடிக்கிற விஷயத்துல இன்ஸ்பெக்டர் முத்துக்குமரன் சரியான முறையில இன்வெஸ்டிகேஷன் நடத்தாம காலம் தாழ்த்திட்டதா முகிலாவோட அப்பா கமிஷனர்கிட்டே போய் புகார் மனு கொடுத்திருக்கார். அந்த மனுவை கமிஷனர் எனக்கு அனுப்பி முகிலா விஷயத்துல என்ன நடந்துட்டிருக்குன்னு கேட்கிறார். நான் அவர்க்கு என்ன பதில் சொல்லட்டும்"

"ஸார்... சம்பவம் நடந்து முழுசா ஒரு நாள்கூட ஆகலை. இன்ஸ்பெக்டரும் சைபர் க்ரைம் மூலமா முகிலாவோட செல்போன் நெம்பரை வெச்சு அந்தப்பொண்ணு இருக்கிற இடத்தைக் கண்டுபிடிக்க எவ்வளவோ முயற்சி செஞ்சார். ஆனா எதிர்பார்த்த பலன் கிடைக்கலை"

"இந்தக் கேஸோட ஆரம்பத்துல இன்ஸ்பெக்டர் அவ்வளவா ஆர்வம் காட்டாம கொஞ்சம் டிலே பண்ணிட்டதாய் கேள்விப்பட்டேன். உண்மையா.. ?"

"உண்மைதான் ஸார்.. தருண், புவனேஷ் ரெண்டு பேரும் பொய் சொல்றாங்களோன்னு இன்ஸ்பெக்டர் சந்தேகப்பட்டுட்டார்"

"புவனேஷோட ஃப்ரண்ட்... தருண் இப்ப எங்கே.. ?"

"அவர் ஒரு பேங்க் எம்ப்ளாயி ஸார். ஹாஸ்பிடல்ல மத்தியானம் வரைக்கும் இருந்தார். அதுக்கப்புறம் அவரோட பேங்க் மானேஜர் பேங்க்ல ஏதோ ஒரு முக்கியமான வேலை இருக்குன்னு போன் பண்ணிச் சொன்னதும் இன்ஸ்பெக்டர்கிட்ட பர்மிஷன் கேட்டுட்டு கிளம்பிப் போயிட்டார். இனி நாளைக்குக் காலையிலதான் வருவார்..."

கான்ஸ்டபிள் சிவராமன் பேசிக்கொண்டு இருக்கும்போதே லேண்ட் லைன் டெலிபோன் மேஜையின் மையத்தில் இருந்தபடி முணுமுணுப்பாய் கூப்பிட்டது.

செழியன் தனக்குப் பக்கத்தில் இருந்த ஒரு கான்ஸ்டபிளைப் பார்த்து கண் அசைக்க அவர் போய், ரிஸீவரை எடுத்தார். போலீஸ் ஸ்டேஷனின் பெயரைச் சொல்லி அறிமுகப்படுத்திக்கொண்டதும் மறுமுனையில் கரகரத்த ஒரு குரல் கேட்டது.

"சிட்டி கண்ட்ரோல் ரூம் ஆபீஸிலிருந்து சி.ஆர்.ஓ. பேசறேன். உங்க இன்ஸ்பெக்டர் முத்துக்குமரன் ஸ்டேஷனை விட்டு எத்தனை மணிக்கு வெளியே போனார் .. ?"

"சாயந்தரம் ஏழு மணிக்கு ஸார்"

"யாரைப் பார்க்கப் போனார்.. ?"

"எனக்கு அந்த விபரமெல்லாம் தெரியாது ஸார்.. ஒரு அக்யூஸ்ட்டை தேடிட்டு போறதா சொன்னார்"

"நடுவுல ஏதாவது போன் பண்ணினாரா.. ?"

"இல்லை"

டெலிபோனின் மறுமுனை மௌனம் சாதிக்க கான்ஸ்டபிள் கேட்டார்.

"ஸார் எதுக்காக இந்த என்கொயரி .. ?"

"இன்ஸ்பெக்டர் முத்துக்குமரன் இப்ப உயிரோட இல்லை"

“எ..எ..என்ன ஸார் சொல்றீங்க .. ?”

“ஷாக்கிங் நியூஸ்தான்..வேற வழியில்லை. வீ ஹேவ் டூ இன்ஃபார்ம். உக்கடம் ஏரியாவில், போத்தனூர் ரயில்வே ட்ராக்குக்குப் பக்கத்துல ஒரு குட்டை கிட்ட, அவருடைய பைக் விபத்துக்குள்ளாகி ஸ்பாட்லேயே இறந்துட்டார். விபத்துக்குக் காரணம் மிதமிஞ்சிய குடிபோதை ”

17

காலை ஏழு மணி.

கிட்டத்தட்ட எல்லா டி.வி. சானல்களிலும் நியூஸ் ரீடர்கள் சலனமில்லாத முகங்களோடு நேர் பார்வை பார்த்தபடி இயந்திரத்தனமாய் அந்தச் செய்தியை வாசித்துக் கொண்டிருந்தார்கள்.

"கோவை ஆர்.எஸ்.புரம் பகுதியைச் சேர்ந்த காவல்துறை ஆய்வாளர் முத்துக்குமரன் தன் இரு சக்கர வாகனத்தில் ஒரு பழைய குற்றவாளியைத் தேடிக்கொண்டு உக்கடம் பகுதிக்குச் சென்றபோது போத்தனூர் ரயில் பாதை அருகே நிலை தடுமாறி கீழே விழுந்து தலையில் அடிபட்டு உயிரிழந்தார். விபத்து நடந்தபோது அவர் மிதமிஞ்சிய குடிபோதையில் இருந்ததாக சொல்லப்படுகிறது"

சோபாவுக்கு சாய்ந்தவாறு டி.வி. செய்தியைக் கேட்டுக்கொண்டிருந்த இக்பால் தருணையும், ஜோஷையும் பார்த்து கண் சிமிட்டினான்.

"நியூஸ் கேட்டீங்களா ? இன்ஸ்பெக்டர் முத்துக்குமரனோட டெட்பாடியை எவ்வளவு புத்திசாலித்தனமா டிஸ்போஸ் பண்ணியிருக்கோம்ன்னு இப்ப உங்க ரெண்டு பேர்க்கும் புரியுதா ? ஸ்காட்லாண்ட் போலீஸே வந்து இந்த விபத்தைப் பத்தி விசாரிச்சாலும் இது கொலைதான்னு கண்டு

பிடிக்க முடியாது”

தருண் பெருமூச்சொன்றை வெளியேற்றிவிட்டு சொன்னான்.

“இக்பால்.. நீ என்னதான் தைரியமா பேசினாலும் என்னோட அடி வயித்துல ஒரு பயம் கோடு போட்டுகிட்டே இருக்கு”

“என்ன பயம் .. ?”

“இன்ஸ்பெக்டர் ஒரு பழைய குற்றவாளியைத் தேடிகிட்டு உக்கடம் ஏரியாவுக்கு வந்தப்ப இந்த சம்பவம் நடந்திருக்கு. அந்தப் பழைய குற்றவாளி யார்ன்னு போலீஸ் தேட ஆரம்பிச்சா கொஞ்சம் பிரச்சினைதான்”

“பிரச்சினை எப்படி வரும்ன்னு சொல்றே.. ?”

“இன்ஸ்பெக்டர் தேடிட்டு வந்த பழைய குற்றவாளி உக்கடம் துரைதான்னு போலீஸ் கண்டுபிடிச்சுட்டா அவனை சும்மா விடமாட்டாங்க.. லாக்கப்புக்கு கூட்டிட்டு போய் விசாரிக்கும்போது, அவன் நம்ம வீட்டுக்கு வந்து உன்னை விசாரிச்சுட்டு போனதையும் சொல்ல வாய்ப்பிருக்கு”

“உக்கடம் துரையைப்பத்தி நாம கவலைப்படவேண்டிய அவசியமில்லை. அவன் ஒரு கிரிமினல். போலீஸை எப்படி ஹேண்டில் பண்றதுன்னு அவனுக்கு நல்லாவே தெரியும். நாம இப்ப உடனடியாய் பண்ண வேண்டிய வேலை என்ன தெரியுமா...? மயக்கமா இருக்கிற முகிலாவை இன்னிக்கு சாயந்தரத்துக்குள்ளே இந்த வீட்டிலிருந்து மூவ் பண்ணி பொள்ளாச்சியில் இருக்கிற என்னோட டாப்ஸ்லிப் கெஸ்ட் ஹவுஸுக்கு கொண்டு போயிடணும். அவளை இங்கே ரொம்ப நேரத்துக்கு வெச்சிட்டிருக்க முடியாது.. அதுதான் உண்மையிலேயே ரிஸ்க்”

ஜோஷ் தலையசைத்தான். “நீ சொல்றது சரிதான். எப்ப கிளம்பலாம்?”

“ப்ரேக் ஃபாஸ்ட் சாப்ட்டுட்டு உடனடியாய் கிளம்ப வேண்டியதுதான். இனிமேல வரப்போற ஒவ்வொரு நிமிஷத்தையும் நாம ஜாக்கிரதையாய் கையாளணும். இல்லேன்னா போலீஸோட சந்தேக வளையத்துக்குள்ளே மாட்டிக்க வேண்டி வரலாம்”

இக்பால் பேசிக்கொண்டிருக்கும்போதே தருணின் செல்போன் தன்னுடைய டயல் டோனை முணுமுணுப்பாய்

வெளியிட்டது. எடுத்து அழைப்பது யாரென்று பார்த்துவிட்டு லேசாய் முகம் மாறினான்.

ஜோஷ் கேட்டான்.

“போன்ல யாரு ?”

“புவனேஷ் அட்மிட்டாகியிருக்கிற குட் ஹோப் ஹாஸ்பிடலிலிருந்து போன் பண்றாங்க ...”

“ஸ்பீக்கரை ஆன் பண்ணிட்டு பேசு”

தருண் கால் அக்செப்ட் பட்டனைத் தொட்டுவிட்டு ஸ்பீக்கரை ஆன் செய்தான். மறுமுனையில் ஒரு பெண் குரல் ஒலித்தது.

“மிஸ்டர் தருண்தானே பேசறது.. ?”

“ஆமா....”

“நான் ஸ்டாஃப் நர்ஸ் ஞானம் பேசறேன்”

“என்ன விஷயம் சிஸ்டர்.. ?”

“உங்க நண்பர் புவனேஷை பார்க்க நீங்க ஹாஸ்பிடலுக்கு வருவீங்களா .. ?”

“வருவேன்”

“எத்தனை மணிக்கு.. ?”

“மத்தியானத்துக்கு மேல”

“காலையில ஒரு பத்து மணிக்குள்ளே வந்தா பரவாயில்லை... புவனேஷ் உங்ககிட்ட ஏதோ பேசணுமாம்”

“என்ன விஷயம் புவனேஷோட ஹெல்த் கண்டிஷன்ல ஏதாவது பிரச்சினையா..?”

“நோ... நோ... ஹி ஈஸ் ஆல் ரைட்... அநேகமாய் இன்னிக்கு சாயந்தரம் ட்ரிப்ஸை நிறுத்திட்டு அவரை நார்மல் வார்டுக்கு ஷிஃப்ட் பண்ணிடலாம்ன்னு டாக்டர் சொன்னார்”

“சிஸ்டர்.. என்னால காலை நேரத்துல ஹாஸ்பிடலுக்கு வர முடியுமான்னு தெரியலை.மத்தியானம் ரெண்டு மணிக்கு மேல வர்றேன். பை..த..பை ஹாஸ்பிடலுக்கு புவனேஷ் ட்ரீட்மெண்ட் சம்பந்தமாய் பேமெண்ட் ஏதாவது பண்ண வேண்டியிருக்கா..?”

“அது ஒரு பிரச்சினையே இல்லை. ஏன்னா புவனேஷோட ப்ரதர் பேமெண்ட் பண்ணிட்டார். நீங்க மட்டும் கொஞ்சம் சிரமம் பார்க்காமே இன்னிக்கு காலை நேரத்திலேயே

ஹாஸ்பிடலுக்கு வந்து புவனேஷைப் பார்த்துப் பேசிட்டா பரவாயில்லை. நீங்க வருவீங்கன்னு அவர் ஆவலா வெயிட் பண்ணிட்டிருக்கார்"

"ஓ.கே. சிஸ்டர்... நான் ஒரு பதினோரு மணி சுமார்க்கு வர்றேன்" என்று சொல்லி செல்போனின் இணைப்பைத் துண்டித்த தருண் ஒரு பெருமூச்சோடு இக்பாலையும் ஜோஷையும் பார்த்தான்.

"புவனேஷ் எதுக்காக என்னை வரச் சொல்றான் தெரியுமா .. ?"

இறுகிய முகத்தோடு தலையசைத்தான் ஜோஷ். "தெரியும். முகிலா காணாமே போனதுக்கு நானும் இக்பாலும்தான் காரணம்ன்னு அவன் கெஸ் வொர்க் பண்ணி உன்கிட்ட சொல்லியிருக்கான். மேற்கொண்டு அதைப்பத்திப் பேசத்தான் உன்னை எதிர்பார்த்து காத்திட்டிருக்கான்னு நினைக்கிறேன்"

இக்பால் இடது கை விரல்களால் நெற்றியைத் தேய்த்தபடி அலட்சியமாய் சொன்னான். "நினைக்கிறதென்ன.. அதேதான்..."

தருண் எரிச்சலோடு அவர்களைப் பார்த்தான்.

"முகிலாவை காஸ்மெடிக்ஸ் விளம்பரப் படத்துல நடிக்க வைக்க நீங்க ரெண்டு பேரும் அவளைப் போய்ப் பார்த்ததும், ஃபோர்ஸ் பண்ணினதும் எவ்வளவு பெரிய தப்புன்னு இப்பவாவது உங்களுக்குப் புரியுதா.. ?"

"நல்லாவே புரியுது தருண்... கொஞ்சம் உணர்ச்சி வசப்பட்டுட்டோம். நீதான் உன் ஃப்ரண்ட் புவனேஷ்கிட்ட ஏதாவது ஒரு சரியான காரணத்தைச்சொல்லி எங்க மேல இருக்கிற அந்த அபிப்பிராயத்தை மாத்தணும்...."

"அவன் நம்புவானா.. ?"

"நம்பறமாதிரி சொல்லு... உன் மேல புவனேஷுக்கு அளவு கடந்த நம்பிக்கை. நீ எதைச் சொன்னாலும் அவன் நம்புவான்"

"சரி.. நான் குளிச்சு சாப்டுட்டு ஹாஸ்பிடலுக்கு கிளம்பறேன். நீங்க ரெண்டு பேரும் முகிலாவுக்கு மயக்கம் தெளியறதுக்கு முந்தி அவளை டாப் ஸ்லிப் கெஸ்ட் ஹவுஸுக்கு கொண்டு போயிடுங்க.. அப்பிடியே நம்ம ஸ்பெஷல் சரக்கு எல்லாத்தையும் மறக்காம கொண்டு

வந்துடுங்க...நான் சாயந்தரம் ஆறுமணிக்கு மேல அங்கே வந்து உங்களோட ஜாய்ண் பண்ணிக்கறேன் ”

“ஆறு மணி ஆயிடுமா.. ஏன் அவ்வளவு லேட்.. ?”

“ஒரு வேஷத்தைப்போட்டுகிட்டா ஒழுங்கா நடிக்கணும். புவனேஷை இன்னிக்கு மத்தியானத்துக்கு மேல ஐ.ஸி. யூனிட்டிலிருந்து நார்மல் வார்டுக்கு மாத்தப்போறாங்க. அதுவரைக்கும் நான் அந்த ஸ்பாட்ல இருந்தாத்தான் போலீஸுக்கும் சரி, புவனேஷோட அண்ணன், அண்ணிக்கும் சரி முகிலாவோட அப்பாவுக்கும் சரி, என்மேல சந்தேகம் வராது....”

“அதுக்காக ரொம்பவும் லேட் பண்ணிடாதே தருண். இன்னிக்கு ஃபர்ஸ்ட் டே செலிபரேஷன். அதைக் கொண்டாட வேண்டாமா.. ?”

“எப்படியும் ஆறுமணிக்குள்ளே வந்துடுவேன். முகிலா நம்மோட இருக்கிற முதல் நாளை விமரிசையாய் கொண்டாடிவோம்...” சொல்லிவிட்டு கண்ணைச் சிமிட்டியபடி சிரித்தான் தருண்.

போலீஸ் கமிஷனர் அலுவலகம். காலை 10.30 மணி.

கமிஷனர் பொய்யமொழிக்கு முன்பாய் அஸிஸ்டெண்ட் கமிஷனர் செழியன், நாற்காலியின் நுனியில் விறைப்பாய் உட்கார்ந்தபடி பேசிக்கொண்டிருந்தார்.

“ஸார்.... இன்ஸ்பெக்டர் முத்துக்குமரன் நேத்து ராத்திரி நடந்த விபத்துல இறந்து போனது சம்பந்தமான விசாரணையை முடிச்சுட்டேன். இந்த விசாரணையில் இன்ஸ்பெக்டர் எந்த அக்யூஸ்ட்டைத் தேடிகிட்டு அந்த ராத்திரி நேரத்துல உக்கடம் ஏரியாவுக்கு போனார் என்கிற கேள்விக்கு பதில் கிடைக்கலை. ஸ்டேஷன்ல இருக்கிற கான்ஸ்டபிள்களுக்கும் தெரியலை. வீட்ல அவரோட மனைவிகிட்டேயும் கேட்டுப் பார்த்துட்டேன். அவங்களும் தெரியாதுன்னு சொல்லிட்டாங்க”

கமிஷனர் சில விநாடிகள் நிசப்தம் காத்துவிட்டு நிதானமான குரலில் கேட்டார்.

“முத்துக்குமரனோட சர்வீஸ் குட் புக் ரிப்போர்ட்ஸ் படிச்சுப் பார்த்தீங்களா.. ?”

“பார்த்தேன் ஸார்”

"ரிப்போர்ட்.. என்ன சொல்லுது.. ?"

"அவ்வளவு திருப்தியாய் இல்ல ஸார். ஆட்சியில் யார் இருக்காங்களோ அவங்களுக்கு விசுவாசமாய் இருந்துகிட்டு நிறைய லஞ்சம் வாங்கியிருக்கார். குடிப்பழக்கம் இருந்திருக்கு.. சென்னையில் ஒரு சின்ன வீடு... தவிர போதாதகுறைக்கு...."

செழியன் பேசிக்கொண்டிருக்கும்போதே கமிஷனரின் மேஜை மேல் இருந்த இண்டர்காம் போன் காதுகளை உறுத்தாத அளவுக்கு முணுமுணுத்தது. ரிஸீவரை எடுத்தார். மறுமுனையில் கமிஷனரின் உதவியாளர் பேசினார்.

"ஸார்... ஜி.ஹெச் சீஃப் டாக்டர் சுகன்யா ஒரு முக்கியமான விஷயமாய் பார்த்துப்பேச வந்து இருக்காங்க.. அனுப்பி வைக்கட்டுமா..?"

"உடனே அனுப்புங்க ..."

கமிஷனர் ரிஸீவரை வைத்துவிட்டு காத்திருக்க, அந்த நிமிஷம் முடிவதற்குள் டாக்டர் சுகன்யா டொடமொடப்பான கைத்தறி சேலை அணிந்து ஒரு வெளிச்சக்கீற்று மாதிரி அறைக்குள் நுழைந்தாள். 55 வயது இருக்கலாம். பெப்பர் சால்ட் கொண்டையும், தங்க பிரேமிட்ட மூக்குக் கண்ணாடியும் டாக்டரின் சதைப்பிடிப்பான முகத்திற்கு கூடுதல் அழகு சேர்த்தது.

"குட்மார்னிங் ஸார்"

"குட்மார்னிங் மேடம்.. இப்படியொரு சர்ப்ரைஸ் விசிட்டை நான் எதிர்பார்க்கலை. ப்ளீஸ் ஸீட்டட்"

சுகன்யா ஒரு தேங்க்யூவை உதிர்த்தபடி செழியனுக்கு அருகில் இருந்த நாற்காலியில் உட்கார்ந்தாள்.

"சொல்லுங்க மேடம்... வாட் கேன் ஐ டூ..?"

"ஒரு முக்கியமான விஷயத்தை உங்க கூட ஷேர் பண்ணிக்கணும்" சுகன்யா சொல்லிக்கொண்டே செழியனை தயக்கமாய் பார்க்க கமிஷனரின் உதடுகளில் ஒரு புன்முறுவல் பரவியது.

"நீங்க சொல்லப் போறது உங்க பர்சனல் மேட்டரா..?"

"இல்லை... அது உங்க டிபார்ட்மெண்ட் சம்பந்தப்பட்ட விஷயம்"

"அப்படீன்னா நீங்க தாராளமாய் பேசலாம். இவர் மிஸ்டர் செழியன் ஏ.சி.பி."

“தெரியும்... ரெண்டு மூணு ஃபங்க்சன்ல பார்த்திருக்கேன்”

“தென்.. வாட்.. என்ன விஷயம் சொல்லுங்க..?”

சுகன்யா சில விநாடிகள் தயக்கமாய் இருந்தவிட்டு மெல்லப் பேச்சை ஆரம்பித்தாள்.

“இன்ஸ்பெக்டர் முத்துக்குமரனின் போஸ்ட்மார்ட்டம் ரிப்போர்ட்டோட காப்பியைப் படிச்சுப் பார்த்தீங்களா ஸார்..?”

“ம்.. படிச்சோம். அதைப்பத்திதான் பேசிட்டிருந்தோம்”

“அவரோட மரணத்தைப்பத்தி என்ன நினைக்கறீங்க..?”

“நினைக்க என்ன இருக்கு மேடம்...? குடிச்சுட்டு பைக்கை ஓட்டினா இப்படிப்பட்ட மரணங்களை தவிர்க்க முடியாது”

“ஸாரி ஸார்... முத்துக்குமரன் விபத்துல இறக்கலை. கொலை செய்யப்பட்டிருக்கார்”

“மே.. மேடம் வாட் டூ யூ ஸே..?”

“எஸ்... ஹி ஈஸ் மர்டர்ட் பை சம்படி ”

18

டாக்டர் சுகன்யா சொன்னதைக் கேட்டு செழியன் வெகுவாய் முகம் மாறிப் போனவராய் நிமிர்ந்தார்.

"மேடம்... நீங்க என்ன சொல்றீங்க....?"

"எஸ்"

"அவரோட உடம்பை போஸ்ட்மார்ட்டம் பண்ணின டாக்டர்ஸ் ரிப்போர்ட்ல இது கொலையாய் இருக்கலாம்ன்னு குறிப்பிடலையே..?"

"நான்தான் ரிப்போர்ட்ல அப்படி மென்ஷன் பண்ண வேண்டாம்ன்னு சொல்லிட்டேன்"

"ஏன்..?"

"விபத்துன்னு எல்லோரும் நம்பிட்டதா கொலையாளி நினைக்கும் போதுதான் அவன் தைரியமாக வெளியே வந்து, அலட்சியமா இருக்க வாய்ப்பு அதிகம். அந்த அலட்சியத்தை சரியான முறையில போலீஸ் பயன்படுத்தி ஒரு மறைமுகமான விசாரணை மூலமா கொலையாளியை நெருங்க முடியும்"

"யூ மே பி கரெக்ட்... டாக்டர்.... இன்ஸ்பெக்டரோட மரணம் விபத்தினால் ஏற்பட்டதில்லை என்கிற முடிவுக்கு வர உங்களுக்கு எந்த ஒரு தடயம் காரணமாய் இருந்ததுன்னு

சொல்ல முடியுமா..?"

"தாராளமா...." என்று சொன்ன சுகன்யா நாற்காலியின் நுனிக்கு நகர்ந்தபடி குரலைச் சற்றே தாழ்த்தினாள்.

"எதிர்பாராதவிதமாய் ஒரு விபத்து ஏற்படும்போது மனிதனின் உடலில் ஏற்படுகிற காயத்துக்கும், வேறு ஒரு நபரால் அவன் தாக்கப்பட்டு அதனால் ஏற்படுகிற காயத்துக்கும் எப்படியும் வித்தியாசம் இருக்கும். அப்படிப்பட்ட வித்தியாசத்தை திறமைசாலியான டாக்டர்களால மட்டுமே கண்டுபிடிக்க முடியும். விபத்தில் இறந்துபோன ஒரு நபரை போஸ்ட்மார்ட்டம் செய்யும்போது காயங்களை மேலோட்டமாய்ப் பார்த்தால், எந்த ஒரு வித்தியாசமும் தெரியாது.

ஆனால் அந்த காயங்களை உன்னிப்பாய் கவனித்தால் மட்டுமே அது விபத்தினால் ஏற்பட்டதா அல்லது வேறு ஏதாவது வகையால் ஏற்பட்டதா என்று தெரியும். ஒரு மனிதனுக்கு ஏற்படுகிற காயங்களை மருத்துவம் அஞ்சு வகையா பிரிச்சிருக்கு. அப்ரேஷியன், அவுல்சியான், இன்னிசியான், லேசிரேஷன், பங்க்சர் என்று நாங்கள் அதை சொல்லுவோம். இன்ஸ்பெக்டர் பைக்ல ட்ராவல் பண்ணும்போது ஸ்கிட் ஆகி கீழே விழுந்து அவர் இறந்திருந்தால் அப்ரேஷியன்னு சொல்லப்படுகிற ரத்தச் சிராய்ப்புகள் கைகளிலும், கால்களிலும் ஏற்பட்டிருக்கும். ஆனால் அவரோட உடம்பில் சின்னதாய் ரத்தச் சிராய்ப்பு கூட இல்லை.

ஆனால் ஒரே ஒரு ரத்தக் காயம் மட்டும் அவரோட பின்மண்டையில் ரொம்பவும் ஆழத்தோடு இருந்ததைப் பார்க்க முடிந்தது. ஏ டீப் கட் இன் ஸ்கின் அண்ட் ஃப்ளஷ். ஏதோ ஒரு கனமான ஆயுதத்தால இன்ஸ்பெக்டரை தாக்கி இருக்கலாம். அப்புறம் இன்னொரு முக்கியமான விஷயத்தையும் இங்கே சொல்ல வேண்டியிருக்கு"

"என்ன..?"

"ராத்திரி எட்டு மணியிலிருந்து ஒன்பது மணிக்குள்ளே இன்ஸ்பெக்டர் இறந்திருக்கார். அதாவது கொலை செய்யப்பட்டிருக்கார். ப்ளட் க்ளாட்டிங் ஃபேக்டர்ஸை வெச்சுப் பார்க்கும்போது அந்த முடிவுக்குத்தான் வர வேண்டிருக்கு" சொன்ன சுகன்யா தன் கையில் வைத்திருந்த

பிரவுன் நிற கவரை நீட்டினாள்.

"ஸார்.... இதுதான் இன்ஸ்பெக்டரோட உண்மையான போஸ்ட்மார்ட்டம் ரிப்போர்ட். இதைக் கொடுத்துட்டு தகவலையும் சொல்லிட்டுப் போகத்தான் நான் வந்தேன்"

கமிஷனர் பொய்யமொழி கவரை வாங்கிக் கொண்டார்.

"தேங்க்யூ டாக்டர்"

"திஸ் ஈஸ் மை டியூட்டி... இதுல நன்றி சொல்ல எதுவுமேயில்லை. எந்த ஒரு காரணத்தை முன்னிட்டும் உண்மையான குற்றவாளி சட்டத்தோட பிடியிலிருந்து தப்பிச்சுடக்கூடாது என்கிற எண்ணத்துலதான் உண்மையான பி.எம். ரிப்போர்ட்டோட உங்களைப் பார்க்க வந்தேன்... இப்போதைக்கு இந்த விஷயம் மீடியாக்களுக்கு போகாமே விசாரணையை இலைமறைவு காய் மறைவாய் நடத்தினால் குற்றவாளிகளைக் கண்டிப்பா மடக்கிடலாம். நான் வர்றேன் ஸார். மெடிக்கல் காலேஜில் அஸ்ஸோசியேஷன் சார்பா ஒரு மீட்டிங். இன்னும் ஒரு மணி நேரத்துக்குள்ளே நான் அங்கே இருக்கணும்"

சொன்ன டாக்டர் சுகன்யா நாற்காலியினின்றும் எழுந்து கொண்டாள்.

தருண் குட் ஹோப் ஹாஸ்பிடலின் பார்க்கிங் ஏரியாவில் காரை நிறுத்திவிட்டு புல்வெளியை ஒட்டிய பாதையில் நடந்துகொண்டே மணிக்கட்டிலிருந்த வாட்ச்சைப் பார்த்தான்.

சரியாய் பதினோரு மணி.

முற்பகல் சூரியன் கோபப்பார்வை பார்த்துக் கொண்டிருந்தாலும் கோவைக்கே உரித்தான குளிர்காற்று வெய்யிலின் வால்யூமை குறைத்து வைத்திருந்தது.

தருண் ஹாஸ்பிடலின் அகலமான வாசல் க்ரானைட் படிகளில் ஏறிக் கொண்டிருந்தபோது பின்னால் அந்தக் குரல் கேட்டது.

"குட் மார்னிங்..!"

திரும்பிப் பார்த்தான்.

தீப்தி படியேறி வந்து கொண்டிருந்தாள். வயலெட் நிற சுடிதார் கருப்பு துப்பட்டாவின் கூட்டணியில் அவளுடைய பொன்னிறம் ஒரு படி தூக்கலாய் தெரிந்தது.

தருண் ஒரு ரெடிமேட் புன்னகையை உதட்டுக்குக் கொடுத்தபடி கேட்டான்.

"அம்மாவுக்கு இப்போ எப்படியிருக்கு?"

"மறுபடியும் ஒரு எம்.ஆர்.ஐ. ஸ்கேன் எடுக்கச் சொல்லிட்டாங்க. இது நாலாவது தடவை. இந்த ஹாஸ்பிடலுக்கு ஏன் வந்தோம்ன்னு இருக்கு.... ஹாஸ்பிடலுக்கு குட் ஹோப்ன்னு பேரை வெச்சுகிட்டு ஏன்தான் இப்படி கொள்ளையடிக்கறாங்களோ தெரியலை. ஆல் ஆர் மணி மைன்டட்... சரி அதைவிடு. உன்னோட ஃப்ரண்ட் புவனேஷ் இப்போ எப்படியிருக்கார் ?"

"கான்ஷியஸுக்கு வந்து இப்ப நார்மலாயிட்டான். அவனைப் பார்க்கத்தான் போயிட்டிருக்கேன்"

"முகிலா கிடைச்சுட்டாளா?"

தருண் முகம் மாறி மௌனிக்க, தீப்தி தன் ஆட்காட்டி விரலால் அவனுடைய தோள்பட்டையை லேசாய்த் தட்டினாள்.

"என்ன பதிலையே காணோம்?"

"அவளைப்பத்தி இதுவரைக்கும் உபயோகமான ஒரு தகவல்கூட கிடைக்கலை"

"போலீஸ் என்ன சொல்றாங்க?"

"அவங்களும் ஆனவரைக்கும் ட்ரை பண்ணிட்டுதான் இருக்காங்க"

"என்ன தருண்.... முகிலா காணாமே போன விஷயத்துல இவ்வளவு அலட்சியமா இருக்கே... உனக்குத்தான் ஐ.ஜியை நல்லாத் தெரியுமே... அவரோட கவனத்துக்கு இந்த விஷயத்தை கொண்டு போக வேண்டியதுதானே?"

"அவர் ரிடையராயிட்டார்"

"ரிடையரானா என்ன.... அவரோட வார்த்தைக்கு என்னிக்குமே ஒரு மதிப்பு இருக்குமே?"

"இனிமேத்தான் பேசிப் பார்க்கணும்"

"என்னது பேசிப் பார்க்கணுமா?" தீப்தியின் இரண்டு புருவங்களும் வியப்பில் ஸ்லோமேஷனில் உயர்ந்தன.

"தருண்.... நீ இப்படி பேசிட்டிருக்கிறது எனக்கு ரொம்பவும் ஆச்சர்யமாயிருக்கு. புவனேஷ் உன்னோட உயிர் நண்பன். தான் காதலிச்ச பொண்ணை கல்யாணம் பண்ணிக்கப்

போற நேரத்துல அவ காணாமே போன சம்பவம் அவர்க்கு எவ்வளவு பெரிய அதிர்ச்சியாய் இருக்கும். நினைச்சுப் பார்த்தியா?"

"எனக்கும் அதிர்ச்சிதான்... இந்த விஷயத்துல நான் மட்டும் என்ன பண்ண முடியும்.. முகிலா இருக்கிற இடத்தை ட்ரேஸ்அவுட் செஞ்சு கண்டுபிடிக்க சைபர் க்ரைம் மூலமா எவ்வளவோ ட்ரை பண்ணியும் முடியலை... "

"முகிலாவுக்கு என்ன நடந்திருக்கும்ன்னு நினைக்கிறே..?"

"எனக்கு ஜோஸியம் தெரியாது. கத்துகிட்டு வந்து சொல்றேன்"

"நீ எதுக்காக இப்ப இவ்வளவு டென்ஷனாகிறே..?"

"இதோ பார் தீப்தி.... இது டென்ஷன் கிடையாது. வருத்தம்... கடந்த ரெண்டு நாளா நான் படற மனவேதனை எனக்குத்தான் தெரியும்"

"இட்ஸ் ஓ.கே... நீ எமோஷனலாக வேண்டாம்.. முதல்ல புவனேஷைப் போய்ப் பாரு... நான் சாயந்தரமா உனக்கு போன் பண்றேன். அம்மாவுக்கு இந்நேரம் எம்.ஆர்.ஐ. எடுத்து முடிச்சிருப்பாங்க. நான் போய்ப் பார்க்கணும்" என்று சொல்லிவிட்டு நகர முயன்ற தீப்தி தயக்கத்தோடு நின்று "அப்புறம் ஒரு விஷயம்" என்றாள்.

"என்ன..?"

"நேத்திக்கு ராத்திரி அம்மாகிட்ட பேசிட்டிருக்கும்போது நம்ம காதல் விஷயத்தை டிக்ளேர் பண்ணிட்டேன். இனி அப்பாகிட்ட சமயம் பார்த்து அம்மா சொல்லிடுவா"

"கல்யாணத்துக்கு ஏன் இவ்வளவு அவசரப்படறே..?"

"இது அவசரமில்லை.. அவசியம். விஷயத்தை அவங்க காதுல போட்டு வெச்சாத்தான் எனக்கு வெளியே மாப்பிள்ளை பார்க்க மாட்டாங்க...."

தருண் அவளை கோபமாய் பார்த்துக் கொண்டிருக்கும்போதே தீப்தி அவனை புன்னகையால் நனைத்தபடி நகர்ந்து போனாள்.

சில விநாடிகள் வரை அங்கேயே நின்று கொண்டிருந்தான். பிறகு பெருமூச்சொன்றை வெளியேற்றியபடி ஐ.ஸி. யூனிட்டை நோக்கி மெல்ல நடந்தான். யூனிட்டின் கண்ணாடிக் கதவைத் திறந்து கொண்டு உள்ளே போக

ஸ்டாஃப் நர்ஸ் ஞானம் எதிர்ப்பட்டாள்.

“சிஸ்டர்” என்று சொல்லி பேச முயன்றவனை கையமர்த்தினாள் நர்ஸ். அவளுடைய கண்களில் ஒரு கலவரம் தெரிந்தது.

“வாங்க... வெளியே போய் பேசலாம்”

“என்ன விஷயம் சிஸ்டர்... ஏதாவது பிரச்சினையா.. ?”

“வாங்க சொல்றேன்”

இருவரும் வெளியே வந்தார்கள். நர்ஸ் ஞானம் தருணை சுவரோரமாய் கொண்டு போய் நிறுத்திக்கொண்டு குரலைத் தாழ்த்தினாள்.

“இப்ப நீங்க புவனேஷை பார்க்கத்தானே வந்திருக்கீங்க.. ?”

“ஆமா சிஸ்டர்.. நீங்கதானே எனக்குப் போன் பண்ணி புவனேஷ் என்கிட்ட ஏதோ பேச விரும்பறதாய் சொன்னீங்க. அதனாலதான் புறப்பட்டு வந்தேன்”

“புவனேஷை இப்ப நீங்க பார்க்க முடியாது”

“ஏன்.. ?”

“அவர் இப்போ உயிர்க்கு ஆபத்தான நிலைமையில க்ரிட்டிகல் இன்டென்ஸிவ் கேர் யூனிட்ல அட்மிட் ஆகியிருக்கார்”

தருண் விழிகள் விரிய அதிர்ந்தான்.

“என்ன சொல்றீங்க சிஸ்டர்... புவனேஷ் நார்மலுக்கு வந்துவட்டதாகவும், சாதாரண வார்டுக்கு மத்தியானத்துக்கு மேல மாத்திடுவோம்ன்னு நீங்க போன்ல சொன்னீங்களே.. ?”

“நான் அப்படி சொல்லும்போது நல்லாத்தான் இருந்தார். அதுக்கப்புறம் ஒரு அரைமணி நேரம் கழிச்சு அவர்க்கு பொருத்தியிருந்த ஐ.வி.ட்ரிப் செட்டை சேஞ்ச் பண்றதுக்காக போனப்ப சுய நினைவு இல்லாமே இருந்தார். தோளைத் தொட்டு கூப்பிட்டுப் பார்த்தேன். கொஞ்சம் கூட அசைவில்லை. மூக்கிலிருந்து லேசாய் ரத்தம் வந்துட்டிருந்தது. நான் பதறிப்போய், உடனே டாக்டருக்கு தகவல் கொடுத்தேன். டாக்டர் வந்து பார்த்துட்டு புவனேஷை க்ரிட்டிகல் கேர் யூனிட்டுக்கு மாத்தச் சொல்லிட்டார். ட்ரீட்மெண்ட் போயிட்டிருக்கு. பல்ஸ் ரேட் வெரி லோ. உயிர் பிழைக்க வாய்ப்பு ரொம்பவும் கம்மி”

19

அஸிஸ்டெண்ட் போலீஸ் கமிஷனர் செழியனும், தருணும் குட் ஹோப் ஹாஸ்பிடலின் சீஃப் டாக்டர் நாராயணமூர்த்திக்கு முன்பாய் கவலை தோய்ந்த பார்வைகளோடு உட்கார்ந்திருக்க, அவர் தன் கையில் வைத்திருந்த ஸ்கேன் ரிப்போர்ட்களை பார்த்தபடி பேசிக்கொண்டிருந்தார்.

"புவனேஷை ஐ.ஸி.யூவிலிருந்து நார்மல் வார்டுக்கு கொண்டு வந்து இரண்டு நாள் ஓய்வாய் இருக்க வைச்சு, வீட்டுக்கு அனுப்பிடலாம்ன்னு நினைச்சுட்டிருந்த நேரத்துல இப்படியொரு சம்பவம் நடந்தது எனக்கு ஆச்சர்யமாவும், அதே நேரத்துல அதிர்ச்சியாவும் இருக்கு...."

செழியன் நாற்காலியின் நுனிக்கு நகர்ந்தபடி கேட்டார்.

"புவனேஷோட ஹெல்த் கண்டிஷன் இப்போ எப்படியிருக்கு டாக்டர்..?"

"ஸீம்ஸ் டு பி கிரிட்டிக்கல்.... இன்னொரு முக்கியமான ஸ்கேன் ரிப்போர்ட்டும், ப்ளட் ரிப்போர்ட்டும் அரை மணி நேரம் கழிச்சுதான் கைக்கு வரும். அந்த ரிப்போர்ட்டுகளின் ரிசல்ட்டைப் பார்த்த பின்னாடிதான் அடுத்த லெவலுக்கான ட்ரீட்மெண்ட்டைப்பத்தி யோசிக்க முடியும்"

டாக்டரின் பேச்சில் தருண் குறுக்கிட்டான்.

"நான் புவனேஷைப் போய்ப் பார்க்கலாமா டாக்டர்..?"

"ஸாரி.... க்ரிட்டிகல் கேர் யூனிட்ல டாக்டர்களைத் தவிர வேறு யார்க்கும் அனுமதியில்லை... புவனேஷோட உடல்நிலை இப்போ எப்படியிருக்குன்னு தெரிஞ்சுக்க சி.சி. யூ. நர்ஸ் ரிப்போர்ட் ஷீட்டைப் பார்த்தாலே போதும்" சொன்ன டாக்டர் தனக்கு முன்பாய் இருந்த கம்ப்யூட்டருக்கு உயிர் கொடுத்து திரையை வெளிச்சமாக்கி கீ போர்டில் விரல்களை ஓட விட்டார்.

சி.சி.யூனிட் என்ற வார்த்தைக்குக் கீழே நோயாளிகளின் பெயர்கள் வரிசையாய் பளிச்சிட்டு நகர்ந்தன. புவனேஷின் பெயரை டாக்டர் டிக் செய்ய, நர்ஸ் ரிப்போர்ட் ஷீட் ஒன்று ஜூம் செய்யப்பட்டு கம்ப்யூட்டர் திரை முழுவதும் பரவியது.

எம்.ஸி.ஜி. ஸ்கோர் ரேன்ஞ்ச்,லெவல் ஒன் மாடரேட்லி சிவியர், பேதாலஜிகல் கண்டிஷன்ஸ், ஈ.ஸி.ஜி.ட்ரேஸஸ் என்று ஆங்கில மருத்துவ வார்த்தைகள் வரிவரியாய் ஓடிக்கொண்டிருக்க டாக்டர் சற்றே கவலையான குரலில் பேசினார்.

"புவனேஷ் இன்னமும் மாடரேட்லி சிவியர் என்கிற ஒரு கண்டிஷன்லதான் இருக்கார். இது லெவல் 1. இதுவே லெவல் 2 ஆக இருந்தால் சிவியர். அதுவே 3 ஆக இருந்தால் வெரி சிவியர்.. இப்ப இருக்கிற நிலைமை கொஞ்சம் சிக்கலானாலும் புவனேஷைக் காப்பாத்தறது எங்களுக்கு ஒரு பெரிய சவாலாயிருக்கும்..."

டாக்டர் சொல்லிக்கொண்டிருக்கும்போதே லேப் டெக்னீஷியன் ஒருவர் கதவை தள்ளியபடி கையில் பெரிய பிரவுன் கவரோடு உள்ளே வந்தார். லேசாய் முகம் மலர்ந்தார் டாக்டர்.

"வாங்க ஆனந்த்..... புவனேஷோட ஸ்கேன் ரிப்போர்ட்டும், ப்ளட் ரிப்போர்ட்டும் ரெடியாயிடுச்சுன்னு நினைக்கிறேன்"

"எஸ் டாக்டர்"

"டிட் யூ ஃபைண்ட் எனி அப்நார்மல்ஸி இன் த ரிப்போர்ட்ஸ்...?" சீஃப் டாக்டர் கேட்க, அந்த லேப் டெக்னீஷியன் ஆனந்த் பதில் சொல்லாமல் மௌனமாய் செழியனையும், தருணையும் மாறி மாறி பார்த்தார்.

"நான் உங்ககிட்டே பேசிட்டிருக்கேன். நீங்க பதில்

சொல்லாமே அவங்களைப் பார்த்துட்டிருந்தா என்ன அர்த்தம் ..?"

"இந்த ரிப்போர்ட்டைப்பத்தி கொஞ்சம் தனியா பேசணும் டாக்டர்...."

டாக்டர் தன்னுடைய முகத்திலிருந்த கண்ணாடியை அதிர்ச்சியோடு கழற்றியபடி ஆனந்தை ஏறிட்டார்.

"தனியா பேசணுமா..?"

"ஆமா டாக்டர்"

"அப்படித் தனியாய் பேச வேண்டிய அவசியமில்லை ஆனந்த். இவர் அஸிஸ்டெண்ட் போலீஸ் கமிஷனர், இவர் புவனேஷோட ஃப்ரண்ட். இவங்க ரெண்டு பேர்க்கும் பிரச்சினை என்னன்னு தெரியறதுல எந்த ஒரு தப்பும் இல்லை... மொதல்ல இப்படி உட்கார்ங்க..." டாக்டர் தனக்குப் பக்கத்தில் இருந்த நாற்காலியைக் காட்டினார்.

ஆனந்த் தயக்கத்தோடு உட்கார்ந்தார். "ரிப்போர்ட்ஸ்ல அப்படியென்ன அப்நார்மல்ஸி..?"

"நீங்களே பாருங்க டாக்டர்"

ஆனந்த் பிரவுன் கவர்க்குள் இருந்த நான்கைந்து தாள்களை எடுத்து டாக்டரிடம் நீட்ட, அவர் கண்ணாடியைப் பொருத்திக்கொண்டு படிக்க ஆரம்பித்தார். பத்து விநாடிகளுக்குப்பின் அவருடைய முகம் சிறிது சிறிதாய் மாறி ரத்தமின்றி வெளுக்க ஆரம்பித்தது.

ஆனந்தை கலவரத்தோடு பார்த்தார்.

"ஸீம்ஸ் டு பி எக்ஸ்ட்ராவேசேஷன் ஐ.வி..?"

"அதேதான் டாக்டர்"

"எப்படி சாத்தியம்..?"

"தெரியலை... அதுதான் குழப்பமாய் இருக்கு. ரிப்போர்ட்டோட ரிசல்ட்டை கன்ஃபார்ம் பண்ணிக்க, மறுபடியும் ஒரு தடவை புவனேஷை டெஸ்ட்டுக்கு உட்படுத்தி பார்த்துட்டேன் டாக்டர்"

"புவனேஷ் ஐ.ஸி. யூனிட்டில் இருந்தபோது அந்த நேரத்தில் அங்கேயிருந்த ட்யூட்டி டாக்டர்ஸ் யாரு..?"

"டாக்டர் சதானந்த், குருசந்தர், விஸ்வநாத் மூணு பேர் இருந்திருக்காங்க டாக்டர். ஸ்டாஃப் நர்ஸ் ஞானத்துக்கு கீழே ஏழு நர்ஸ் ட்யூட்டி பார்த்து இருக்காங்க"

"அவங்களுக்கு இந்த ரிப்போர்ட் விஷயம் தெரியுமா..?"

"தெரியாது"

"இனிமேலும் சொல்ல வேண்டாம். அந்த ட்யூட்டி டாக்டர்ஸ் மூணு பேரையும் உடனடியாய் என்னை வந்து பார்க்கச் சொல்லுங்க"

"எஸ்.... டாக்டர்" சொன்ன ஆனந்த் எழுந்த அந்த அறையினின்றும் வெளியேறிப் போய்விட, செழியன் தவிப்பான குரலில் கேட்டார்.

"புவனேஷுக்கு என்ன பிரச்சினை டாக்டர்..?"

டாக்டர் நாராயணமூர்த்தி வியர்வையில் மினுமினுத்த தன் நெற்றிப் பரப்பை கர்ச்சீப்பால் ஒற்றிக்கொண்டே உலர்ந்தபோன உதடுகளோடு பேச ஆரம்பித்தார்.

"எக்ஸ்ட்ராவேசேஷன் ஐ.வி. என்கிற மெடிக்கல் வார்த்தையை நீங்க கேள்விப்பட்டிருக்க வாய்ப்பில்லை. பொதுவா நோயாளிகளுக்கு ட்ரிப்ஸ் மூலமா மூணு வகையான ஐ.வி. ஃப்ளூயிட்ஸை நரம்புகள் வழியாக உடம்புக்குள்ளே செலுத்துவோம். ஜியோடோனிக், ஹைபோடோனிக், ஹைபர்டோனிக் இந்த மூணுமே பொதுவான பாதுகாப்பான ஐ.வி. ஃப்ளூயிட்ஸ். ஆனா வெசிகன்ட்ஸ்ன்னு சொல்லப்படுகிற ஒரு வகையான காஸ்டிக் மருந்துகளை ஐ.வியில் செலுத்தக்கூடாது. அப்படி செலுத்தறது அந்த நோயாளியின் உயிர்க்கு ஆபத்தை உண்டாக்கலாம். இம்மாதிரியான ஒரு சட்ட விரோத மருத்துவ சிகிச்சைக்குப் பேர்தான் எக்ஸ்ட்ராவேசேஷன் ஐ.வி."

தருண் பதட்டம் நிறைந்த குரலில் கேட்டான்.

"டாக்டர்... யூ மீன் இந்த எக்ஸ்ட்ராவேசேஷன் ஐ.வி. புவனேஷுக்கு கொடுக்கப்பட்டிருக்குன்னு சொல்ல வர்றீங்களா..?"

"எஸ்... ப்ளட் ரிப்போர்ட்லேயும், ஸ்கேன் ரிப்போர்ட்லேயும் வெசிகன்ட்ஸ் என்கிற அந்த வார்த்தை உறுதி செய்யப்பட்டிருக்கு"

"இதனால என்ன பிரச்சினைகள் ஏற்படும்..?"

"உடம்பில் இருக்கிற திசுக்கள் பாதிக்கப்பட்டு செல்கள் சிதைவடைஞ்சு உள்ளுறுப்புகள் செயல் இழக்கும்... அடுத்த

இரண்டு மாச காலத்திற்குள் மரணம் நிச்சயம். மரணம் வரைக்கும் கோமா நீடிக்கும்"

தருணும், செழியனும் திகைத்துப்போய் உட்கார்ந்திருக்க, டாக்டர் சில விநாடிகள் மௌனமாய் இருந்துவிட்டு பேச்சைத் தொடர்ந்தார்.

"நல்லவேளையா ஸ்டாஃப் நர்ஸ் ஞானம் புவனேஷுக்கு பொருத்தியிருந்த ஐ.வி. செட்டை மாத்தப்போனப்ப அவர் கான்ஷியஸ் இல்லாமல் இருந்ததையும், மூக்கிலிருந்து ரத்தம் வடிஞ்சதையும் நோட் பண்ணினதால உடனடியா க்ரிடிக்கல் கேர் யூனிட்டுக்கு ஷிஃப்ட் பண்ணி ட்ரீட்மெண்ட் கொடுக்க முடிஞ்சுது. அப்படி ட்ரீட்மெண்ட் கொடுத்தும் புவனேஷ் இன்னமும் அபாயக் கட்டத்தை தாண்டலை. மூணு மணி நேரத்துக்கு ஒரு தடவை எல்.எஸ்.டி. போட வேண்டியிருக்கு. புவனேஷோட அண்ணனும், அண்ணியும் எவ்வளவு செலவானாலும் பரவாயில்லை, ட்ரீட்மெண்ட்டை கண்டினியூ பண்ணுங்கன்னு சொன்னதால மெடிக்கல் ஸ்பெஷல் டீம் ஒண்ணை நியமிச்சு மானிட்டரிங் பொறுப்பை அவங்ககிட்ட ஒப்படைச்சுட்டேன்..."

"புவனேஷ் உயிர் பிழைக்க முடியும்ங்கிற நம்பிக்கை உங்களுக்கு இருக்கா டாக்டர்..?"

டாக்டர் தன்னுடைய தோள்பட்டைகளை மெல்ல ஜெர்க் செய்துவிட்டு உதட்டைப் பிதுக்கினார்.

"இந்த நிமிஷம் வரைக்கும் இல்லை. இனி வரப்போற நிமிஷங்களில் புவனேஷ் எப்படியிருப்பார்ன்னு என்னால சொல்ல முடியாது"

தருண் பேச முயன்ற விநாடி அவனுடைய சட்டைப் பாக்கெட்டில் இடம் பிடித்திருந்த செல்போன் வைப்ரேஷனில் உறுமியது. அழைப்பது யாரென்று எடுத்துப் பார்த்தான். இக்பாலின் பெயர் நகர்ந்து கொண்டிருந்தது. முகத்தில் எந்தவிதமான உணர்ச்சியையும் வெளிப்படுத்திக் கொள்ளாமல் செழியனிடம் திரும்பினான்.

"பேங்க்லிருந்து போன் பண்றாங்க ஸார்"

"ஏதோ முக்கியமான விஷயம் இருக்கப் போய்த்தான் கூப்பிடறாங்கன்னு நினைக்கிறேன். போய் பேசிட்டு வாங்க"

தருண் நிதான நடையில் அறையை விட்டு வெளியேறி காரிடார் ஏரியாவுக்கு வந்து, யாரும் இல்லாத இடமாகப்

பார்த்து நின்று கொண்டு மெல்ல குரல் கொடுத்தான்.

"சொல்லு இக்பால்"

"என்ன...உன்னோட ஃப்ரண்ட் புவனேஷைப் பார்த்தியா.. எப்படியிருக்கான்.?"

"அவன் இப்போ க்ரிடிக்கல் கேர் யூனிட்ல அட்மிட் ஆகியிருக்கான்...."

"அட... பரவாயில்லையே.. ஐ.ஸி.யூவிலிருந்து சி.சி.யூவிற்கு இவ்வளவு சீக்கிரத்துல பிரமோஷன் கிடைச்சிருக்கு... ஏன் என்னாச்சு..?"

"ட்யூட்டி டாக்டர்ஸ் யாரோ ராங்க் ட்ரீட்மெண்ட் கொடுத்திருக்காங்க...."

இக்பால் மறுமுனையில் சிரித்தான். "அது ராங்க் ட்ரீட்மெண்ட் இல்லை... சரியான ட்ரீட்மெண்ட்தான். எக்ஸ்ட்ராவேசேஷன் ஐ.வி. இப்ப நான் சொன்ன மெடிக்கல் வார்த்தை சரியா..? டாக்டர் சொல்லியிருப்பாரே..?"

தருண் திடுக்கிட்டான்.

"இது எப்படி உனக்கு..?"

"தெரியும்ன்னு கேட்கறியா... எல்லாமே என்னோட ஏற்பாடுதான்"

தருண் சுற்றும் முற்றும் பார்த்துவிட்டு குரலைத் தாழ்த்தினான். "நம்ம ப்ளானிங்க்ல புவனேஷை தீர்த்துக் கட்டற விஷயமே இல்லையே ..?"

"இல்லைதான். ஒரு மணி நேரத்துக்கு முன்னாடி நான்தான் அதைச் சேர்த்துகிட்டேன். முகிலா காணாமே போனதுக்குக் காரணம் நானோ, ஜோஷோ காரணமாய் இருக்கலாம்ன்னு புவனேஷ் எந்த நிமிஷம் ஸ்மெல் பண்ணினானோ அந்த நிமிஷத்திலிருந்தே அவன் தண்ணி பாம்பு கிடையாது. விஷப்பாம்பு. உங்கிட்ட விஷயத்தை சொன்ன மாதிரி அஸிஸ்டெண்ட் போலீஸ் கமிஷனர் செழியன்கிட்ட சொல்லமாட்டாங்கிறது என்ன நிச்சயம்..? அதான் எக்ஸ்ட்ராவேசேஷன் ஐ.வி.க்கு ஏற்பாடு பண்ணிட்டேன்... அவன் உயிரோட இருக்கப்போறது இன்னும் ஒரு வாரமோ பத்து நாளோதான். அதுவரைக்கும் கோமா ஸ்டேஜ்தான்"

"இந்த ஆபத்தான ஐ.வி. விஷயத்தில் உனக்கு உதவி பண்ணின டாக்டர் யாரு ..?"

“எனக்கு உதவி பண்ணினது அந்த ஹாஸ்பிடலில் இருக்கிற டாக்டர்ஸோ, நர்ஸ்களோ கிடையாது”

“அப்புறம் வேற யாரு..?”

தருண் கேட்டுக்கொண்டிருக்கும்போதே அவனுடைய முதுகுப் பின்னால் யாரோ நிற்பது போன்ற உணர்ச்சி.

திரும்பிப்பார்த்தான்.

தீப்தி.

20

தீப்தியை பார்த்ததுமே தருணின் மூளைப் பிரதேசத்தில் இருந்த ஒட்டுமொத்த நியூரான்களும் உஷார் நிலைக்கு வர, செல்போனின் மறுமுனையில் இருந்த இக்பாலிடம் கிசுகிசுப்பான குரலில் “அப்புறம் பேசறேன்” என்று சொல்லி செல்போனை அணைத்துவிட்டு அவளை ஏறிட்டான்.

“எ..எ..என்ன தீப்தி... உன்னோட அம்மாவுக்கு இப்போ எப்படியிருக்கு.? டாக்டரைப் பார்த்துட்டியா..?”

“அம்மாவுக்கு இப்போ பரவாயில்லை. முழங்கால்ல ரீஜனவேஷன் இன்ஜெக்ஷன் ஒண்ணைப் போட்டு இருக்காங்க. ஆர்த்தோ சீஃப் டாக்டர் வந்து பார்த்த பின்னாடிதான் வீட்டுக்குப் போகணுமாம். அந்த டாக்டர் என்டோக்ரினோலஜி டிபார்ட்மெண்ட்டில் இருப்பார்ன்னு ட்யூட்டி டாக்டர் சொன்னதால, அவரைத் தேடிக்கிட்டு இந்தப் பக்கமா வந்தேன். உன்னைப் பார்த்தேன். ஆமா இவ்வளவு மறைவா ஒரு இடத்துல நின்னுகிட்டு சினிமால வர்ற வில்லன் மாதிரி யார்கிட்ட என்ன பேசிட்டிருக்கே..?”

“போன்ல வேற யாருமில்ல. என்னோட ஃப்ரண்ட் இக்பால்தான். புவனேஷ் எப்படியிருக்கான்னு கேட்டுகிட்டு இருந்தான். டவர் சரியா கிடைக்காததினால இப்படி ஓரமா வந்து.....” அவன் பேசப்பேச தீப்தி கையமர்த்தினாள்.

"தருண்"

"என்ன..?"

"நான் மறுபடியும் மறுபடியும் சொன்னதையே சொல்றேன்னு தப்பா நினைக்காதே. அந்த இக்பால், ஜோஷ் ரெண்டு பேருமே சரியில்லை... ஒரே ஒரு தடவைதான் ஃபன் மாலில் அவங்களைப் பார்த்தேன். நீதான் அறிமுகம் பண்ணி வெச்சே.. அப்படி அறிமுகப்படுத்தி வெக்கும்போதுகூட நீ 'நான் தீப்தியை காதலிக்கிறேன்னு சொல்லாமே தூரத்து சொந்தக்கார பொண்ணு'ன்னு சொன்னே. அந்தச் சமயத்துல அவங்க ரெண்டு பேரும் என்னைப் பார்த்த பார்வை இருக்கே... அந்தப் பார்வையில இருந்த விரசம் ஒரு பொண்ணுக்குத்தான் தெரியும் தருண். அவங்க உனக்கேத்த ஃப்ரண்ட்ஸ் கிடையாது. இக்பால் பெரிய பணக்காரனா இருக்கலாம். ஜோஷ் ஒரு ஐ.டி. கம்பெனியோட கீ போஸ்ட்ல இருக்கலாம். என்னைப் பொறுத்தவரைக்கும் ரெண்டுபேரும் தப்பானவங்க. நீ அவங்களை விட்டு விலகி வரணும்"

"ஸாரி"

"எதுக்கு ஸாரி..?"

"லுக்.. நீ நினைக்கிற மாதிரி அவங்க தப்பானவங்க இல்லை... கொஞ்சம் ஜோவியலா இருப்பாங்க.. அவ்வளவுதான். நான் ஒண்ணும் சின்னக்குழந்தை கிடையாது. யார் நல்லவங்க... யார் கெட்டவங்கன்னு பிரிச்சுப் பார்க்க எனக்குத் தெரியும். இந்த விஷயத்துல நீ எனக்கு புத்தி சொல்ல வேண்டிய அவசியமில்லை. எனக்கு அவங்க கூட பேசப் பிடிக்குது. பழகப் பிடிக்குது. அவங்க கூடவே இருக்கணும்போல தோணுது. நான் அப்படித்தான் இருப்பேன்"

"நீ.... இப்ப எதுக்காக இவ்வளவு கோபப்படறே ..?"

"இதோ பார்.... இக்பால், ஜோஷ் இவங்களைப் பத்தி யாராவது தப்பா சொன்னா எனக்குப் பிடிக்காது. நீ உன்னோட வேலையை மட்டும் பாரு.. அதோ எதிர்ல இருக்கிறதுதான் என்டோக்ரினோலஜி டிபார்ட்மெண்ட். நீ பார்க்க வேண்டிய டாக்டர் அங்கேதான் இருப்பார். பார்த்துட்டு கிளம்பு. நானா உனக்கு போன் பண்றவரைக்கும் நீ எனக்குப் பண்ணக்கூடாது.. அதையும் மீறி நீ பண்ணினா நான் போன்காலை அட்டெண்ட் பண்ணமாட்டேன்"

தருண் அடிக்குரலில் கர்ஜிக்காத குறையாய் பேசிவிட்டு

அந்த இடத்தைவிட்டு நகர்ந்துவிட, தீப்தி திகைத்துப் போனவளாய் சில விநாடிகள் வரை அங்கேயே நின்று பிறகு, அனலாய் பெருமூச்செறிந்தபடி, எதிரே இருந்த என்டோக்ரினோலஜி டிபார்ட்மெண்ட்டை நோக்கி நடந்தாள். எதிரே ஒரு நர்ஸ் வர நிறுத்தினாள்.

"எக்ஸ்க்யூஸ்மீ... டாக்டர் யாதகிரியைப் பார்க்கணும். அவர் எந்த ரூம்ல இருப்பார்..?"

"இதோ பக்கத்து ரூம்தான்..." நர்ஸ் அறையை சுட்டிக்காட்டிவிட்டு நகர்ந்துவிட, தீப்தி அந்த அறைக்கு முன்பாய் போய் நின்று, பாதி திறந்திருந்த கதவை மெல்லத் தட்டினாள்.

"மே... ஐ... கம்... இன் டாக்டர்"

"எஸ்" உள்ளேயிருந்து கனமான குரலொன்று வெளிப்பட்டு, உத்தரவைக் கொடுக்க தீப்தி கதவைத் திறந்து கொண்டு உள்ளே போனாள்.

நீள் சதுரமான கண்ணாடி மேஜைக்குப் பின்னால் அறுபது வயதை நெருங்கிக் கொண்டிருந்த டாக்டர் யாதகிரி தெலுங்கு வாசனையடிக்கும் முகத்தோடு பார்வைக்குத் தட்டுப்பட்டார். கையில் வைத்திருந்த ரிப்போர்ட் ஒன்றை ஃபைலுக்குள் வைத்து மூடிவிட்டு தீப்தியை ஏறிட்டார். தீப்தி ஆங்கிலத்தில் ஏதோ பேச முயற்சித்த விநாடி அவர் மெலிதாய் சிரித்தார்.

"உட்காரம்மா.... நான் ஆந்திராதான்... இருந்தாலும் தமிழ் எனக்கு நல்லாவே தெரியும்... நீ பேஷண்ட் திலகவதியோட பொண்ணுதானே..?"

"ஆமா டாக்டர்...."

"அம்மாவுக்கு இப்போ ரீஜீனவேஷன் இஞ்ஜெக்சன் ஒண்ணு போட்டிருக்கு. எப்ப வீட்டுக்கு கூட்டிட்டு போலாம்ன்னு கேட்க வந்திருக்கே. நான் சொன்னது சரியா..?"

"அதேதான் டாக்டர்...."

"அரை மணிநேரம் கழிச்சு கூட்டிட்டு போம்மா.... உன்னோட அம்மாவுக்கு எந்தப் பிரச்சினையும் இல்லை. எல்லா ஸ்கேன் ரிப்போர்ட்டையும் நான் சிஸ்டத்திலேயே பார்த்துட்டேன். ஷி ஈஸ் நார்மல். இந்த வயசுல பெண்கள் எல்லார்க்கும் வரக்கூடிய ஆர்த்தரைடிஸ்

பிராப்ளம்தான் உன்னோட அம்மாவுக்கும் வந்திருக்கு.. தினசரி ரெண்டு டம்ளர் பால். வாரத்துக்கு ரெண்டு தடவை மத்தி மீன் சாப்பிட்டா எலும்போட தேய்மானம் கட்டுப்பாட்டுக்குள்ளே இருக்கும். பிரிஸ்கிரிப்ஷன்ல ஒரே ஒரு மருந்து மட்டும்தான் எழுதிக்கொடுத்திருக்கேன். அதை மட்டும் சாப்பிட்டா போதும். இனிமேல் எந்த கன்சல்டேஷனும் அவங்களுக்கு வேண்டியதில்லை ”

“தேங்க்ஸ் டாக்டர்” சொல்லிக்கொண்டே எழ முயன்ற தீப்தியை கையமர்த்தினார் டாக்டர் யாதகிரி.

“ஒரு நிமிஷம் உட்காரம்மா... உன்கிட்ட கொஞ்சம் பேசணும்”

முகம் நிறைய கேள்விக்குறிகளால் நிரப்பிக்கொண்டு மறுபடியும் தயக்கத்தோடு உட்கார்ந்தாள் தீப்தி.

“என்ன பேசணும் டாக்டர்..?”

“கொஞ்ச நேரத்துக்கு முந்தி சீஃப் டாக்டர் அறைக்கு முன்புறம் இருக்கிற வராந்தா தூண் மறைவுல ஒரு பையனோட பேசிட்டிருந்ததை நான் பார்த்தேன். அந்தப் பையன் யாரும்மா..?”

“அது...அது... வந்து டாக்டர்”

“எனக்குப் புரியுது.... அவனை நீ காதலிக்கிறே... ஏம் ஐ ரைட்?”

“ஆமா டாக்டர்”

“அந்தப் பையன் பேர் என்ன..?”

“தருண்...”

“தருணைப் பத்தின விபரங்களை நான் தெரிஞ்சுக்கலாமா..?”

தீப்தி குழப்பத்தோடு யாதகிரியைப் பார்த்தாள்.

“டாக்டர்... எதுக்காக இப்ப அவரைப் பத்தி விசாரிக்கறீங்க..?”

“நான் கேட்ட கேள்விக்கு நீ மொதல்ல பதில் சொல்லம்மா”

“அவர்க்கு சொந்த ஊர் பாண்டிச்சேரி. வீட்டுக்கு ஒரே பையன். அவரோட அம்மாவும் அப்பாவும் பாண்டிச்சேரியில்தான் இருக்காங்க. இவர் மட்டும் இங்கே கோயமுத்தூர்ல இருக்கார். பேங்க்ல அஸிஸ்டெண்ட் மானேஜரா ஒர்க் பண்றார். வீடு உக்கடம் ஏரியால. ரெண்டு ஃப்ரண்ட்ஸோட தங்கியிருக்கார்”

"தருணோட பழக்கவழக்கமெல்லாம் எப்படி..?"

"கொஞ்சம் பிடிவாத குணம். கூடவே முன்கோபம்"

"உனக்குத் தெரிஞ்ச விபரங்கள் இவ்வளவுதானா... இல்லை இன்னும் ஏதாவது இருக்கா..?"

"இவ்வளவுதான் டாக்டர்..."

"எதையும் மறைக்கலையே ..?"

"எதுக்காக மறைக்கணும்..?"

"ஸாரிம்மா.. ஒரு முக்கியமான விஷயம் உனக்குத் தெரியலை போலிருக்கு"

தீப்தியின் கண்களில் கலவரம் பரவியது.

"டாக்டர்... நீங்க இப்ப என்ன சொல்ல வர்றீங்க..?"

சில விநாடிகள் மௌனம் அனுஷ்டித்த டாக்டர் யாதகிரி தன் இரண்டு முழங்கைகளையும் மேஜையின் மேல் ஊன்றிக்கொண்டு குரலைத் தாழ்த்தினார்.

"ஆந்திரா ஸ்டேட் ஹனம்கொண்டா மென்டல் ஹெல்த் நியூரோ சயின்ஸ் ஹாஸ்பிடல் இன்டென்ஸிவ் வார்டில் தருண், ஒரு வருஷம் மனநோயாளியாய் இருந்ததும், ட்ரீட்மெண்ட்டுக்குப்பிறகு அந்த மனச்சிதைவு நோயிலிருந்து அவன் மீண்டதும் எனக்குத் தெரியும். உனக்குத் தெரியுமா..?"

தீப்தியின் ஒட்டுமொத்த உடலும் அதிர்ச்சிக்கு உட்பட, பார்வை நிலைகுத்திப் போனவளாய் டாக்டரையே வெறித்தாள்.

யாதகிரி பேச்சைத் தொடர்ந்தார்.

"சொல்லு.... உனக்கு இந்த விஷயம் தெரியுமா.... தெரியாதா..?"

"தெ....தெ....தெரியாது டாக்டர்" தீப்தியின் தலை தன்னிச்சையாய் பயத்தில் ஆடியது.

"நான் இந்த ஹாஸ்பிடல்ல ஜாய்ண் பண்றதுக்கு முந்தி ஆந்திரா வாரங்கல்ல ஒரு பிரபலமான ஹால்பிடலில் ஆர்த்தோ சர்ஜனாய் இருந்தேன். அங்கிருந்து 9 கி.மீ. தூரத்தில் ஹனம்கொண்டா மென்டல் ஹால்பிடலில் சீஃப் சைக்யாட்ரிஸ்ட்டாய் இருந்த பூர்ணசந்தர்ராவ் என்னோட ஃப்ரண்ட். அவரைப் பார்த்து பேசறதுக்காக மாசத்துக்கு ஒரு தடவையாவது அங்கே போயிடுவேன். ஒரு நாள் முழுவதும் அவரோட ஹால்பிடல்ல இருந்துட்டு மறுநாள்

வாரங்கல்லுக்கு வந்துடுவேன். அந்த சமயத்துலதான் நான் தருணை அங்கே பார்த்தேன். பார்க்கிறதுக்கு ஒரு சினிமா ஹீரோ மாதிரி இருக்கிற தருணுக்கு என்ன பிரச்சினைன்னு என்னோட நண்பர் பூர்ணசந்தர்ராவ்கிட்ட கேட்டேன். தருணுக்கு 'பை போலார் டிஸ்ஆர்டர்' என்கிற மனச்சிதைவு நோய் இருக்கிறதா அவர் சொன்னார்"

யாதகிரி பேசப்பேச தீப்தி குறுக்கிட்டு கேட்டாள்.

"தருணுக்கு உங்களைத் தெரியுமா டாக்டர்..?"

"தெரியாது.... நான் அந்த ஹனம்கொண்டா ஹாஸ்பிடலுக்கு வந்துட்டு போனதை அவன் கவனிச்சிருக்க வாய்ப்பில்லை. ஏன்னா அவன் ட்ரீட்மெண்ட் எடுத்துட்டிருந்த இன்டென்ஸிவ் வார்டுக்கும், டாக்டர் பூர்ணசந்தர்ராவ் அறைக்கும் இடையே நூறு மீட்டர் தூரமாவது இருக்கும்...."

"தருணைப் பார்த்தா ஒரு மனநோயாளி மாதிரி தெரியலையே டாக்டர் ..?"

"தெரியாது. அதுதான் பை போலார் டிஸ்ஆர்டர்ங்கிற மனச்சிதைவு நோயோட மிகப் பெரிய பலவீனம். பேஷண்ட் குணமாயிட்ட மாதிரி தெரியும். ஆனா உள்ளுக்குள்ளே நீறுபூத்த நெருப்பா அந்த நோயோட தாக்கம் இருக்கும். தமிழ்ல இதுக்குப் பேரு இருமுனைக்கோளாறு. இந்த நோயால ஒருத்தர் பாதிக்கப்பட்டா அது வாழ்நாள் முழுவதும் இருக்கும்னு சொல்லுது இன்னைக்கு இருக்கிற மருத்துவம். எப்படிப்பட்ட நவீன சிகிச்சை எடுத்துகிட்டாலும் சரி, நோயை ஓரளவுக்கு கட்டுப்படுத்த முடியுமே தவிர கம்ப்ளீட்டா குணப்படுத்த முடியாது. இது ஒரு வகையான ஹைபோமேனியா... இதுக்கு மேல நான் எதை எதையோ சொல்லி உன்னை பயமுறுத்த விரும்பலை. தருண் பத்தி தெரிஞ்ச ஒரு உண்மையை உன்கிட்ட சொல்லணும்னு நினைச்சேன். சொல்லிட்டேன்"

தீப்தி அதிர்ச்சியிலிருந்து மீள முடியாமல் உறைந்து போய் உட்கார்ந்திருக்க, யாதகிரி அந்தக் கேள்வியைக் கேட்டார்.

"உனக்கும் தருணுக்கும் இடையில் எப்படி இந்தக் காதல் வந்ததுன்னு தெரிஞ்சுக்கலாமா..?"

"அவர் வொர்க் பண்ற பேங்க்குக்கு நான் ஒரு கஸ்டமர். வாரத்துக்கு ரெண்டு மூணு தடவையாவது பேங்க்குக்கு போவேன். ஒரு லோன் வாங்கற விஷயத்துல அவர் எனக்கு

ரொம்பவும் உதவி பண்ணினார். அந்த நெருக்கம்தான் போகப்போக காதலா மாறுச்சு..”

“தருணோட நடவடிக்கையில உனக்கு எந்த ஒரு சந்தேகமும் வரலையா..?”

“வரலை.. ஆனா சமீப காலமாய் ஒரு நெருடல் எட்டிப் பார்க்க ஆரம்பிச்சது”

“என்ன நெருடல்..?”

“இந்த காதல் விவகாரத்தில் எனக்கு இருந்த உறுதிப்பாடு அவர்க்கு இல்லை. என்னைக் காதலிக்கிற விஷயம் வெளியே யார்க்கும் தெரியக்கூடாதுன்னு நினைக்கிறார். நினைக்கிறார்ன்னு சொல்றதை காட்டிலும் பயப்படறார்ன்னு சொல்றதே சரியாய் இருக்கும்”

“இப்ப நீ சொன்ன இந்த பயம் சம்பந்தப்பட்ட விஷயம்தான் பை போலார் டிஸ்ஆர்டர் நோயாளிகளுக்கே உரித்தான ஒரு முக்கியமான அறிகுறி. இப்படிப்பட்டவங்களுக்கு எந்த அளவுக்கு பயம் இருக்குமோ அந்த அளவுக்கு மூர்க்கத்தனமான தைரியமும் இருக்கும். அதாவது தனக்குப் பிடிக்காத ஒரு நபரை டார்ச்சர் பண்ணிப்பண்ணியே கொலை செய்யக்கூடிய அளவுக்கு இருக்கும். இந்த பயம் மாதிரியே வேறு எந்த ஒரு உணர்ச்சியாக இருந்தாலும் சரி அது ஒரு பக்கம் லைட்டாவும், இன்னொரு பக்கம் எக்ஸ்ட்ரீமாவும் இருக்கும்”

தீப்தி வியர்த்த முகமாய் பய எச்சிலை விழுங்கிவிட்டு கேட்டாள்.

“இப்ப நான் என்ன பண்ணனும் டாக்டர்..?”

“நீ அவன்கிட்டயிருந்து கொஞ்சம் கொஞ்சமாய் விலகணும். அப்படி நீ விலகிப் போறதை அவன் கண்டுபிடிச்சுடவும் கூடாது. அப்படி அவன் கண்டுபிடிச்சுட்டா அது உன்னோட உயிர்க்கும் ஆபத்தா முடியவும் வாய்ப்பிருக்கு”

21

கமிஷனர் பொய்யாமொழியின் கண்களில், உண்மையிலேயே கனல் பறந்தது. தனக்கு முன்பாய் நிமிர்ந்து உட்கார்ந்திருந்த அஸிஸ்டெண்ட் கமிஷனர் செழியனை தனது குத்தீட்டி போன்ற பார்வையால் துளைத்தபடி பேசிக் கொண்டிருந்தார்.

"மிஸ்டர் செழியன்... புவனேஷ் முகிலா திருமணம் நடக்காமே போனதுக்குக் காரணம் ஒரு சாதாரண விஷயமாத்தான் இருக்கும்ன்னு நினைச்சேன். ஆனா இப்ப நடந்துட்டு இருக்கிற சம்பவங்களைப் பார்த்தா அப்படி தோணலை.... இந்த கேஸுக்குள்ளே விபரீதமான ஏதோ ஒரு விஷயம் இருக்கலாம்ங்கிறது என்னோட கெஸ்வொர்க். நீங்க என்ன நினைக்கறீங்க..?"

"மே....பி..... ஸார்"

பொய்யாமொழி எரிந்து விழுந்தார். "என்ன மே...பி? அப்படியொரு விபரீதமான விஷயம் இருக்கப்போய்த்தான் இன்ஸ்பெக்டர் முத்துக்குமரன் கொலை செய்யப்பட்டிருக்கார். இப்போ ஹாஸ்பிடலில் ஐ.ஸி.யூனிட்டில் ட்ரீட்மெண்ட் எடுத்துகிட்டு இருந்த புவனேஷுக்கு ஒரு தப்பான ஐ.வி. இன்ஜெக்சனைப் போட்டு கொல்லப் பார்த்திருக்காங்க... எல்லாத்துக்கும் மேல காணாமே போன முகிலா இந்த நிமிஷம் எங்கே

எப்படி இருக்கான்னு நம்மால ஸ்மெல் கூட பண்ண முடியலை... அந்த ரெண்டு ஃபேமிலி மெம்பர்ஸை தரோவா விசாரணை பண்ணீங்களா இல்லையா ..?"

"விசாரணை பண்ணினேன் ஸார்... புவனேஷ் முகிலாவோடு சம்பந்தப்பட்ட நபர்கள் யாரையுமே சந்தேகப்பட முடியலை... அவனோட அண்ணன் மகேந்திரன், அண்ணி சுவர்ணா, முகிலாவோட அப்பா, தருண் இவங்க எல்லாருமே ஹார்ம்லெஸ் பர்சன்ஸ்"

"அதாவது இந்த நாலு பேர் மீதும் சந்தேகப்பட முடியாத அளவுக்கு அவங்க நடவடிக்கைகள் இருக்குன்னு சொல்ல வர்றீங்க..?"

"ஆமா ஸார்... முகிலாவோட அப்பா ரத்தினம் கடந்த ரெண்டு நாளா... சரியா சாப்பிடாமே, தூங்காமே அழுதுகிட்டே இருக்கார். நேத்து ஒரு தடவை மயக்கமாயிட்டார். அதே மாதிரிதான் புவனேஷோட அண்ணனும், அண்ணியும் மனசளவில் உடைஞ்சு போய், வீட்டுக்குக் கூட போகாமே ஐ.ஸி.யூனிட்டுக்கு வெளியிலேயே இருண்டு போன முகங்களோடு மணிக்கணக்கா உட்கார்ந்துட்டிருக்காங்க. ஐ.ஸி.யூனிட்டை விட்டு எந்த நர்ஸ் வெளியே வந்தாலும் அந்த நர்ஸுக்கு பின்னாடியே ஓடிப்போய் புவனேஷுக்கு எப்படியிருக்குன்னு கேட்டுக்கிட்டிருக்காங்க.. தருணைப்பத்தி சொல்லவே வேண்டாம். தான் வேலை பார்க்கிற பேங்க்ல எவ்வளவு பிரச்சினைகள் இருந்தாலும், அதையும் பார்த்துகிட்டு கிடைக்கிற நேரத்துல ஹாஸ்பிடலுக்கு வந்து, புவனேஷுக்கு வேண்டிய மருந்துகளை வாங்கிக் குடுத்துட்டு உள்ளே போய் ஆறுதல் சொல்லி... ரியலி ஹி ஈஸ் கிரேட் ஸார்"

கமிஷனர் பொய்யாமொழி ஒரு பெருமூச்சோடு நிமிர்ந்தார்.

"ஸாரி மிஸ்டர் செழியன்... எனக்கு வேண்டியது டிஸ்க்ரிப்ஷன் இல்லை.. நெட் ரிசல்ட்.... இந்த கேஸ்ல இன்ஸ்பெக்டர் முத்துக்குமரன் கொலை செய்யப்பட்டிருக்கார். புவனேஷைக் கொல்ல முயற்சி நடந்திருக்கு... இந்தச் சம்பவங்கள் நடக்க யார் காரணம்.... எது காரணம் என்கிற கேள்விகளுக்கான பதில் மட்டுமே.... எனக்கு எப்போ பதில் கிடைக்கும்..? "

"இன்னும் ஒரு நாலைஞ்சு நாள் டைம் குடுங்க ஸார்"

"ஒரு வாரமே எடுத்துக்கலாம். அடுத்த தடவை என்னைப் பார்க்க வரும்போது ஒரு உபயோகமான தகவலோட வந்து சல்யூட் வையுங்க. நவ்... யூ மே கோ......"

செழியன் புயலடிக்கிற உள்ளத்தோடு நாற்காலியைவிட்டு எழுந்தார்.

கோவையின் மேற்கு வானம் ரத்த சிவப்போடு ஒரு போர்க்களம் போல் தெரிய, உக்கடம் பைபாஸ் ரோட்டில் அந்த போலீஸ் ஜீப் சீரான வேகத்தில் விரைந்து கொண்டிருந்தது.

ஜீப்பின் பின்பக்க இருக்கையில் உட்கார்ந்திருந்த செழியன் ட்ரைவரின் தோளைத் தொட்டார். சற்றே கனமான குரலில் கூப்பிட்டார்.

"ஞானவேல்"

"ஸார்..."

"நீ சொன்ன யோசனை நல்ல பலனைக் குடுக்குமா..?"

"கண்டிப்பா கொடுக்கும் ஸார்"

"அவன் பேர் என்ன..?"

"நூருல்லா ஸார்...."

ஜீப் யூ டர்ன் அடித்துக்கொண்டு உக்கடம் ஏரியாவின் உட்பகுதியில் இருந்த அன்பு நகரின் எல்லைக்குள் நுழைந்தது. சாலையின் இருபக்கத்திலும் வரிசையாய் வந்த எல்.இ.டி. விளக்குகள் மின்சாரத்தைச் சாப்பிட்டு வெளிச்சத்தை உமிழ்ந்து கொண்டிருக்க, செழியன் ஜீப்புக்குள் இருந்து எட்டிப் பார்த்தபடி சொன்னார்.

"இந்த ஏரியா நாளுக்கு நாள் நல்லா டெவலப் ஆயிட்டு வருது இல்லையா ..?"

"ஆமா ஸார்.... பத்து வருஷத்துக்கு முந்தி இந்த ஏரியா ஒரு பார்த்தீனிய காடு மாதிரி இருக்கும். இன்னிக்கு ஒரு மினி சிட்டியா மாறிடுச்சு. இங்கே ஒரு கிரவுண்ட் நிலம் வாங்கி வீடு கட்டணும்ன்னா கையில ஒரு கோடி ரூபாயாவது வேணும் ஸார்"

"ஏரியாவைப் பார்த்தாலே தெரியுதே"

செழியன் சொல்லிக்கொண்டிருக்கும்போதே ஜீப்பின் வேகம் குறைந்தது. ட்ரைவர் ஞானவேல் சொன்னார்.

“ஸார்.... ஸ்பாட்டுக்கு வந்துட்டோம்... அதோ அந்த ரோடு கார்னர்ல தெரியுதே அதுதான் நூருல்லாவோட பானிபூரி கடை”

செழியன் குனிந்து முன்புறக் கண்ணாடி வழியே பார்த்தார்.

“கடையில கூட்டமேயில்லையே..?”

“இப்ப மணி ஏழு கூட ஆகலை ஸார்... எட்டு மணிக்கு மேலத்தான் டாஸ்மாக் தேசத்து குடிமக்கள் க்ரூப் க்ரூப்பா வர ஆரம்பிப்பாங்க. பானிபூரி வியாபாரம் ராத்திரி பதினோரு மணி வரைக்கும் ஜோராயிருக்கும்....”

ஜீப் வேகத்தை வெகுவாய் குறைத்துக்கொண்டு சாலையோரமாய்ப் போய் நின்றது.

“ஸார்.... கட்டம் போட்ட சட்டையைப் போட்டுகிட்டு பச்சைக்கலர்ல கைலி கட்டியிருக்கானே....அவன்தான் நூருல்லா... நான் மொதல்ல போய் அவன்கிட்ட சொல்லி வைக்கிறேன்.நீங்க அஞ்சு நிமிஷம் கழிச்சு ஜீப்பைவிட்டு இறங்கி கடைக்கு வாங்க ஸார்..”

ஞானவேல் சொல்லிவிட்டு நூறடி தொலைவில் இருந்த நூருல்லாவின் பானிபூரி கடையை நோக்கி நடக்க ஆரம்பித்துவிட, செழியன் ஜீப்பின் பின்சீட்டுக்கு சாய்ந்து உட்கார்ந்தார்.

சரியாய் ஐந்து நிமிஷம்.

செழியன் ஜீப்பினின்றும் இறங்கி கடையை நோக்கி நடக்க, நடக்கவே, நூருல்லா பதட்ட நடையோடு வேகவேகமாய் வந்து, அவரை எதிர்கொண்டு பவ்யமாய் ஒரு கும்பிடு போட்டான்.

“வணக்கம் ஸார்...”

“உன்கிட்ட ஒரு பத்து நிமிஷம் பேசணும்”

“வாங்க ஸார்....”

கடையின் உள்ளே கூட்டிப்போய் ஒரு நல்ல நாற்காலியாய் பார்த்து எடுத்துப்போட, செழியன் உடகார்ந்துகொண்டே கேட்டார்.

“எத்தனை வருஷமாய் இந்த பானிபூரி வியாபாரம்..?”

“கடந்த அஞ்சு வருஷமா ஸார்”

“அதுக்கு முந்தி....”

“அ..அ.. அதுக்கு முந்தி....”

“நான் சொல்றேன்... ஒரு அரசியல் கட்சியின் ஆசீர்வாதத்தோட ரவுடியிஸம் பண்ணிட்டிருந்தே... பஸ்ஸை பெட்ரோல் ஊத்தி கொளுத்தின குற்றத்துக்காக நாலு வருஷம் ஜெயில்ல இருந்தே சரியா..?”

“இப்ப நான் அந்தக் கட்சியில் இல்ல ஸார்.... சிறைவாழ்க்கை எனக்கு எவ்வளவோ நல்ல விஷயங்களைக் கத்து குடுத்துருக்கு. அதுல ஒரு விஷயம் சொந்தமா உழைச்சு சம்பாதிக்கிற காசுதான் என்னிக்குமே நிலைக்கும்ங்கிறது. அதனாலதான் ஜெயில்லயிருந்து வந்ததும் இந்த இடத்துல பானிபூரி ஸ்டால் போட்டேன். அல்லாவோட அருளால வியாபாரம் நல்லா போயிட்டிருக்கு ஸார்....”

“சரி, நான் இப்ப கேட்கிற கேள்விக்கு நீ உண்மையான பதிலைச் சொல்லணும்..?”

“கேளுங்க ஸார்”

“இந்த ஏரியால பழைய குற்றவாளிகள் நிறைய பேர் இருக்கிறதா கேள்விப்பட்டேன் உண்மையா..?”

“உண்மைதான் ஸார்”

“அவங்க யார் யார்ன்னு தெரியுமா..?”

“ஓரளவுக்கு தெரியும் ஸார்... கேபிள் பாலு, வொர்க்சாப் காதர், சிக்கன் கடை சேது, கெத்து செல்வம், பங்க் ராபார்ட், வெல்டிங் முத்து, உக்கடம் துரை இப்படி சிலரை மட்டும் சொல்ல முடியும் ஸார்”

“இந்த ஏரியால இருக்கிற பழைய குற்றவாளிகளைப் பார்க்கிறதுக்காக சில போலீஸ் அதிகாரிகள் இங்கே வர்றதா கேள்விப்பட்டேன். அது உண்மையா..?”

நூருல்லாவின் முகம் மாறியது.

“அ...அ...அது வந்து..... ஸார்”

“இதோ பார்..... பொய் சொல்லக்கூடாது. நான் இங்கே வந்ததே ஒரு முக்கியமான கேஸுக்கு பின்னாடி இருக்கிற உண்மைகளைக் கண்டுபிடிக்கிறதுக்காகத்தான். நீ இப்ப என்கிட்ட பேசப் போற ஒவ்வொரு வார்த்தையிலும் உண்மை மட்டுமே இருக்கணும்... சொல்லு... இங்கே இருக்கிற பழைய குற்றவாளிகளை பார்க்க வர்ற போலீஸ் அதிகாரிகள் யார் யாரு..?”

"எனக்குத் தெரிஞ்சு ஒருத்தர் மட்டும்தான் வருவார். ரெண்டு நாளைக்கு முன்னாடி கூட ராத்திரி எட்டுமணிக்கு மஃப்டியில் வந்தார். பைக்கை நம்ம கடை வாசல்ல நிறுத்தி உக்கடம் துரை வீடு எதுன்னு கேட்டார்"

செழியனின் முதுகுத்தண்டுவடம் தன்னிச்சையாய் நிமிர்ந்தது.

"அந்த போலீஸ் ஆபீஸரோட பேர் தெரியுமா..?"

"பேர் தெரியாது ஸார். ஆனா அவர் இன்ஸ்பெக்டர்ன்னு தெரியும்"

செழியன் தன் சட்டைப்பாக்கெட்டில் வைத்திருந்த முத்துக்குமரனின் போட்டோவை எடுத்துக் காட்டினார்.

"நீ பார்த்த இன்ஸ்பெக்டர் இவர்தானா..?"

நூருல்லா பார்த்துவிட்டு தலையசைத்தார்.

"ஆமா ஸார்.... இவரேதான்"

"உக்கடம் துரையோட வீடு எதுன்னு காட்டினியா..?"

"ஆமா ஸார்... இதே குறுக்கு ரோட்ல நேராப்போனா அஞ்சாவது வீடுன்னு சொன்னேன். அவரும் கிளம்பி போனார்"

"அவர் உக்கடம் துரையைப் போய்ப் பார்த்தாரா..?"

"தெரியலை ஸார்... ஆனா"

"என்ன ஆனா..?"

"ராத்திரி பதினோரு மணிக்கு மேல நான் கடையை மூடிட்டு வீட்டுக்குப் போகும்போது இன்ஸ்பெக்டரோட பைக்கை, இதே ரோட்ல கடைசி வீட்டுக்கு முன்புறமாய் இருக்கிற வேப்பமரத்துக்கு கீழே நின்னுட்டிருந்ததைப் பார்த்தேன்"

"அது உக்கடம் துரையோட வீடா..?"

"இல்ல ஸார்"

"அப்புறம் யார் வீடு..?"

"தெரியலை ஸார்..."

"உக்கடம் துரையோட உனக்கு பழக்கம் இருக்கா..?"

"பெரிசா பழக்கம் கிடையாது ஸார்... என்னிக்காவது ஒருநாள் இங்கே பானிபூரி சாப்பிட வருவார்... பொதுவா ரெண்டொரு வார்த்தை பேசுவார். அவ்வளவுதான்...."

"துரையோட போன் நெம்பர் தெரியுமா..?"

"தெரியாது ஸார்"

"யார்கிட்டே கேட்டா அவன் போன் நெம்பர் கிடைக்கும்..?"

"துரை குடியிருக்கிற வீட்டு ஓனர் பழனியப்பன்கிட்ட கேட்டா நெம்பர் கிடைக்கலாம் ஸார்"

"இதே ரோட்ல அஞ்சாவது வீடா..?"

"ஆமா ஸார்"

செழியன் கடையை விட்டு வெளியே வந்து எல்.இ.டி. விளக்குகள் சிந்தியிருந்த வெளிச்சத்தில் நடந்தார்.

ஐந்தாவதாய் இருந்த வீட்டை அடைந்து அழைப்புமணியை அழுத்த அந்த எழுபது வயது பழனியப்பன், பனியனிலும், நாலு முழ வேஷ்டியிலும் பார்வைக்கு கிடைத்தார். தான் யார் என்பதை அவரிடம் அடையாள அட்டையைக் காட்டி அறிமுகப்படுத்திக்கொண்டதும் பதட்டமடைந்தார்.

"ஸ...ஸார்... ஏதாவது பிரச்சினையா..?"

"பிரச்சினைதான்.... துரை உங்க வீட்டு மாடியிலதானே குடியிருக்கான்..?"

"ஆமா ஸார்"

"இப்ப மாடியில... ஆள் இருக்கானா..?"

"ரெண்டு நாளைக்கு முன்னாடி வெளியே போன ஆள் இன்னமும் வீட்டுக்கு வரலை ஸார்"

"துரையோட போன் நெம்பர் தெரியுமா..?"

"தெரியாது ஸார்... ரெண்டு மூணு தடவை கேட்டுப் பார்த்தேன். அவன் தரலை.. அவனோட நடவடிக்கை சரியில்லாததால வீட்டை காலி பண்ணச் சொல்லியிருக்கேன்"

"சரி.... இந்த ரோட்டோட கடைசியில் வேப்ப மரத்துக்கு எதிர்ல ஒரு வீடு இருக்கே... அந்த வீட்ல யார் இருக்காங்கன்னு உங்களுக்கு தெரியுமா..?"

"தெரியும் ஸார்.. மூணு பசங்க குடியிருக்காங்க"

22

செழியனின் இரண்டு புருவங்களும் ஒரு சேர உயர்ந்தன.

"என்னது மூணு பசங்களா..?"

"ஆமா ஸார்" என்றார் பழனியப்பன்.

"அவங்களைத் தவிர வேற யார் எல்லாம் அந்த வீட்ல இருக்காங்க..?"

"வேற யாரும் இருக்கிற மாதிரி தெரியலை ஸார். காலைல மூணு பேரும் வேலைக்குப் புறப்பட்டு போவாங்க. நைட் எட்டுமணிக்குத் திரும்புவாங்க. சில நாட்களில் வீடு பூட்டியே இருக்கும்... அவங்க யார் கூடவும் பேசி நான் பார்த்ததில்லை. கொஞ்சம் ரிசர்வ்ட் டைப்"

"அவங்க பேர் என்ன... இதே ஊரைச் சேர்ந்தவங்களா..?"

"அந்த விபரமெல்லாம் எனக்குத் தெரியாது ஸார்"

"சரி... வாங்க... அந்த வீட்டுக்குப் போய்ப் பார்க்கலாம்"

"ஒரு நிமிஷம்" என்று சொன்ன பழனியப்பன் வீட்டுக்குள் சென்று சட்டையை மாட்டிக் கொண்டு வந்தார்.

"வாங்க ஸார் போலாம்"

இருவரும் அந்த வீட்டை நோக்கி நடந்தார்கள். நடக்க நடக்கவே செழியன் கேட்டார். "இதே தெருவுல குடியிருக்கீங்க... அது எப்படி அந்த மூணு பேரையும்

பத்தியும் தெரிஞ்சுக்காமே இருக்கீங்க..?"

"ஸார்.... நான் ரயில்வேலே டெப்டி சீஃப் என்ஜினியராய் வேலை பார்த்து ரிடையரானவன். மூணு வருஷத்துக்கு முந்திதான் இந்த ஏரியாவில் வீடு கட்டி குடி வந்தேன்... வீட்ல நானும் என்னோட மனைவியும் மட்டும்தான் இருக்கோம். பொண்ணும் பையனும் வெளிநாட்ல இருக்காங்க.. எனக்கு உடம்பு கொஞ்சம் முடியாததினால வீட்டை விட்டு அதிகம் வெளியே வர்றதில்லை. பொதுவா இந்த தெருவுல யார் யார் குடியிருக்காங்கன்னு தெரியுமே தவிர அவங்களைப் பத்தின முழு விபரம்.... எனக்குத் தெரியாது....."

இரண்டு பேரும் பேசிக்கொண்டே அந்த வீட்டை நெருங்கினார்கள்.

"பங்களா டைப்ல பெரிய வீடுதான்" செழியன் சொல்லிக்கொண்டே அந்த மோட்டரைஸ்ட் ஸ்லைடிங் காம்பௌண்ட் கேட் பக்கமாக போய் உள்ளே எட்டிப் பார்த்தார்.

ஒட்டுமொத்த பங்களாவும் அரையிருட்டில் சிக்கியிருக்க, ஒரே ஒரு ஐந்து வாட்ஸ் எல்.இ.டி.பல்ப் மட்டும், வெளிச்சப் பொட்டாய் போர்டிகோவின் மேற்கூரையில் ஒட்டியிருந்தது.

பழனியப்பன் சொன்னார். "ஸார்.... வீட்ல யாரும் இல்ல போலிருக்கு.... போர்டிகோவில் எப்படியும் ரெண்டு கார் நின்னுட்டிருக்கும். இப்ப கார் எதுவும் இல்லை. காம்பௌண்ட் கேட் வேற பூட்டியிருக்கு"

"அவங்க வேலைக்கு போயிட்டு எட்டு மணிக்குத்தான் வருவாங்கன்னு நீங்கதானே சொன்னீங்க... வெயிட் பண்ணிப் பார்ப்போம்... இன்ஸ்பெக்டர் முத்துக்குமரனோட பைக் இந்த பங்களாவுக்கு முன்னாடியிருக்கிற வேப்பமரத்துக்கு கீழே ராத்திரி பதினோரு மணி வரைக்கும் நின்னுட்டு இருந்ததா பானிபூரி கடை நூருல்லா சொன்னது ஒரு முக்கியமான தகவல். அந்த மூணு பேரைப் பார்க்கக்கூட முத்துக்குமரன் வந்து இருக்கலாம். அவங்களை விசாரிச்சாத்தான் முத்துக்குமரனுக்கு என்ன நடந்ததுங்கிற உண்மை வெளியே வரும்...."

செழியன் சொல்லிக்கொண்டிருக்கும்போதே பழனியப்பன் சற்றே அவசரக் குரலில் "ஸ...ஸ....ஸார்" என்றார்.

“என்ன..?”

“இந்த ஏரியா கூர்க்கா வர்றான். இவன்கிட்ட கேட்டா ஒரு வேளை விபரம் தெரியலாம்”

செழியன் திரும்பிப் பார்க்க, அந்த குள்ளமான உருவம் சிமெண்ட் நிற யூனிஃபார்மில் கையில் டார்ச்சோடு சைக்கிளில் வருவது தெரிந்தது. கை நீட்டி அவனை மறித்தார்.

கூர்க்கா சைக்கிளின் வேகத்தை சட்டென்று குறைத்து “ஸாப்” என்று சொல்லிக்கொண்டே பதட்டத்தோடு இறங்கினான். செழியன் அஸிஸ்டெண்ட் போலீஸ் கமிஷனர் என்று பழனியப்பன் கூர்க்காவிடம் சொன்னதும் அவனுடைய சிறிய கண்களில் பயம் ஒட்டிக்கொண்டது. சைக்கிளை ஸ்டாண்ட் போட்டவன் மெதுவாய் பக்கத்தில் வந்து நின்றபடி கலக்கமான குரலில் “க்யா ஸாப்” என்றான்.

செழியன் கேட்டார்.

“உம் பேர் என்ன..?”

“தயான் ஸாப்”

“எத்தனை வருஷமா இந்த ஏரியாவில் கூர்க்காவாய் இருக்கே..?”

“அஞ்சு வருஷமா ஸாப்”

“இந்த பங்களாவுல யார் இருக்காங்கன்னு தெரியுமா..?”

“மாலும் ஸாப்”

“யாரு..?”

“தீன் தோஸ்த் ஸாப்”

“அந்த மூணு பேர் யார்ன்னு தெரியுமா..?”

“தெரியும்” என்பது போல் தலையாட்டிவிட்டு சொன்னான். “இக்பால் ஸாப், ஜோஷ் ஸாப், தருண் ஸாப்......”

செழியனின் மூளையில் பொறி தட்டியது.

“கடைசியா என்ன பேர் சொன்னே..?”

“தருண் ஸாப்......”

ராயல் என்ஃபீல்ட் க்ளாஸிக் பைக், தன்னுடைய உலோக உடம்பை உதறிக்கொண்டு டாப்ஸ்லிப் கெஸ்ட் ஹவுஸுக்கு முன்பாய் நின்று சிக்கனமாய் புகை கக்கி ஊமையான போது, இரவு எட்டரை மணி. தருண் கீழே இறங்கினான்.

அந்த மலைப்பிரதேசம் முழுவதும் நேர்த்தியாய் கறுப்பு பெயிண்ட் அடித்தது போல் இருண்டு போயிருக்க, இருட்டுக்காகவே காத்திருந்தது போல் சில பறவைகள் விட்டு விட்டு வினோதமாய் கத்திக் கொண்டிருந்தது.

பைக்கைப் பார்த்ததும் உள்ளேயேயிருந்து ஓடி வந்த திடகாத்திரமான வாட்ச்மேன் ரத்தினம் விக்கெட் காம்பௌண்ட் டோரைத் திறந்துவிட்டான்.

தருண் பைக்கை அவனிடம் ஒப்படைத்தான்.

"அவுட்ஹவுஸுக்கு பின்னாடி கொண்டு போய் பைக்கை நிறுத்து"

"சரிங்கய்யா"

"இக்பாலும். ஜோஷும் மாடியில் இருக்காங்களா, கீழேயா..?"

"மாடியிலதான் இருக்காங்கய்யா"

தருண் நூறடி தொலைவில் ஒரு நிழல்படம் போல் தெரிந்த அந்தக் கட்டிடத்தை நோக்கிப்போனான். டாப்ஸ்லிப் மலையின் குளிரை தாஜா செய்வதற்காக மார்புக்கு ஸ்வெட்டரையும், கைகளுக்கு லெதர் க்ளவுஸையும் கொடுத்திருந்த தருண் நிதானமாய் நடை போட்டு, கெஸ்ட் ஹவுஸின் வாசற்படி ஏறி வெறுமனே சாத்தியிருந்த கதவைத் திறந்துகொண்டு உள்ளே போனான்.

அரையிருட்டில் அந்தப் பெரிய ஹால் தெரிய மேல் மாடியறை வராந்தாவில் மட்டும் வெளிச்சம் பரவியிருந்தது. மாடிப்படிகளில் ஏறி இரண்டாவது அறைக்குள் நுழைந்தான். டி.வியின் அகன்ற திரையில் 'மோஸ்ட் டேஞ்சரஸ் கேம்' திரைப்படம் பார்த்துக்கொண்டிருந்த இக்பாலும், ஜோஷும் திரும்பிப் பார்த்து ஒரே குரலில் "ஹாய்" சொல்லி கைகளை உயர்த்தினார்கள்.

இக்பாலின் இடது கையில் பொன்னிற ஒயின் ததும்பும் புனல் வடிவ டம்ளரும், வலது கையில் சிக்கன் லெக்பீஸும் இடம் பிடித்திருக்க கண்களில் போதை பரவிக்கொண்டிருந்தது. லேசாய் கோபப்பட்டான்.

"என்ன தருண்.... உனக்காக இவ்வளவு நேரம் வெயிட் பண்ணிப் பார்த்துட்டு இப்பத்தான் அரேபியன் க்ரேப்ஸ் ஒயின் பாட்டிலை ஓப்பன் பண்ணினோம். ஏன் இவ்வளவு லேட்..?"

"உக்கடம் பைபாஸ் ரோட்டிலிருந்து ஈச்சனாரி கோயில் வரைக்கும் சரியான ட்ராஃபிக் முப்பது கிலோமீட்டர்க்கு மேல பைக்கை ஓட்ட முடியலை...." சொல்லிக் கொண்டே சோபாவுக்கு சாய்ந்து உட்கார்ந்தான் தருண்.

ஜோஷ் கேட்டான்.

"சரி ... புவனேஷ் எப்படியிருக்கான்... இன்னிக்கு ராத்திரிக்குள்ளே போய்ச் சேர்ந்துடுவானா..?"

"நாம சந்தோஷப்படறமாதிரி அவனோட கண்டிஷன் இல்லை... அவனை பிழைக்க வைக்க அந்த ஹாஸ்பிடலோட சீஃப் டாக்டர் போராடிகிட்டிருக்கார்... புவனேஷுக்கு எக்ஸ்ட்ராவேசேஷன் ஐ.வி. இஞ்ஜெக்சன் சரியான முறையில போடப்பட்டிருந்தா இந்நேரம் அவன் கதை முடிஞ்சிருக்கும். அரையும் குறையுமா இஞ்ஜெக்சன் போட்டா... இப்படித்தான் எப்ப சாவான்னு காத்திட்டிருக்கணும்" என்று கோபமாய் குரலெடுத்து பேசிய தருண் இக்பாலை ஏறிட்டான்.

"இப்பவாவது சொல்லு.... அந்த வேலையை யார்கிட்டே குடுத்தே..?"

"பயோ மெடிக்கல் வேஸ்ட் கலெக்ஷன் அண்ட் செக்ரிகேஷன் டிபார்ட்மெண்ட்ல எனக்கு வேண்டிய ஒருத்தர் இருக்கார். கோயமுத்தூர்ல இருக்கிற பாதிக்கும் மேற்பட்ட ஹாஸ்பிடல்களில் இருக்கிற மருத்துவக்கழிவுகளை பாதுகாப்பான முறையில டிஸ்போஸ் பண்ணி அழிக்கிறதுதான் அவரோட வேலை. அவர் டாக்டர்க்கு படிக்கில்லனாலும் ஒரு டாக்டர்க்கு தெரிஞ்ச எல்லா விஷயங்களும் அவர்க்கும் தெரியும். அந்த நம்பிக்கையில்தான் அந்த அசைன்மெண்டை அவர்க்குக் குடுத்தேன்.... இப்படி சொதப்பிடுவார்ன்னு நான் நினைக்கலை"

தருண் சில விநாடிகள் மௌனமாய் இருந்துவிட்டு கேட்டான்.

"சரி... முகிலா இப்போ எப்படியிருக்கா.... அவளுக்கு கான்ஷியஸ் திரும்பிடுச்சா இல்லையா..?"

"இன்னும் இல்லை...."

"ஏன் என்னாச்சு..... இந்நேரம் அவளுக்கு கான்ஷியஸ் திரும்பி நார்மலான நிலைக்கு வந்து இருக்கணுமே ..?"

"நீ சொல்றது சரிதான் தருண். முகிலா கர்ப்பமா இருக்கிற விஷயம் தெரியாமே பெண்டாஜோஸின் இஞ்செக்சனை

ஒரு ஆம்பியூல் அதிகமாய் போட்டதோட விளைவு 'சின்கோப்' என்கிற மயக்க நிலைக்கு போயிட்டா. எப்படியும் ராத்திரி பனிரெண்டு மணிக்கு மேல முகிலாவுக்கு சுய உணர்வு வந்துடும்ன்னு நினைக்கிறேன்"

"முகிலா இப்ப எந்த ரூம்ல இருக்கா..?"

"பக்கத்து ரூம்தான் "

தருண் எழுந்து அரையிருட்டோடு இருந்த அந்த பக்கத்து அறைக்குள் நுழைந்தான். சுவரோரமாய் போடப்பட்டிருந்த கட்டிலில் ஒரு நேர்க்கோட்டைப்போல் மல்லாந்து படுத்திருந்தாள் முகிலா. அவள் இயல்பான சுவாசத்தில் இருப்பதற்கு அடையாளமாய் மார்புப்பகுதி சீராக ஏறி இறங்கிக்கொண்டிருந்தது. அவளுடைய கன்னத்தை சற்றே பலமாய் தட்டியபடி குனிந்து கூப்பிட்டான்.

"முகிலா....."

உடம்பில் சின்ன சலனம் கூட இல்லை. ஒரு சிற்பம் படுத்திருந்தது போன்ற நிசப்தம்.

இக்பாலும், ஜோஷும் அறைக்குள் நுழைந்தார்கள். ஜோஷ் போதை வழியும் குரலில் குழறலாய்ப் பேசினான்.

"தருண்.... நாம என்னிக்கு டாப்ஸ்லிப் கெஸ்ட் ஹவுஸுக்கு வந்தாலும் சரி, அந்த ராத்திரி வீணாய்ப் போனதில்லை. இந்த ராத்திரியும் அப்படித்தான். எப்படியும் இன்னும் ரெண்டு மணி நேரத்துக்குள்ளே முகிலாவுக்கு சுய உணர்வு வந்துடும். அதுக்கப்புறம் 'டைகர்ஸ் அண்ட் டீர்' விளையாட்டை விளையாடலாம்... இப்ப உனக்காக அரேபியன் க்ரேப்ஸ் ஒயினும், ரத்தினம் நமக்காக சமைச்ச மான்கறியும் காத்திட்டிருக்கு... வா.... சாப்பிடலாம்"

"எனக்கு இன்னிக்கு அரேபியன் க்ரேப்ஸ் ஒயின் வேண்டாம் "

"அப்புறம்..?"

"சைனீஷ் ஸ்நேக் இஞ்ஜெக்சன்"

"உன்னோட ஃபேவரைட் அது..... போட்டுக்கலாம் வா...."

மூன்று பேரும் அறையை விட்டு வெளியே வந்தார்கள்.

கோவை கமிஷனர் அலுவலகம். இரவு மணி 10.30.

கமிஷனர் பொய்யாமொழிக்கு முன்பாக நிமிர்ந்து

உட்கார்ந்திருந்தார் செழியன்.

"தருண் மேல சந்தேகப்படறீங்களா..?" கமிஷனர் கேட்க செழியன் தலையசைத்தார்.

"லேசா ஒரு சந்தேகம் வருது ஸார்"

"தருணோட இருந்த அந்த ரெண்டு ஃப்ரண்ட்ஸ் யாரு..?"

"ஒருத்தன் இக்பால், இன்னொருத்தன் ஜோஷ். மூணு பேரும் ஒரே வீட்ல இருந்திருக்காங்க.. அந்த அன்பு நகர்ல யார் கூடவும் அவங்க நெருங்கி பழகாத காரணத்தால அங்கே இருக்கிற யார்க்கும் அவங்களைப் பத்தி தெரியலை ஸார்"

"தருண் ஒரு பேங்க்லதானே வேலை பார்க்கிறதா சொன்னீங்க..?"

"ஆமா ஸார்"

"எந்த பேங்க்..?"

"ஏதோ ஒரு பேங்க்கோட பேரைச் சொன்னார் ஸார். மறந்துட்டேன்"

"அவரோட செல்போன் நெம்பரையும் நீங்க வாங்கிக்கலை"

"ஸாரி ஸார்... தருண் மேல எனக்கு கொஞ்சம் சந்தேகம் வந்திருந்தாலும் எல்லா விபரங்களையும் கேட்டு வாங்கியிருப்பேன். எனக்கு தருண் மேல துளி கூட சந்தேகம் வரலை"

"சரி... இக்பால், ஜோஷ், தருண் இந்த மூணு பேருமே இப்ப வீட்ல இல்லை. வெளியே போயிருக்காங்க. மணி பத்தரை ஆகியும் இன்னும் வரலை... அவங்க எங்கே இருக்காங்கன்னு எப்படி கண்டுபிடிக்கப் போறீங்க..?"

செழியனுக்கு வியர்க்க ஆரம்பித்தது.

23

இரவு மணி 10.45.

டாப்ஸ்லிப் கெஸ்ட் ஹவுஸின் ஒட்டுமொத்தப்பரப்பும் இருட்டில் புதைந்து போயிருக்க, வீட்டின் உட்புறம் மட்டும் அரைகுறை வெளிச்சத்தோடு தெரிந்தது. மதுவின் தாலாட்டில் இருந்த இக்பால், ஜோஷ், தருண் மூன்று பேரும் டபிள்யூ டபிள்யூ ஃஎப் சானலில் ஓடிக்கொண்டிருந்த மூர்க்கமாய் ரத்தம் தெறிக்கத் தெறிக்க இரண்டு பெண்கள் மோதும் மல்யுத்தக் காட்சியொன்றைப் பார்த்துக்கொண்டிருந்தார்கள்.

ஜோஷ் தருணிடம் கேட்டான்.

"இதுல எவ ஜெயிப்பான்னு நினைக்கிறே..... ஆப்பிரிக்காகாரியா இல்ல வெள்ளைக்காரியா ..?"

"என்னோட வோட்டு வெள்ளைக்காரிக்குத்தான். ஒரு சூறாவளி காத்து மாதிரி அவ சுத்தி சுத்தி அடிக்கிறதைப் பார்த்தா எனக்கே மூக்கு, வாயில ரத்தம் வர்ற மாதிரியிருக்கு...." சொன்ன தருண் தனக்கு அருகே சோபாவுக்கு சாய்ந்து உட்கார்ந்திருந்த இக்பாலின் தோளைத் தட்டினான்.

"நீ என்ன சொல்றே..?"

இக்பால் பாதி செருகிய விழிகளோடு பதில் சொல்ல முயன்ற விநாடி, அவனுடைய செல்போன் வைப்ரேஷனில் ரீங்காரம் செய்தது. எரிச்சலோடு செல்போனை எடுத்து

அழைப்பது யார் என்று பார்த்தான்.

செல்போனின் மறுமுனையில் அவனுடைய அப்பா தாஹிர் காத்திருக்க, பீறிட்ட கோபத்தை அடக்கிக்கொண்டு கேட்டான்.

“என்ன டாட்.... அபுதாபியிலிருந்து இந்த நேரத்துக்கு போன்..?”

“அபுதாபியில இப்ப நேரம் 9.15. இந்தியாவுல 10.45. ஒன்றரை மணி நேரம்தானே வித்தியாசம்..... அதுவுமில்லாமே இந்த நேரத்துக்கு நீ தூங்கியிருக்க மாட்டேன்னு எனக்கு தெரியும். அதனாலதான் போன் பண்ணினேன்”

“சரி... என்ன விஷயம் டாட்..?”

“டெல்லியில் இருக்கிற மெண்டல் ஹெல்த் சைக்யாட்ரி டிபார்ட்மெண்ட்டைச் சேர்ந்த டாக்டர் ப்ரவீண் குப்தாவுக்கு இன்னிக்குக் காலையில போன் பண்ணி பேசினியா..?”

“....................”

“என்ன பேச்சையே காணோம்.... ?”

“ஸாரி டாட்.... மறந்துட்டேன்”

“என்னது மறந்துட்டியா.....? உனக்கு இருக்கிற மனரீதியான பிரச்சினை தீரணும்ன்னா, டாக்டர் ப்ரவின் குப்தாவோட டெலி ஹெல்த் ட்ரீட்மெண்ட் ரொம்பவும் முக்கியம்ன்னு சொன்னேனா இல்லையா.... ?”

“மறுபடியும் ஸாரி டாட்.... எப்படியோ மறந்துட்டேன்”

“நாளைக்காவது போன் பண்ணி டாக்டர்கிட்ட பேசு”

“கண்டிப்பா பேசிடறேன்”

“என்ன பேச்சு குழறலாயிருக்கு... குடிச்சிருக்கியா .... ?”

“இல்ல டாட்....”

“இதோ பார் இக்பால்... உனக்கு இருக்கிற பிரச்சினைக்கு ஒரு துளி மதுகூட ரத்தத்துல கலக்கக்கூடாதுன்னு டாக்டர் சொல்லியிருக்கார். என்ன ஏமாத்த முயற்சி பண்ணாதே... போனதடவை வீட்டுக்கு வந்தப்ப பார்த்தேனே.. எத்தனை காலி பாட்டில் கிடந்ததுச்சு ”

“நான் யாரையும் ஏமாத்தல்ல... டாக்டர் சொன்னதையெல்லாம் ஃபாலோ பண்ணிட்டிருக்கேன்.

இப்ப என் பேச்சு குழறலாயிருக்கிறதுக்கு காரணம் தூங்கறதுக்காக மாத்திரை போட்டிருக்கேன். அதுவும் டாக்டர் தந்த மாத்திரைதான் டாட்”

“சரி.... நாளைக்கு நீ டாக்டர்க்கு போன் பண்ணி பேசிட்டு எனக்கு உடனடியா தகவல் கொடுக்கணும்......”

“ஷ்யூர் டாட்”

“சரி.... தூங்கு... குட்நைட்”

பதிலுக்கு “குட்நைட்” சொல்லிவிட்டு தன்னுடைய செல்போனை அணைத்தபடி, ஜோஷையும், தருணையும் ஏறிட்டான் இக்பால்.

“என்னோட அப்பாவுக்கு வேற வேலையே இல்லை. ஏதோ டெலி ஹெல்த் ட்ரீட்மெண்டாம். டெல்லியில் இருக்கிற ஒரு டாக்டர் கிட்ட பேசச் சொல்றார்... நாளைக்கு காலையில மறக்காமே பேசிடணும். ரெண்டு பேர்ல யாராவது ஒருத்தர் ஞாபகப்படுத்துங்க....”

தான் பேசிய பேச்சுக்கு ஜோஷ், தருண் இரண்டு பேரிடமிருந்தும் எந்தவிதமான பதில் வராமல் போகவே, அந்த அரையிருட்டில் கண்களைச் சுருக்கி அவர்களின் முகங்களை உற்றுப் பார்த்தான். அந்த முகங்களில் பதட்டம் தெரிந்தது.

“ரெண்டு பேர்க்கும் என்னாச்சு..?”

“இ...இ...இக்பால்” தருணின் குரலில் மைனஸ் டிகிரி குளிர் அடித்தது.

“ஏண்டா உன்னோட குரல் இப்படி நடுங்குது..?”

“கொ...கொ....கொஞ்சம் திரும்பி மாடிப்படியைப் பாரு”

இக்பால் போதை நிரம்பிய விழிகளோடு திரும்பிப் பார்த்தான். முதுகுத்தண்டு வடத்தில் நண்டு ஒன்று ஊர்வது போன்ற உணர்ச்சியில் உடம்பின் ஒட்டு மொத்த ரத்தமும் ஒரு விநாடி குளிர்ந்தது.

அரையிருட்டான மாடிப்படிகளின் உச்சியில் இருந்த முகிலா மெதுவாய் பூனை நடைபோட்டு இறங்கிக் கொண்டிருந்தாள்.

வடவள்ளி க்யூரியோ கார்டன் அவென்யூக்குள் நுழைந்த போலீஸ் ஜீப் கங்கா மெயின் ரோட்டின் மையத்தில், இருந்த அந்த வீட்டுக்கு முன்பாய் தன்னுடைய முகப்பு

விளக்குகளை அணைத்துக் கொண்டபோது முன்னிரவு.

செழியன் ஜீப்பினின்றும் இறங்கிக்கொண்டே ட்ரைவரிடம் கேட்டார்.

"இந்த வீடுதானே..?"

"ஆமா ஸார்.... நெம்பர் 99-Aன்னு கொட்டை எழுத்துல தெரியுது" ட்ரைவர் சொல்லிக் கொண்டே காம்பௌண்ட் கேட்டை நெருங்கி உட்புற சுவரில் இருந்த அழைப்பு மணியின் பொத்தானை அழுத்தினார்.

பத்து விநாடிகளின் மௌனத்துக்குப்பிறகு அந்தச் சிறிய போர்டிகோவின் சுவரில் ஒட்டியிருந்து மினி ட்யூப்லைட் எரிய, பக்கவாட்டு ஜன்னலின் கதவு தயக்கமாய் திறந்தது. ஒரு பெண்ணின் முகம் எட்டிப் பார்த்து குரல் கொடுத்தது.

"யாரு..?"

செழியன் கேட்டார்.

"இது தீப்தியோட வீடுதானே..?"

"ஆமா....."

"அவங்களைப் பார்க்கணும்"

"நீங்க யாரு..?"

"போலீஸ்"

ஜன்னலில் தெரிந்த முகம் உடனே மறைந்து போக, அடுத்த சில விநாடிகளில் வீட்டின் பிரதான கதவு திறந்தது. தீப்தி கலவரம் படிந்த முகத்தோடு எட்டிப் பார்த்தாள்.

"நா...நான்தான் தீப்தி... என்ன விஷயம்..?"

"அயாம் அஸிஸ்டெண்ட் கமிஷனர் ஆஃப் போலீஸ் செழியன். உங்ககிட்ட ஒரு விசாரணை பண்ண வேண்டியிருக்கு... உள்ளே போய் பேசலாமா..?"

தீப்தி வியர்த்துப்போன முகத்தோடு தலையசைத்தாள்.

"வாங்க.... ஸார்"

செழியன் உள்ளே நுழைந்தார். வரவேற்பறையிலிருந்த சோபாவைக் காட்டினாள் தீப்தி. அவர் வீட்டைச் சுற்றும் முற்றும் பார்த்துக்கொண்டே உட்கார்ந்தார்.

"வீட்ல உங்களைத் தவிர வேற யார் இருக்காங்க ..?"

"நானும் என்னோட அம்மாவும் மட்டும்தான். அப்பா பிசினஸ் விஷயமா நாக்பூர் போயிருக்கார்"

"கொஞ்ச நேரத்துக்கு முன்னால ஜன்னலைத் திறந்து பேசின அந்தப் பொண்ணு யாரு..?"

"அந்தப் பொண்ணோட பேரு டெய்ஸி... ஹோம் நர்ஸ். என்னோட அம்மாவுக்கு உடம்பு ரீதியாய் பல பிரச்சினைகள். அவங்களைப் பார்த்துக்கிறதுக்காக டெய்ஸி இங்கே தங்கியிருக்கா... நீங்க என்கிட்ட ஏதோ விசாரணைப் பண்ணனும்ன்னு சொன்னீங்களே.... என்ன விஷயம் ஸார்..?"

"கொஞ்சம் தனியாய் பேசணும்"

"நோ.... பிராப்ளம்.... உள்ளே இருக்கிற ரூம்ல அம்மா தூங்கிட்டிருக்காங்க. டெய்ஸி அம்மாவுக்குப் பக்கத்துலதான் இருப்பா.... நீங்க பேசலாம்" தீப்தி சொல்லிக் கொண்டே எதிரேயிருந்த நாற்காலியில் உட்கார்ந்தாள்.

செழியன் சில விநாடிகள் நிசப்தம் காத்துவிட்டு குரலைத் தாழ்த்தினார். "நாம இப்ப பேசப்போறது தருணைப் பத்தி....."

தீப்தியின் முகம் திகைப்புக்குள் விழுந்தது.

"தருணா..?"

"தருணேதான்... அவரைத் தெரியாதுன்னு பொய் சொல்லிடாதீங்க. நீங்க ஒரு சின்ன பொய்யைச் சொன்னாலும் கூட அது ஒரு பெரிய பிரச்சினையாய் மாறக்கூடிய அபாயம் இருக்கு. நான் எல்லா விவரங்களையும் தெரிஞ்சுகிட்டுதான் உங்ககிட்டே வந்திருக்கேன்"

தீப்தியின் பின்னங்கழுத்தில் வியர்வை ஊறியது.

"என்னை எதுக்காக விசாரிக்கணும் ..?"

"போலீஸ் காரணம் இல்லாமே யார் வீட்டு வாசற்படியும் ஏற மாட்டாங்க மிஸ் தீப்தி..... உங்களை விசாரணை பண்றதுக்கு முன்னாடி முக்கியமான ஒரு விஷயத்தை உங்ககிட்ட சொல்லப் போறேன். அதைக்கேட்டு நீங்க அதிர்ச்சியடையக்கூடாது"

தீப்தியின் முகம் கலவரக்கடலாக மாற, செழியன் பேச்சைத் தொடர்ந்தார்.

"தருணோட பால்யகாலத்து நண்பன் புவனேஷை உங்களுக்குத் தெரியும்ன்னு நினைக்கிறேன்"

"தெரியும்"

"அந்த புவனேஷ் தான் கல்யாணம் பண்ணிக்க இருந்த முகிலா காணாமே போன அதிர்ச்சியில் குட்ஹோப்

ஹாஸ்பிடலில் க்ரிடிகல் கேர் யூனிட்டில் அட்மிட் செய்யப்பட்டு ட்ரீட்மெண்ட்டில் இருக்கிற விஷயமும் தெரியும்ன்னு நினைக்கிறேன்"

"தெரியும்"

"அந்த முகிலா காணாம போக அவ ஒண்ணும் சின்னக் குழந்தை கிடையாது. அவ கடத்தப்பட்டு இருக்கலாம்ன்னு நான் சந்தேகப்படறேன். அந்தக் கடத்தலுக்கு பின்னாடி தருணும், அவனோட நண்பர்கள் இக்பால், ஜோஷ் இருக்கலாம்ங்கிறதுக்கான ஒரு ஆதாரமும் கிடைச்சிருக்கு..... அதை உறுதிப்படுத்திக்கத்தான் உங்ககிட்ட வந்தேன்"

"ஸார்... நீங்க பேசற ஒவ்வொரு வார்த்தையும் நெருப்புத்துண்டம் மாதிரி என்னோட காதுல விழுந்துட்டிருக்கு. இது எனக்கு சம்பந்தமில்லாத விஷயம்"

"சம்பந்தம் இருக்கு.... நீங்களும் தருணும் காதலர்கள்தானே..?"

"நேத்துவரைக்கும் தருணை நான் காதலிச்சிட்டிருந்தேன். ஆனா இன்னியிலிருந்து அந்த எண்ணத்தை மாத்திகிட்டேன்"

"என்ன காரணம் ..?"

"ஸாரி... நான் அந்த காரணத்தை சொல்ல விரும்பலை "

"நீங்க சொல்லாம இருந்தாலும் எனக்குத் தெரியும்.. தருண் ஒரு சைக்கோ பேர்வழி என்கிற காரணம்தானே..?"

தீப்தியின் விழிகள் வியப்பில் உறைந்தன.

"உங்களுக்கு எப்படி இந்த உண்மை தெரியும் ஸார் ..?"

"குட்ஹோப் ஹாஸ்பிடலின் ஆர்த்தோ ஸ்பெஷலிஸ்ட் டாக்டர் யாதகிரிதான் சொன்னார்"

"டாக்டர் எப்படி இந்த விஷயத்துல சம்பந்தப்படறார் ..?"

செழியன் மென்மையாய் ஒரு புன்னகையை உதிர்ந்துவிட்டு பேச ஆரம்பித்தார்.

"முகிலா கடத்தப்பட்டதின் பின்னணியில் தருண் இருக்கலாம் என்கிற எண்ணம் எனக்கு ஏற்பட்டதுமே, குட்ஹோப் ஹாஸ்பிடலில் தருண் புவனேஷ்க்கு உதவியாய் இருந்தப்ப, அவரோட நடவடிக்கைகள் எப்படியிருந்தது, அவர் யார் யாரையெல்லாம் சந்திச்சுப் பேசினார் என்கிற விபரங்களைத் தெரிஞ்சுக்கிறதுக்காக, ஹாஸ்பிடலில் பொருத்தப்பட்டிருந்த சி.சி.டி.வி. காமிராக்களின் ஃபுட்டேஜை எடுத்து போட்டுப் பார்த்தோம். அந்த

ஃபுட்டேஜில் நீங்களும் தருணும் இரண்டு தடவை சந்திச்சுப் பேசியிருக்கீங்க. ஒரு தடவை பார்மஸிக்குப் பக்கத்துல, இரண்டாவது தடவை ஆர்த்தோ வார்டுக்குப் பக்கத்துல. நான் சொல்றது சரியா தீப்தி..?"

தீப்தி பிரமிப்பு அகலாத கண்களோடு செழியனைப் பார்த்து "ஆமா" என்பது போல் தலையசைக்க செழியன் பேச்சைத் தொடர்ந்தார்.

"நீங்க இரண்டாவது தடவை தருணைப் பார்த்துப் பேசிட்டு ஆர்த்தோ வார்டில் இருந்த டாக்டர் யாதகிரியோட அறைக்குப் போனீங்க. ஒரு பத்து நிமிஷம் கழிச்சுத்தான் அறையிலிருந்து வெளியே வந்தீங்க... அந்த ஃபுட்டேஜைப் பார்த்த அந்த சில நிமிஷங்களிலேயே நான் டாக்டர் யாதகிரியை செல்போன்ல காண்டாக்ட் பண்ணினேன். உங்களைப் பத்திச் சொல்லி விபரம் கேட்டேன். அவர்தான் உங்க பேரையும் அட்ரஸையும் எனக்குக் கொடுத்து தருண் ஒரு விபரீதமான நோயாளி என்கிற விஷயத்தையும் சொன்னார்... நான் உடனே புறப்பட்டு வந்து உங்க முன்னாடி உட்கார்ந்துட்டிருக்கேன்...."

தீப்தி தன் நெற்றியைப் பிடித்தபடி பெருமூச்சொன்றை வெளியேற்றிவிட்டு செழியனை ஏறிட்டாள்.

"இட்ஸ் ஓ.கே..நான் இப்போ என்ன பண்ணனும்ன்னு நீங்க நினைக்கிறீங்க ஸார்..?"

"உக்கடம் 'அன்பு நகர்' வீட்ல இந்த நிமிஷம் தருண், ஜோஷ், இக்பால் மூணு பேரும் அங்கே இல்லை. அவங்களைக் கண்டுபிடிக்க உங்க உதவி வேணும்"

"உதவின்னா எப்படி ஸார் ..?"

"தருணுக்கு நீங்க போன் பண்ணிப் பேசணும்... உங்க மூலமாத்தான் அவர் இருக்கிற இடத்தை எங்களால கண்டுபிடிக்க முடியும்"

24

உதவி போலீஸ் கமிஷனர் செழியனை ஓர் ஆச்சர்யப் பார்வையால் நனைத்தாள் தீப்தி.

“ஸார்... தருணுக்கு நான் போன் பண்ணிப் பேசினா அவர் இருக்கிற இடத்தை உங்களால எப்படி கண்டுபிடிக்க முடியும்..?”

“உங்க செல்போன் கேலக்ஸி டெல் கம்பெனியோடது தானே..?”

“ஆமா ஸார்”

“உங்க செல்போன் நெம்பரை அந்தக் கம்பெனியோட மானிட்டரிங் அண்ட் ட்ராக்கிங் சிஸ்டம்ஸ்கிட்ட கொடுத்துட்டு வந்திருக்கேன். நீங்க தருணோட நெம்பர்க்கு போன் பண்ணினா நீங்க ரெண்டு பேரும் பேசற உரையாடல்கள் எல்லாமே அங்கே பதிவாயிடும். தருண் எங்கே இருக்கார்ங்கிற லொகேஷனும் தெரிஞ்சுடும்...”

தீப்தி சில விநாடிகள் மௌனமாய் இருந்துவிட்டு, தன்னுடைய செல்போனை எடுத்து, தருணின் எண்ணைத் தொடர்பு கொண்டாள். ஒரு நீண்ட டயல்டோனுக்குப் பிறகே, இணைப்பு கிடைத்தது. மெலிதாய் குரல் கொடுத்தாள்.

“ஹலோ”

மறுமுனையில் தருண் பதட்டமாய் கேட்டான்.

"என்ன தீப்தி... இந்த நேரத்துல போன்..?"

"என்னோட அம்மாவுக்கு திடீர்ன்னு உடம்புக்கு ரொம்பவும் முடியாமே போயிடுச்சு தருண். எனக்கு என்ன பண்றதுன்னு தெரியலை"

"ஹாஸ்பிடலுக்கு கொண்டு போக வேண்டியதுதானே..?"

"அந்த குட்ஹோப் ஹாஸ்பிடல் வேண்டாம்ன்னு எம்மனசுக்குப்படுது. வேற ஏதாவது ஒரு ஹாஸ்பிடலுக்கு கொண்டு போயிடலாம்ன்னு நினைக்கிறேன். உனக்கு தெரிஞ்ச நல்ல ஹாஸ்பிடல் எதுன்னு சொல்லு....."

"எனக்குத் தெரியாது.... நீயே வேற யாரையாவது கேட்டு முடிவு எடு.... அங்கே கொண்டு போய் அட்மிட் பண்ணு"

"சரி... நீ இப்ப எங்கேயிருக்கே ..?"

தருண் மறுமுனையில் சிடுசிடுத்தான்.

"எங்கே இருப்பேன்.... வீட்லதான். நல்லாத் தூங்கிட்டிருந்தேன். போன் பண்ணி தூக்கத்தைக் கெடுத்துட்டே....."

"ஸாரி தருண்...."

"எழுப்பிட்டு ஸாரி என்ன வேண்டிகிடக்கு..... மொதல்ல போனைக் கட் பண்ணு. எதுவாயிருந்தாலும் நாளைக்கு காலையில பேசிக்கலாம்" சொன்ன தருண் உடனே இணைப்பைத் துண்டித்துவிட, தீப்தியும் தன் செல்போனை அணைத்தபடி செழியனைப் பார்த்தாள். அவர் வியப்பான குரலில் கேட்டார்.

"மிஸ் தீப்தி ... நீங்க ரெண்டு பேரும் காதலர்கள்ன்னு சொன்னீங்க. ஆனா அவர் பேசின பேச்சில் அந்த உணர்வே இல்லையே... ஏதோ வேண்டா வெறுப்பா வேற யார்கிட்டேயோ பேசற மாதிரி பேசறாரே..?"

தீப்தி கசப்பான புன்னகையொன்றை உதடுகளில் தவழவிட்டபடி சொன்னாள்.

"ஸார்.... 'பைபோலார் டிஸ்ஆர்டர்' நபர்கள்கிட்டயிருந்து இது மாதிரியான வார்த்தைகள்தான் வரும்ன்னு டாக்டர் யாதகிரி சொன்னப்ப நான் நம்பலை... இப்ப நம்ப வேண்டியிருக்கு"

தீப்தி சொல்லிகொண்டிருக்கும்போதே செழியனின் செல்போன் வைப்ரேஷனில் "விர்ர்ர்" என்றது. எடுத்து

அழைப்பது யாரென்று பார்த்தார். போனின் டிஸ்ப்ளேயில் 'மானிட்டரிங் அண்ட் ட்ராக்கிங் சிஸ்டம்ஸ்' என்ற வார்த்தை ஆங்கில எழுத்துக்களோடு மெதுவாய் நகர்ந்து கொண்டிருந்தது.

செல்போனை ஆன் செய்து காதுக்குக் கொடுத்தபடி "எஸ்" என்றார்.

மறுமுனையில் ஒரு குரல் கேட்டது.

"ஸார்... நீங்க ஏஸிபி மிஸ்டர் செழியன்தானே ..?"

"ஆமா....."

"ஸார்.... திஸ் ஈஸ் கேலக்ஸி டெல். எம் அண்ட் டி சிஸ்டத்திலிருந்து சீஃப் ஆப்ரேட்டர் ஹரிகிருஷ்ணா பேசறேன்"

"சொல்லுங்க ஹரி.. நானே உங்களுக்கு போன் பண்ணலாம்ன்னு நினைச்சுட்டிருந்தேன். நீங்களே லைன்ல வந்துட்டீங்க. தீப்தி இப்பத்தான் தருணோட நெம்பர்க்கு போன் பண்ணிப் பேசினாங்க... தருண் இப்ப எங்கேயிருந்து பேசினார்ங்கிறதை ட்ராக்கிங் பண்ண முடிஞ்சுதா..?"

"எஸ் ஸார்...... அவர் எந்த லொகேஷன்ல இருக்கார்ங்கிறதை ட்ரேஸ்அவுட் பண்ணிட்டோம்"

"எங்கே..?"

"பொள்ளாச்சிக்குப் பக்கத்துல டாப்ஸ்லிப்ங்கிற பாரஸ்ட் ஏரியாவில் இருந்து அவர் பேசியிருக்கார்"

"தட்ஸ் ஃபைன்... ஹரி.... டாப்ஸ்லிப்ல அது எந்த இடம்ன்னு குறிப்பிட்டுச் சொல்ல முடியுமா ..?"

"அப்படி சொல்ல முடியாது ஸார்.... லொகேஷனை மட்டும்தான் சிஸ்டம் காட்டும். தருண் அந்த லொகேஷனில் எந்த இடத்தில் இருக்கார்ங்கிறதை ட்ரேஸ் அவுட் பண்றது கஷ்டம்"

"இங்கேயிருந்து டாப்ஸ்லிப்க்கு ஒன்றரை மணி நேரத்துக்குள்ளே போயிடலாமா?"

"போயிடலாம் ஸார்... தூரம் எழுபது கிலோமீட்டர்தான்"

செழியன் தன் மணிக்கட்டில் இருந்த வாட்ச்சைப் பார்த்தபடி நாற்காலியினின்றும் எழுந்தார். தீப்திக்கு ஒரு நன்றியை சொல்லிவிட்டு வீட்டைவிட்டு வேகமாய் வெளியேறி வாசலில் நின்றிருந்த ஜீப்பை நோக்கிப் போனார்.

டாப் ஸ்லிப்.

அரையிருட்டான அந்த மாடிப்படிகளில் முகிலா மெல்ல நடைபோட்டு இறங்குவதைப் பார்த்த இக்பால், தருண், ஜோஷ் மூன்று பேரும் அதிர்ச்சியோடு எழுந்து நின்றார்கள். பாதி போதை காணாமல் போயிருந்தது.

“ஜோஷ்.... வர்றது முகிலாதானே..?”

“அவளேதான்”

“பென்டாஜோஸின் ஊசியைப் போட்டு, அவளைக் கட்டிலோட சேர்த்து கட்டிட்டு வாயில பிளாஸ்டரை ஒட்டச் சொன்னேனே.... சொன்னபடி செஞ்சியா..?”

“என்ன இக்பால்.... இப்படி கேட்டுட்டே.... நீ சொன்னபடி நான் செய்யாமே இருப்பேனா..?”

“அப்புறம் எப்படி முகிலா இவ்வளவு தெளிவா இறங்கி வர்றா....”

“தெரியலையே..?”

தருண் படபடத்தான்.

“அதைப்பத்தியெல்லாம் இப்ப பேசிட்டிருக்க நேரமில்லை இக்பால்.... வா....அவளைப் போய் மடக்குவோம்....”

மூன்று பேரும் மாடிப்படிகளை நோக்கி வேகமாய் நடக்க முயன்று முடியாமல் அவர்களின் ரத்தத்தில் கலந்திருந்த மீதியிருந்த போதையின் தாலாட்டில் தடுமாறி விழுந்தார்கள். இக்பால் பெரிதாய் கத்தினான்.

“ரத்தினம் !!!”

வீட்டுக்கு வெளியே வாசற்படியில் நின்றிருந்த வாட்ச்மேன் ரத்தினம் கதவைத் திறந்துகொண்டு ஓட்டமும் நடையுமாய் உள்ளே வந்தான்.

“அய்யா!”

“அவளைப் பிடி!”

ரத்தினம் திகைத்த பார்வையோடு குழப்பமாய் சுற்றும் முற்றும் பார்க்க ஜோஷ் கத்தினான்.

“முட்டாள்.....! மாடியைப் பாரு... இறங்கி வர்ற அந்த முகிலாவை மடக்கு...!!”

ரத்தினம் மாடிப்படிகளை ஏறிட்டுப் பார்த்துவிட்டு தயக்கமான குரலில் சொன்னான்.

"அ...அ....அய்யா.. மாடிப்படியில யாருமில்லையே...."

மூன்று பேரும் பார்வைகளை மாடிப்படிகள் பக்கமாய் கொண்டு போய் சட்டென்று முகம் மாறினார்கள்.

மாடிப்படிகள் வெறுமையாய் அரையிருட்டில் தெரிந்தன.

தருண் தட்டுத்தடுமாறி எழுந்த நின்றபடி அலறினான்.

"ரத்தினம் பேசிகிட்டு நிக்காதே... அந்த முகிலா மயக்கம் தெளிஞ்சு தப்பிச்சுப் போறதுக்காக மாடிப்படியில இறங்கிட்டிருந்தா. நாங்க பார்த்துட்டு சத்தம் போட்டதுமே மேலே ஓடிட்டான்னு நினைக்கிறேன். மாடியில் மூணு ரூம் இருக்கு. அந்த மூணு ரூம்ல ஏதாவது ஒரு ரூம்லதான் அவ ஒளிஞ்சிட்டிருக்கணும.... போய் பிடி....."

"சரிங்கய்யா" ரத்தினம் தலையாட்டிவிட்டு மாடிப்படிகளில் வேகமாய் ஏற ஆரம்பித்தான்.

இக்பால் தருணின் தோளைப் பற்றிக் கொண்டான்.

"தருண்.... உண்மையிலேயே முகிலா மாடிப்படிகளில் இறங்கி வந்துட்டிருந்தாளா... இல்லையா..... அது பிரமையா..?"

"நான் பார்த்தேனே.... அவதான்... நான் எவ்வளவு குடிச்சுட்டு போதையில மிதந்தாலும் என்னோட மூளையை எப்பவுமே ஷார்ப்பா வெச்சுக்குவேன்... முகிலா ஒரு பூனை மாதிரி சத்தமில்லாமே மெல்லமா நடந்து மாடிப்படி இறங்கிட்டிருந்தாளே.... நீ என்ன சொல்றே ஜோஷ் ..?" தருண் ஜோஷிடம் கேட்க அவன் தலையசைத்தான்.

"ஆமா... நானும் பார்த்தேன்.... முகிலாவுக்கு நான் போட்ட இஞ்ஜெக்சனுக்கு வீரியம் அதிகம்.. இவ்வளவு சீக்கிரத்துல அவளுக்கு சுய உணர்வு திரும்ப வாய்ப்பேயில்லை. அதுவுமில்லாமே அவளைக் கட்டிலோட சேர்த்து கட்டி போட்டிருந்தேன். எப்படி அவளால கட்டுகளையெல்லாம் அவிழ்த்துகிட்டு ரூமை விட்டு வெளியே வர முடிஞ்சதுன்னு எனக்கு தெரியலை......"

"வாட்ச்மேன் ரத்தினம் மாடிக்கு போயிருக்கான். வா நாம்பளும் மேல போவோம்.."

மூன்று பேரும் ஒருவரையொருவர் பிடித்துக்கொண்டு வேகமாய் மாடிப்படிகளில் ஏற ஆரம்பித்தார்கள்.

"இனிமே அரேபியன் கிரேப்ஸ் விஸ்கியை

சாப்பிடக்கூடாது... ஒரு ஸ்மால், அடிச்சாலே ஏதோ காத்துல மிதந்து போற மாதிரி இருக்கு.... ஒழுங்கா படியைப் பார்த்து ஏற முடியலை....."

மூன்று பேரும் மூச்சிரைத்துக்கொண்டு மாடிப்படிகளில் ஏறிக்கொண்டு இருக்கும்போதே மேலே ஏதோ ஒரு பொருள் "ச்சலீர்ர்ர்" என்கிற சத்தத்தோடு உடைவது அவர்களின் காதுச் செவிப்பறைகளை அதிர வைத்தது.

தருண் அதிர்ந்து போனவனாய் வியர்த்து வழிந்தபடி வேகவேகமாய் படிகளில் தாவி முதல் நபராய் மாடி வராந்தாவுக்கு வந்தான்.

அந்த நீளமான வராந்தா இருட்டும், வெளிச்சமும் கலந்து மசமசப்பாய் தெரிய அதன் மையத்தில் வாட்ச்மேன் ரத்தினம் குப்புற விழுந்து உடம்பில் சிறிதும் சலனமில்லாமல் பார்வைக்குத் தட்டுப்பட்டான்.

மூன்று பேர்களின் ஒட்டு மொத்த போதையும் சட்டென்று ஆவியாக ஓட்டமும் நடையுமாய் போய் அவனருகே குனிந்தார்கள்.

இக்பால் ரத்தினத்தை புரட்டிப் போட உடல் மல்லாந்தது. அவன் முகம் முழுவதும் ரத்தம் திட்டுத்திட்டாய் தெரிய தருண் ரத்தினத்தின் தோள்பட்டையைப் பிடித்து உலுக்கினான்.

"ர....ர....ரத்தினம் என்னாச்சு..... முகிலா எங்கே ..?"

ரத்தினம் தன்னுடைய கண்ணிமைகளை சிரமப்பட்டுப் பிரித்தான். ஏதோ பேச முயன்று முடியாமல் வலது கையை மெல்ல உயர்த்தி எதிர்ப்பக்கமாய் கையைக் காட்டினான். மூன்று பேரும் திரும்பிப் பார்த்தார்கள்.

க்ரில் கம்பி இல்லாத கண்ணாடி ஜன்னல் மூர்க்கமாய் நொறுக்கப்பட்டு, கோணல் மாணலான ஒரு பெரிய துவாரத்தை காட்டியது. இக்பால் வேகமாய் போய் வெளியே எட்டிப் பார்த்தான். ஜன்னலை ஒட்டியிருந்த அந்த மாமரம் காற்றில் இருட்டின் பின்னணியில் தன்னுடைய கிளைகளை அசைத்துக்கொண்டிருக்க, இக்பால் வெறிபிடித்தவன் போல் கத்தினான்.

"தப்பிச்சுட்டா......"

ஜோஷ் ஆவேசமாகி அரை மயக்கத்தில் இருந்த ரத்தினத்தின் உடம்பை எட்டி உதைத்தான்.

“காட்டெருமை மாதிரி உடம்பை வளர்த்து வெச்சுக்கிட்டு ஒரு பொண்ணை மடக்க முடியாமே இப்படி விழுந்து கிடக்கறியே... செத்துப்போடா.... நாயே.....”

தருண் கையமர்த்தினான்.

“ஜோஷ்.... ரத்தினம் மேல கோபப்பட்டோ ஆத்திரப்பட்டோ எந்த ஒரு பிரயோஜனமும் இல்லை. நாமதான் முகிலாவை சரியானபடி ஹேண்டில் பண்ணலை. அவ காலேஜில் படிக்கும்போதே இண்டர் ஸ்டேட் அதெலடிக்ஸ் சேம்பியன் ஷிஃப் கப்பை மூணு தடவை வாங்கியிருக்கா. அதுவுமில்லாமே அவளுக்கு கராத்தேவும் தெரியும். எல்லாப் பொண்ணுங்க மாதிரி அவளையும் நினைச்சுட்டோம். தப்பு நம்ம பேர்லதான்”

“இப்ப என்ன பண்ணலாம் சொல்லு...”

“முகிலா இந்த மாடியிலிருந்து தப்பிச்சுட்டாலும் ரெண்டு ஏக்கர் பரப்புள்ள இந்த வீட்டை விட்டு, அவ்வளவு சுலபத்துல தப்பிக்க முடியாது. வீட்டைச் சுத்தியும் பத்தடி உயர ராட்சஸ காம்பௌண்ட் சுவர். அதே உயரத்துக்கு எஃகு இரும்பு கேட். இந்த வீட்டோட ஒவ்வொரு இடமும் நமக்குத் தெரியும். ஆனா அவளுக்குத் தெரியாது. நாம மூணு பேரும் ஸ்டன் கன் டார்ச்சுகளை எடுத்துகிட்டு ஒரு சுத்து வந்தா போதும். அவ எந்த மூலை முடுக்கில் ஒளிஞ்சிருந்தாலும் சரி கண்டுபிடிச்சு தூக்கிடலாம். ஜோஷ்... போய் டார்ச்சுகளை எடுத்துட்டு வா.....”

இக்பால் குறுக்கிட்டான்.

“ஒரு நிமிஷம் ”

“என்ன..?”

“நம்ம மூணு பேர்ல யார் முதல்ல அவளைப் பார்த்தாலும் சரி... அந்த விநாடியே அவளை அடிச்சே கொல்லணும்”

25

ஸ்டன்கன் பொருத்தப்பட்ட நீண்ட டார்ச்சுகளோடு இக்பால், ஜோஷ், தருண் மூன்று பேரும் பங்களாவைச் சுற்றிலும் அட்டைக்கரியாய் கொட்டிக்கிடக்கும் இருட்டில் பார்வைகளைச் சுழற்றிக்கொண்டே, வேகமாய் நடந்தார்கள்.

டார்ச்சுகளிலிருந்து வெளிப்பட்ட உச்சபட்ச வெளிச்சம் இருட்டை மைக்ரோ விநாடிகளில் சாப்பிட்டு, அந்த இடத்திலிருந்த பொருள்களைத் துல்லியமாய் காட்டியது. அடர்த்தியான புதர்களுக்குப் பின்னால் வெளிச்சம் பாய்ந்து அங்கே யாருமில்லையென்று தெரிந்ததும் உடனே வேறுபக்கம் தாவியது.

இக்பால் வியர்வை மழையில் நனைந்து கொண்டே மூச்சிரைக்கக் கூப்பிட்டான்.

“ஜோஷ்”

“சொல்லு.....”

“முகிலா தப்பிச்சு போயிருக்க மாட்டாளே..?”

“வாய்ப்பேயில்லை இக்பால்.... அவ இந்த இருட்டுக்குள்ளே ஏதாவது ஒரு புதர்க்குப் பின்னாடிதான் ஒளிஞ்சுட்டிருப்பா.... நாம மூணு பேரும் இப்படி ஒண்ணா ஒரே பக்கமாய் போய் தேடறதைவிட ஆளுக்கொரு பக்கம் போனா சுலபமா அவளை ஸ்பாட் அவுட் பண்ணி மடக்கிடலாம்”

ஜோஷ் சொல்ல இக்பால் நின்றான்.

"நீ சொல்றதும் சரிதான். நான் வீட்டை இடதுப்பக்கமா சுத்திட்டு வர்றேன். நீ வலது பக்கமா போ..... தருண்.... நீ முன்பக்கம் இருக்கிற காம்பௌண்ட் சுவரோரமா போய்த் தேடு. டார்ச்சோட ஸ்டன்கன் இருக்கிறதால பார்த்த உடனேயே சுட்டுடு. யோசனை பண்ணிட்டிருக்க வேண்டாம்... முகிலா இனி நமக்கு உபயோகப்படமாட்டா"

தருண் தலையாட்டிவிட்டு ஒரு கோட்டையின் கதவுபோல் தெரிந்த காம்பௌண்ட் கேட் இருந்த திசைப்பக்கமாய், டார்ச் வெளிச்சத்தை வீசியபடி வேகவேகமாய் போனான்.

இக்பால் வீட்டின் இடது பக்கமாய் நகர, ஜோஷ் வலது பக்கம் பெரிய கார்பன் பேப்பர்தாள் போல் பரவியிருந்த இருட்டுக்குள் நுழைந்தான். டார்ச்சிலிருந்து ஒரு குட்டி அருவியைப் போல் வெளிச்சம் கொட்ட இருட்டின் அடர்த்தி.... உடனடியாய் கரைந்து வழி தெரிந்தது.

ஜோஷ் ஒரு ஐம்பதடி தூரம் நடந்திருப்பான். மண்பாதையின் வலதுபக்கம் இருந்த அந்த அடர்ந்த புதர் ஒரு சின்ன அசைவுக்கு உட்பட்டது.

சட்டென்று நின்றான்.

டாப் ஸ்லிப் வனத்துறை அலுவலகம்.

நேரம் நள்ளிரவைத் தொட்டுவிட்டு நகர்ந்து கொண்டிருக்க, ஃபாரஸ்ட் டெப்டி ரேஞ்சர் சத்தியநாதன், வாட்ஸ்அப்பில் வந்திருந்த டிபார்ட்மெண்ட் சம்பந்தப்பட்ட ஒரு செய்தியைப் படித்துவிட்டு செல்போனை அணைத்த விநாடி, ஃபாரஸ்ட் வாட்ச்சர் வேல்ராஜ் சற்றே பதட்டத்துடன் வேகமாய் அறைக்குள் நுழைந்தார்.

"ஸ...ஸார்"

"என்ன வேலு.... சேத்துமடை டாப் ஸ்லிப் ரோட்ல மறுபடியும் யானைக்கூட்டம் அட்டகாசம் பண்ணுதா..?"

"அது இல்ல ஸார்"

"அப்புறம்..?"

"கோயமுத்தூரிலிருந்து அஸிஸ்டெண்ட் கமிஷனர் ஆஃப் போலீஸ் செழியன் வந்திருக்கார். ஏதோ என்கொய்ரியாம். ஏ.ஸி.பி. டென்ஷன்ல இருக்கார். ஜீப்பைவிட்டு கூட அவர் இறங்கலை...."

சத்தியநாதன் நாற்காலியைத் தள்ளிக்கொண்டு எழுந்தார். "என்ன பிரச்சினையோட வந்திருக்கார்ன்னு தெரியலையே..?"

தனக்குள் முணுமுணுத்துக்கொண்டே அலுவலகத்தைவிட்டு வெளியே வந்தவர், இருட்டில் ரோட்டோரமாய் நின்றிருந்த ஜீப்பை நோக்கிப் போனார். முன்இருக்கையில் உட்கார்ந்திருந்த செழியனைப் பார்த்து புரோட்டோகால் சல்யூட் ஒன்றைக் கொடுத்துவிட்டு "உள்ளே வாங்க ஸார்" என்றார்.

"ஸாரி.... உள்ளே வந்து உட்கார்ந்து பேச நேரமில்லை. ஒரு கேஸ் விஷயமாய் சந்தேகத்தின் பேர்ல மூணு பேரைத் தேடிகிட்டு இந்த டாப் ஸ்லிப் ஃபாரஸ்ட் ஏரியாவுக்கு வந்திருக்கேன்.... அந்த மூணு பேர்ல ஒருத்தன் இந்த ஏரியாவிலிருந்துதான் செல்போன் பேசியிருக்கான்.... அவனை ட்ரேஸ் அவுட் பண்ணனும்"

"அவன் பேர் என்ன ஸார்..?"

"தருண்"

"போட்டோ இருக்கா ஸார்..?"

"ம்... இருக்கு" என்று சொன்ன செழியன் தீப்தியின் செல்போனிலிருந்து தன்னுடைய செல்போனுக்கு ஃபார்வோர்ட் செய்யப்பட்ட தருணின் போட்டோவைக் காட்டினார். போட்டோவைப் பார்த்ததும் சத்தியநாதன் சின்னதாய் ஒரு அதிர்ச்சிக்கு உட்பட்டார்.

"ஸார்... இவன் இக்பாலோட ஃப்ரண்ட். இவன் கூட இன்னொருத்தனும் இருப்பானே..?"

செழியனின் பரந்த நெற்றி வியப்பு வரிகளுக்கு உட்பட்டது.

"இக்பாலை உங்களுக்குத் தெரியுமா..?"

"தெரியும்... ஆனா அவ்வளவாய் பழக்கமில்லை. மாசத்துக்கு ரெண்டு தடவையாவது இங்கே இருக்கிற அவரோட கெஸ்ட் ஹவுஸுக்கு ரேங்கலர் ஜீப்ல இந்த வழியாத்தான் போவார். ஜீப்பை நிறுத்தி ஒரு ஃபார்மல் செக் அப் பண்ணுவோம். சோதனைக்கு ஒத்துழைப்பு கொடுப்பார். அதிகம் பேசமாட்டார். சில சமயங்களில் மட்டும் யானை நடமாட்டம் அதிகமாய் இருக்கான்னு கேட்பார். அவர்கூட எப்பவுமே ரெண்டுபேர் வருவாங்க. அதுல ஒருத்தர்தான் இந்தத் தருண். இன்னொருத்தர் பேர்

தெரியாது. ஏன் ஸார் ஏதாவது பிரச்சினையா..?"

"பிரச்சினைதான்.. அதனாலதானே நடுராத்திரியில இந்தக் காட்டுப்பகுதிக்கு வந்திருக்கோம். இக்பாலோட கெஸ்ட் ஹவுஸ் எங்கே இருக்கு..?"

"இங்கிருந்து ரெண்டு கிலோமீட்டர் தள்ளி பரம்பிக்குளம் போற வழியில புலிகள் காப்பகம் வரும்.... அந்தப்பக்கம் போனா கேரளா பார்டர். இந்தப்பக்கம் வந்தா தமிழ்நாட்டு பார்டர்ல ஒரு பெரிய கெஸ்ட் ஹவுஸ் பார்வைக்குக் கிடைக்கும். சுத்தியும் தேக்குமரம். உயரமான காம்பௌண்ட் சுவர். சிவப்புப் பெயிண்ட் அடிச்ச ஸ்லைடிங் ஸ்டீல் கேட். அக்கம்பக்கத்துல ஒரு வீடு கூட இருக்காது ஸார். அந்த வீட்டை சுலபமா நீங்க கண்டுபிடிச்சுடலாம். ரோடு கொஞ்சம் சரியாய் இருக்காது. பார்த்துப்போகணும். நான் வேணும்ன்னா உங்க கூட ஃபாரஸ்ட் வாட்ச்சரை அனுப்பி வைக்கட்டுமா..?"

"வேண்டாம்.... ஜீப்ல நாலு பேர் ஆர்ம்ட் ஸ்க்வாட் இருக்கு. அந்த கெஸ்ட் ஹவுஸுக்கு போக வேற வழி ஏதாவது இருக்கா..?"

"இல்ல ஸார்... இந்த ஒரு வழி மட்டும்தான்"

செழியன் சத்தியநாதனுக்கு நன்றி சொல்லிவிட்டு தனக்கு முன்புறம் இருந்த ஜீப் ட்ரைவரின் தோளைத் தொட்டார்.

"வண்டியை எடு சபாபதி"

அடுத்த விநாடி அந்த நியூஜென் மஹிந்திரா ஜீப் சிக்கனமாய் புகையைக் கக்கிவிட்டு வேகமாய் கிளம்பியது. அடுத்த வளைவில் திரும்பி மறைந்தது.

டாப்ஸ்லிப்பின் ஒட்டு மொத்த பிரதேசமும் வீசிக்கொண்டிருந்த குளிர்காற்றில் உறைந்து போயிருக்க, வீட்டை இடதுபக்கமாய் சுற்றி வந்து கொண்டிருந்த இக்பாலின் உடம்பு மட்டும் வியர்வை மழையில் குளித்துக் கொண்டிருந்தது. ஸ்டன்கன் பொருத்தப்பட்டிருந்த டார்ச்சின் வெளிச்சம் கீழே விழுந்து இருட்டை ஒற்றியெடுத்து வழிகாட்ட, வேகநடை போட்டான். 'முகிலா தட்டுப்பட மாட்டாளா' என்று பார்வை பரபரவென்று அலைந்தது.

வீட்டின் இடதுபக்க வளைவில் திரும்பிக் கொண்டிருந்தபோது இக்பாலின் செல்போன் முணுமுணுப்பாய் அழைத்தது. எடுத்துப் பார்த்தான்.

மறுமுனையில் ஜோஷ்.

இக்பால் பேசினான்.

“சொல்லு.....”

“வீட்டுக்கு வலதுபக்கமாய் போற வழியில மண்மேட்டையொட்டியிருக்கிற புதர்க்குப் பின்னாடி ஏதோ மூவ்மெண்ட்ஸ் தெரியுது. முகிலா அங்கே ஒளிஞ்சிருக்கலாம்ன்னு நினைக்கிறேன்”

“உடனே போ. போய்ப் பாரு...... அவளாயிருந்த ஒரு விநாடி கூட யோசிக்காமே சுட்டுத்தள்ளு”

“இ...இ...இக்பால்... அது வந்து..... “

“என்ன பயப்படறியா..?”

“பயமில்லை.. கொஞ்சம் தயக்கமாயிருக்கு... நீயும் இங்கே வந்துட்டா பரவாயில்லை... ஒரே நேரத்துல ரெண்டுபேர் சேர்ந்து மடக்கினா அவளால ஒண்ணும் பண்ண முடியாது.... நான் என்ன சொல்ல வர்றேன்னு புரியுதா..?”

“புரியுது... இதோ.... வர்றேன்”

இக்பால் பாதையை மாற்றிக்கொண்டு வேகவேகமாய் ஓட்டமும் நடையுமாய் வீட்டின் வலதுபக்கத்தை நோக்கிப் போனான்.

அரை நிமிட நடை.

அந்த மண்மேடும், அடர்த்தியான புதரும் டார்ச் வெளிச்சத்தில் நனைந்து அசைவுகளோடு பார்வைக்குத் தட்டுபட்டது. அருகே ஜோஷ் நின்றிந்தான்.

இக்பால் அவனை நெருங்கி குரலைத் தாழ்த்தினான்.

“ஜோஷ்.... சந்தேகமேயில்லை.. முகிலா இந்த புதர்க்குள்ளேதான் மறைஞ்சுகிட்டு இருக்கா. ரெண்டு பேரும் திடீர்ன்னு ஒண்ணா போய், அவ முன்னாடி நிப்போம். அவளாலே ஒரே நேரத்துல ரெண்டு பேரை தாக்க முடியாது. அவ உன்னைத் தாக்கினா நான் சுடறேன். என்னைத் தாக்கினா நீ சுடு”

பய வியர்வை மினுமினுக்கும் முகத்தோடு தலையசைத்தான் ஜோஷ்.

இருவரும் டார்ச்சின் ஒளி வெள்ளத்தை முன்னே பாயவிட்டு அடிமேல் அடி வைத்து புதரை நெருங்கினார்கள். சிறிதுகூட சத்தம் எழுப்பாமல் மூச்சை அடக்கிக்கொண்டு எட்டிப்

பார்க்க முயன்ற விநாடி புதர்க்குள்ளிருந்து நான்கைந்து காட்டு முயல்கள் மின்னல் வேகத்தில் வெளிப்பட்டு நாலாபக்கமும் சிதறி ஓடியது. திடுக்கிட்டுப்போய் பின்வாங்கிய இக்பால் பெருமூச்சொன்றை வெளியேற்றிவிட்டு ஜோஷைப் பார்த்து அவஸ்தையாய் சிரித்து வைத்தான்.

"ரொம்பவே பயந்துட்டோம்"

"முகிலா விஷயத்துல கொஞ்சம் அலட்சியமா இருந்ததோட விளைவு இப்போ எப்படியெல்லாம் பயப்பட வேண்டியிருக்கு பார்த்தியா ...?"

ஜோஷ் சொல்லிக்கொண்டு இருக்கும்போதே காம்பெளண்ட் கேட் பகுதியிலிருந்து தருணின் குரல் கேட்டது.

"இ...இ...இக்பால்"

தருணின் குரலைக் கேட்டதும் இருவரின் ரத்த ஓட்டங்களும் வேகம் எடுத்தன.

"ஜோஷ்.... நாம இப்ப கேட்டது தருணோட குரல்தானே...?"

"ஆமா"

"எதுக்காக கூப்பிடறான்.... ? குரல்ல ஒரு டென்ஷன் வேற தெரியுது. முகிலாவைப் பார்த்துட்டான்னு நினைக்கிறேன்" இக்பால் சொல்லிக்கொண்டே தருணின் குரல் வந்த திசையை நோக்கி ஓட, ஜோஷும் டார்ச் வெளிச்சத்தோடு பின்தொடர்ந்து ஓடினான்.

இருவரும் வாயிலும், மூக்கிலும் மூச்சு வாங்கிக் கொண்டு காம்பெளண்ட் கேட் இருந்த பக்கம் வந்த நின்றார்கள். சுற்றிலும் கடுமையான நிசப்தம். காதறுத்தான் வண்டுகள் மட்டும் ரீங்காரத்தில் இருந்தது.

'தருண் எங்கே ...?'

இக்பால் தனக்குள் கேள்வி எழுப்பிக்கொண்டு, டார்ச் வெளிச்சத்தால் இருட்டை அவசர அவசரமாய் அழித்து தேட ஜோஷ் நடுக்கமாய் இக்பாலின் முதுகைத் தொட்டான்.

"என்ன ஜோஷ்...?"

"சுவரோரமா பாரு"

இக்பால் பார்த்தான். தண்டுவடத்தில் மின்சாரம் பாய்ந்த உணர்வு.

காம்பெளண்ட் சுவரையொட்டினாற் போல் இருந்த

திட்டில் தருண் தன் கைகளையும், கால்களையும் ஒரு எக்ஸ் குறி போல் பரப்பிக்கொண்டு வாய் பிளந்து மல்லாந்திருந்தான்.

சலனமற்ற உடல். கழுத்திலும் முகத்திலும் திட்டுதிட்டாய் ரத்தம்.

போலீஸ் ஜீப் தன் எஃகு உலோக உடம்பை உதறிக்கொண்டு கோணல் மாணலான மலைப்பாதையில் பயணித்து புலிகள் காப்பகம் எல்லையைத் தொட்டது. அந்த காட்டுப்பிரதேசம் முழுவதும், ஒரு கறுப்பு கம்பளிப் போர்வையால் போர்த்தியிருப்பது போல் தெரிய, ராத்திரியில் கண் விழித்து இரை தேடும் பறவைகள் மட்டும் அவ்வப்பொழுது குரல் கொடுத்துக் கொண்டிருந்தன.

ஜீப் ட்ரைவர் ஸ்டியரிங்கை கவனமாய் கையாண்டபடி செழியனைத் திரும்பிப் பார்த்தார்.

“ஸார்”

“என்ன..?”

“இக்பாலோட கெஸ்ட் ஹவுஸை நெருங்கிட்டோம்ன்னு நினைக்கிறேன். தூரத்துல லேசா வெளிச்சம் தெரியுது ஸார்”

செழியன் ஜீப்பின் முன்புற கண்ணாடி வழியே குனிந்து பார்த்தார். அடர்த்தியான தேக்கு மரங்களின் பின்னணியில் ஒரு குறிப்பிட்ட இடத்தில் மட்டும் இருட்டின் சாயம் போயிருந்தது.

“சபாபதி..... நீ சொல்றது சரிதான். ஃபாரஸ்ட் ரேஞ்ஜர் சொன்ன இடத்துக்குத்தான் நாம வந்திருக்கோம். இன்னும் கொஞ்ச தூரம் போனா இக்பாலோட கெஸ்ட் ஹவுஸ் வந்துடும்ன்னு நினைக்கிறேன். சீக்கிரமா போ......”

ஜீப் இரண்டாவது கியரிலிருந்து மூன்றாவது கியருக்கு மாறி, வேகம் பிடித்து அடுத்த ஐந்தாவது நிமிடம் கெஸ்ட் ஹவுஸின் ராட்சஸ சைஸ் காம்பௌண்ட் கேட்டுக்கு முன்பாய் போய் நின்று தன்னுடைய இயக்கங்களை நிறுத்திக்கொண்டு நிசப்தமானது.

26

டாப்ஸ்லிப் காட்டுப்பகுதியின் எல்லாத்திசைகளும் கெட்டியான இருட்டில் இருக்க, கெஸ்ட் ஹவுஸின் உட்பகுதியில் மட்டும் மின்சார வெளிச்சம் சிக்கனமாய் சிதறியிருந்தது.

ஜீப்பினின்றும் செழியன் இறங்கினார். அவரைத் தொடர்ந்து ஆர்ம்ட் போலீஸார் நான்கு பேர் தோள்பட்டைகளில் தொங்கும் ரைஃபிள்களோடு பூட்ஸ் சத்தத்தோடு கீழே குதித்தார்கள்.

"ஸார்.... பங்களாவுக்குள்ளே வெளிச்சம் தெரியுது. ஆட்கள் உள்ளே இருப்பாங்கன்னு நினைக்கிறேன்...."

செழியன் இரும்பாலான அந்தப் பெரிய கேட்டுக்கு முன்பாய் போய் நின்று, தன் இரண்டு கைகளாலும் பலங்கொண்டவரைக்கும் தள்ளிப் பார்த்தார். கதவு இம்மியும் அசையாமல் ஒரு கான்க்ரீட் சுவர் போல் அப்படியே நின்றது.

"ஒரு கெஸ்ட் ஹவுஸுக்கு இவ்வளவு பெரிய கேட் எதுக்கு..?" என்று ஆச்சர்யப்பட்ட செழியன் ஆர்ம்ட் போலீஸாரிடம் திரும்பினார்.

"கெஸ்ட் ஹவுஸைச் சுத்தி வாங்க... நாம உள்ளே போக எப்படியும் ஏதாவது ஒரு இடத்துல வழி கிடைக்கும்.

அப்படி வழி கிடைச்சா எனக்கு உடனடியா செல்போன்ல இன்ஃபார்ம் பண்ணுங்க. நானும் ட்ரைவரும் இங்கேயே இருக்கோம்"

"எஸ்.... ஸார்" என்று சொன்ன ஆர்ம்ட் ஸ்க்வாட் போலீஸார் இரண்டு பிரிவாகப் பிரிந்து, தலையில் பொருத்தப்பட்டிருந்த ஹெட் டார்ச் வெளிச்சத்தோடு இருட்டில் ஓடினார்கள். அதே விநாடி செழியனின் செல்போன் வைப்ரேஷனில் உதறியது. எடுத்து அழைப்பது யாரென்று பார்த்தார். கமிஷனர் பொய்யாமொழி எதிர்முனையில் கூப்பிட்டுக்கொண்டிருந்தார். செல்போனை காதுக்கு ஒற்றிய செழியன் மெல்லிய குரலில் பேச ஆரம்பித்தார்.

"ஸார்..... தருண் இருக்கிற இடத்தை ட்ரேஸ் அவுட் பண்ணிட்டோம். டாப்ஸ்லிப் பகுதியில இருக்கிற ஒரு கெஸ்ட் ஹவுஸில் அவனோட இக்பால், ஜோஷ் தங்கி இருக்காங்க.. இன்னும் கொஞ்ச நேரத்துல அவங்களை மடக்கிடுவோம்"

"பி.... காஷியஸ் மிஸ்டர் செழியன்... அந்த மூணு பேரும் மனநலம் பாதிக்கப்பட்டவங்க... எந்த ஒரு விபரீதமான செயலையும் செய்யத் தயங்காதவங்க. ஜாக்கிரதையா ஹேண்டில் பண்ணுங்க......"

"டோண்ட் வொரி ஸார்.... ஐ வில் ஹேண்டில் இட் வித் கேர்"

இக்பாலும் ஜோஷும் திகிலும் வியர்வையும் படிந்த முகங்களோடு, கீழே சலனமில்லாமல் விழுந்து கிடந்த தருணின் அருகே மண்டியிட்டு உட்கார்ந்து அவனுடைய உடலை உலுக்கியபடி குரல் கொடுத்தார்கள்.

"தருண்....."

உடல் உலுக்கப்பட்டதால் அவனுடைய மூக்கு துவாரங்களில் தேங்கியிருந்த ரத்தம் சட்டென்று வெளிப்பட்டு தயங்கி தயங்கி வழிந்தது. கடைவாயிலும் ஒரு ரத்தக்கோடு கோணலாய் தெரிந்தது. பயம் உறைந்து போன கண்களால் இக்பால் சுற்றும் முற்றும் பார்த்தபடி குரலைத் தாழ்த்தினான்.

"ஜோஷ்..... அந்த முகிலா இங்கதான் ஏதாவது ஒரு இடத்துல ஒளிஞ்சுகிட்டிருப்பான்னு நினைக்கிறேன்... தருண் இப்படி

பேச்சு மூச்சு இல்லாமே ரத்தக்களறியா கிடக்கிறான்னா முகிலாவோட தாக்குதல் ரொம்பவும் மூர்க்கமாய்த்தான் இருந்திருக்கணும். நல்லவேளை உயிரோட இருக்கான். நூலிழை மாதிரி மூச்சுக்காத்து வந்திட்டிருக்கு"

"இப்படி தருணுக்குப் பக்கத்துல உட்கார்ந்துகிட்டு கவலைப்பட இது நேரமில்லை. மொதல்ல வெறி பிடிச்ச அந்த பொட்ட நாயைப் போட்டுத் தள்ளுவோம். இந்த இருட்டுல ரெண்டு பேரும் சேர்ந்தே போவோம். தனியா போனா ஆபத்து"

கோபாவேசமாய் இருவரும் நகர முயன்ற விநாடி இக்பால் மட்டும் நின்று சுற்றும் முற்றும் பார்த்தான். ஜோஷ் கேட்டான்.

"என்ன அப்படி பார்க்கிறே..?"

"ஏதோ சத்தம் கேட்கலை..?"

"சத்தமா... என்ன சத்தம்..?"

"பேச்சு சத்தம்..."

"எனக்கு கேட்கலையே..?"

"இப்ப எனக்கு கேட்டது"

"நீ ரொம்பவும் பயந்து போயிருக்கே இக்பால்.... காத்துல அசையற இலைகளோட சத்தம் கூட யாரோ பேசறமாதிரிதான் இருக்கும். என்கூட சேர்ந்த மாதிரியே வா. அந்த முகிலா அவ்வளவு சுலபத்துல இந்த கெஸ்ட் ஹவுஸை விட்டு வெளியேற முடியாது. இன்னும் அஞ்சு நிமிஷத்துக்குள்ளே அவளை மடக்கிலாம். தைரியமா இரு"

டார்ச் வெளிச்சம் தரையில் விழுந்து பளிச்சென்று பாதையைக் காட்ட, இருவரும் அதிஜாக்கிரதையாய் நடை போட்டார்கள். நூறடி நடந்திருப்பார்கள்.

ஜோஷ் சட்டென்று நின்றான். இக்பால் அவனுடைய தோளைத் தொட்டான்.

"என்ன..?"

"நீ சொன்னது உண்மைதான்.... ஏதோ பேச்சு சத்தம் கேட்குது"

செல்போனில் பேச்சை முடித்துக்கொண்ட செழியன் ஜீப்புக்கு சாய்ந்து நின்ற விநாடி ஆர்மர்ட் போலீஸாரில் ஒருவரான நரசிம்மன், இருட்டில் வேகவேகமாய் நடந்து

அவரை நெருங்கினார்.

"ஸார்"

"என்ன நரசிம்மன்..?"

"இந்த கெஸ்ட் ஹவுஸீக்குள் நுழைய ஒரு வழி கிடைச்சிருக்கு ஸார். பத்தடி உயர காம்பௌண்ட் சுவரையொட்டின மாதிரி மாமரம் ஒண்ணு கிளைகளைப் பரப்பிட்டு வசதியா வளர்ந்திருக்கு.... கொஞ்சம் முயற்சி பண்ணினா மரம் ஏறி உள்பக்கமா குதிச்சுடலாம் ஸார்"

செழியன் ஜீப் ட்ரைவரிடம் திரும்பினார்.

"சபாபதி..... நான் நரசிம்மன்கூட போறேன். நீ ஜீப்லயே இரு.... ஏதாவது பிரச்சினைன்னா உடனே என்னை போன்ல காண்டாக்ட் பண்ணு"

"எஸ்... ஸார்" என்று சபாபதி சொல்ல, செழியன் நரசிம்மனோடு வேகவேகமாய் அந்த இருட்டில் காம்பௌண்ட் சுவரோரமாய் நடந்தார்.

இரண்டு நிமிட நடையில் அந்தப் பெரிய மாமரம் டார்ச் வெளிச்சத்தில் பார்வைக்கு கிடைக்க, மரத்துக்கு கீழே மற்ற ஆர்ம்ட் போலீஸ் மூன்று பேரும் நின்றிந்தார்கள். செழியன் மரத்தை அண்ணாந்து பார்த்துவிட்டு கேட்டார்.

"மரத்துல ஏற முடியுமா..?"

"முடியும் ஸார்.... அதுக்கேக்கமாதிரிதான் கிளைகளும் இருக்கு" சொன்ன நரசிம்மன் அடுத்த விநாடியே மரத்தில் தாவி ஏறி கிளைகளில் கால்களை வைத்து, இலைகளை விலக்கிக்கொண்டு காம்பௌண்ட் சுவரின் உச்சிக்குப் போனார். அதைத் தொடர்ந்து மற்ற மூன்று பேரும் அதே வேகத்தில் ஏற, கடைசியாய் செழியன் சற்றே சிரமப்பட்டு, ஏறி காம்பௌண்ட் சுவரைப் பற்றிக்கொண்டு உள்ளே எட்டிப் பார்த்தார்.

அந்த பெரிய கெஸ்ட் ஹவுஸ் இருட்டில் ராட்சஸன் மண்டியிட்டு உட்கார்ந்திருப்பது போல் பார்வைக்குத் தட்டுப்பட சதுர கண்ணாடி ஜன்னல்களில் சோகையான மின் வெளிச்சம் ஒட்டியிருந்தது.

"மூவ் இன்" செழியன் சொல்லிவிட்டு முதல் ஆளாய் மரத்தின் கிளையைப் பற்றிக் கொண்டு, கெஸ்ட் ஹவுஸின் உள்ளே குதிக்க மற்றவர்களும் பூட்ஸ் சத்தங்களோடு

குதித்தார்கள்.

ஐந்து பேரும் குதித்த இடத்திலேயே சில விநாடிகள் மௌனமாய் நின்றுவிட்டு, பின்பு நகர்ந்தார்கள். ரைஃபிள்கள் எச்சரிக்கையோடு கண்விழித்துக் கொண்டிருக்க, கெஸ்ட் ஹவுஸின் முன்பக்கமாய் இருந்த வட்டமான புல்தரையை நெருங்கினார்கள்.

செழியன் தன் குரலை மெல்லத் தாழ்த்தினார்.

"நரசிம்மன்"

"ஸார்...."

"கெஸ்ட் ஹவுஸோட முன்பக்க வாசல் கதவு லேசா திறந்திருக்கு. இப்போ தடாலடியா நாம அஞ்சு பேரும் வீட்டுக்குள்ளே நுழைஞ்சா அந்த மூணு பேரையும் மடக்கிடலாம்"

"யூ மே பி கரெக்ட் ஸார்.... நாங்க நாலு பேரும் ஆர்ம்ஸோட முன்னாடி போறோம். நீங்க எங்களை ஃபாலோ பண்ணி வாங்க ஸார்"

நரசிம்மன் சொல்லிவிட்டு மற்ற மூன்று போலீஸாரோடு சத்தம் வராமல் நடந்து, போர்டிகோ படிகள் ஏறி, பாதி திறந்திருந்த ரோஸ்வுட் கதவைத் திறந்து கொண்டு உள்ளே போனார். செழியன் பின்தொடர்ந்தார்.

சற்றே மங்கலான வெளிச்சத்தில் அந்த ஹால் மெதுவாய் சுழலும் இரண்டு மின்விசிறிகளோடு நிசப்தமாய் தெரிந்தது. சில லட்சங்களை விழுங்கியிருந்த அந்த ஃபேன்ஸி லெதரேட் சோபாவில் காலியான இரண்டு விஸ்கி பாட்டில்கள் தெரிய, சோனி பிரேவியா 164 செ.மீ டி.வி அகலத்திரை மியூட் மோடில் டபிள்யூ. டபிள்யூ. ஃஎப் ரியல் ஃபைட் ஷோவை லைவ் டெலிகாஸ்ட் செய்து கொண்டிருந்தது.

செழியன் நடு ஹாலில் நின்று கொண்டு சுற்றும்முற்றும் பார்த்தபடி ஆச்சர்யப்பட்டார்.

"யாரையும் காணோமே..?"

"ஸார்.... நாம வந்ததை ஸ்மெல் பண்ணிட்டு அவங்க எங்கேயாவது பதுங்கியிருக்கலாம்"

"சர்ச் த என்டையர் ஹவுஸ்.....ஒரு இடத்தையும் விடாதீங்க" செழியன் சொல்லிவிட்டு மாடிப்படிகளில் தாவி ஏறினார். மாடி வராந்தாவில் இருந்த இரண்டு அறைகளின் கதவு விரிய

திறந்து கிடக்க, சாத்தப்பட்டிருந்த மூன்றாவது அறையின் கதவு மேல் கையை வைத்து தள்ளித் திறக்க முயன்றவர் அது உட்பக்கமாய் தாழ் போடப்பட்டு இருப்பதை உணர்ந்ததும் கதவை பலமாய்த் தட்டி குரல் கொடுத்தார்.

"யார் உள்ளே..?"

பதிலில்லை.

வராந்தா ஓரமாய் தள்ளி நின்றிருந்த நரசிம்மன், வேகவேகமாய் செழியனுக்கு பக்கத்தில் வந்தார்.

"என்ன ஸார்..?"

"கதவை உள்ளே தாழ் போட்டுகிட்டு ரூம்ல யாரோ இருக்காங்க"

"பார்த்துடலாம் ஸார்" என்று சொன்னவர் தனது வலுவான வலது புஜத்தால் கதவை இரண்டு முறை மோதிவிட்டு, பூட்ஸ்காலால் ஓங்கி உதைத்தார். கதவு லேசாய் நெகிழ்ந்து அசைந்தது.

நரசிம்மன் இரண்டாவது தடவை உதைக்க முயன்றபோது, கதவின் தாழ்ப்பாள் மெல்ல விலகும் சத்தம் கேட்டது, தொடர்ந்து கதவு விரிய, முகிலா தளர்ந்து போன உடம்போடு சோர்வாய் பார்வைக்குக் கிடைத்தாள். கண்களில் உச்சபட்ச பயம் தெரிந்தது.

செழியன் பதட்டத்துடன் உள்ளே பாய்ந்து கீழே சாய முயன்ற அவளைத் தாங்கிப் பிடித்துக் கொண்டார்.

"முகிலா.... ஆர் யூ ஆல்ரைட் ..?"

முகிலா பலஹீனமாய் முனகினாள்.

"எனக்கொண்ணும் பிரச்சினை இல்லை ஸார். லேசா தலை சுத்துது. கொஞ்சம் பார்த்து நடக்கணும். இவ்வளவு சீக்கிரத்துல போலீஸ் என்னைக் காப்பாத்த வருவாங்கன்னு நான் கொஞ்சம் கூட நினைச்சு பார்க்கலை ஸார். கதவை இவ்வளவு வேகமாய் தட்டறது இக்பால், ஜோஷ், தருணாய் இருக்கலாமோன்னு நினைச்சு உடனே திறக்காமே இருந்துட்டேன். ஸாரி ஸார்" முகிலா பேசிவிட்டு மூச்சு வாங்கினாள்.

செழியன் கையமர்த்தினார்.

"இதோ பாரம்மா.... ஸாரி சொல்லி சாவகாசமா பேச இது நேரமில்லை. அந்த மூணு பேரும் இப்ப எங்கே..?"

"கீழே ஹால்ல உட்கார்ந்து குடிச்சுட்டிருப்பாங்க ஸார். நான் கூட ஒரு மணி நேரத்துக்கு முந்தி இங்கிருந்து தப்பிச்சு போக நினைச்சு ரூமிலிருந்து வெளியே வந்து எட்டிப் பார்த்தேன். மூணு பேரும் நல்லா குடிச்சுட்டு போதையில அரைக்கண்ணை மூடிகிட்டு பேசிட்டிருந்தாங்க. அவங்க என்னை கவனிக்க மாட்டாங்கன்னு நினைச்சு நான் மாடிப்படி ஓரமா இறங்க ஆரம்பிச்சேன். ஆனா என்னைப் பார்த்துட்டாங்க. சத்தம் போட்டாங்க. வாட்ச்மேனைக் கூப்பிட்டாங்க. வாட்ச்மேன் கையில மாட்டிடக்கூடாதுன்னு நினைச்சு நான் கண்ணாடி கதவை உடைச்சு, அந்த வழியா தப்பிக்கலாம்ன்னு முயற்சி பண்ணினேன். முடியலை. மறுபடியும் ரூமுக்கே ஓடிவந்து உட்பக்கமா தாழ் போட்டுகிட்டு கட்டிலுக்கு அடியில படுத்துகிட்டேன்"

"நீ சொன்ன வாட்ச்மேனும் அந்த மூணு பேரும் இப்போ இந்த வீட்ல இல்லையே.... எங்கே போனாங்க ..?"

"எனக்குத் தெரியலை ஸார்...." முகிலா குழப்பமான முகத்தோடு சொல்லிக் கொண்டிருக்கும்போதே ஆர்ம்ட் போலீஸ்களில் ஒருவர் பதட்டத்தோடு குரல் கொடுத்தார்.

"ஸ...ஸ...ஸார் ஒரு நிமிஷம்.... இங்கே வந்து பாருங்க "

குரல் கேட்டு திகைப்போடு செழியன் திரும்பினார்.

"என்ன..?"

"ஒருத்தன் இங்கே விழுந்து கிடக்கிறான் ஸார்"

"யாரு..?" கேட்ட செழியன் அடுத்த ஐந்தாவது விநாடி அந்த இடத்தை நெருங்கினார்.

முகத்திலும், அணிந்திருந்த சட்டையிலும் ரத்தக்கறைகள் தெரிய மல்லாந்து விழுந்திருப்பவனை உற்றுப் பார்த்துவிட்டு முகிலாவிடம் திரும்பி பார்வையாலேயே "யாரிவன்..?" என்று செழியன் கேட்க முகிலா கலவர முகத்தோடு அவசரக் குரலில் சொன்னாள்.

"ஸார்... இவன்தான் என்னைப்பிடிக்க வந்த அந்த வாட்ச்மேன்"

"இப்படி ரத்தக்களறியாய் விழுந்து கிடக்கிறான். அடிச்சுப் போட்டது யாரு..?"

"தெரியலை ஸார்.... இவன் கையில சிக்கிடக்கூடாதேன்னு நினைச்சுதான் நான் ரூமுக்கு ஓடிப்போய் உட்பக்கமா தாழ்

போட்டுகிட்டேன். அதுக்கு அப்புறம் என்ன நடந்ததுன்னு எனக்குத் தெரியலை”

செழியன் பக்கவாட்டில் திரும்பி குரல் கொடுத்தார்.

“நரசிம்மன்”

“ஸார்”

“ஆள் உயிரோட இருக்கானான்னு பாரு” நரசிம்மன் சோதித்து பார்த்துவிட்டு தலையாட்டினார்.

“மூச்சு இருக்கு ஸார்” என்று சொன்ன நரசிம்மன் வாட்ச்மேனின் சட்டைப் பாக்கெட்டுக்குள் எட்டிப் பார்த்துக்கொண்டிருந்த செல்போனை எடுத்தார்.

செழியன் சொன்னார்.

“அந்த செல்போனோட காண்டாக்ட்ஸ் ஆப்ஷனுக்கு போய் ரீசண்டா அவனுக்கு வந்த கால்ஸ் யார் யாரோடதுன்னு பாரு..?”

நரசிம்மன் அந்த செல்போனை உயிர்ப்பித்து பார்த்துவிட்டு சொன்னார். “ரெண்டு தடவை இக்பாலும்,ஒரு தடவை ஜோஷுவும் இந்தப்போனை காண்டாக்ட் பண்ணி பேசியிருக்காங்க ஸார்”

“சரி, இந்த போனிலிருந்து இக்பாலோட செல்போன் நெம்பர்க்கு டயல் பண்ணு”

நரசிம்மன் செல்போனின் டிஸ்ப்ளேயை வெளிச்சப்படுத்தி இக்பாலின் நெம்பரைத் தேய்த்தார்.

அடுத்த விநாடி அந்த ராத்திரி வேளையின் நிசப்தத்தை அறுத்துக்கொண்டு கெஸ்ட் ஹவுஸ்க்கு வெளியே இக்பாலின் செல்போன் தன்னுடைய தொண்டையைத் திறந்து டயல்டோனை காற்று மண்டலத்துக்கு தாரை வார்த்தது,

‘கெஸ்ட் ஹவுஸின் எந்த திசையிலிருந்து ரிங்டோன் வருகிறது..?’

உடம்பில் தீப்பற்றிக்கொண்டது போன்ற உணர்வோடு மாடிப்படிகளில் வேகமாய் இறங்கிய செழியன் கெஸ்ட் ஹவுஸை விட்டு வெளியே வந்தார்.

27

செழியன் தன்னுடைய பார்வையை உன்னிப்பாக்கி, கெஸ்ட் ஹவுஸின் பக்கவாட்டில் படர்ந்திருந்த இருட்டுக்குள் பாயவிட்டார்.

அவர்க்குப் பின்னால் ஓடி வந்த ஆர்ம்ட் போலீஸார் நான்கு பேரும் டார்ச் வெளிச்சத்தை எல்லாப் பக்கமும் வீசிப்பார்க்க, செல்போனின் டயல்டோன் இன்னமும் காற்றைக் காயப்படுத்திக் கொண்டிருந்தது.

"நரசிம்மன்"

"ஸார்"

"இக்பாலோட செல்போன்..... டயல்டோன் சத்தம் கேட்குது... ஆனா எந்த திசையிலிருந்து அந்தச் சத்தம் வருதுன்னு தெரியலையே..?"

"இன்னும் கொஞ்சம் முன்னாடி போய்ப் பார்க்கலாம் ஸார்" நரசிம்மன் சொல்லிக்கொண்டே நகர முயல, ஆர்ம்ட் போலீஸாரில் ஒருவர் குரல் கொடுத்தார்.

"ஸார்.... செல்போனோட டோன் அந்த குரோட்டன்ஸ் தொட்டிக்குப் பின்னாடி இருந்து வர்ற மாதிரி தெரியுது"

செழியன் வேகமான நடையில் அந்த இடத்தை நோக்கிப் போக, குரோட்டன்ஸ் தொட்டிக்குப் பின்னால் வெளிச்ச உடம்போடு டயல்டோனை வெளியிட்டுக்கொண்டிருந்தது

அந்த உயர்ஜாதி ஆன்ட்ராய்ட் செல்போன்.

அதைக் கையில் எடுத்துக்கொண்ட செழியன் சுற்றும் முற்றும் பார்த்தபடி நரசிம்மனிடம் கேட்டார்.

"போன் இங்கே இருக்கு..... இக்பால், ஜோஷ், தருண் இந்த மூணு பேரும் எங்கே...... ஒரு வேளை நாம வந்ததைப் ஸ்மெல் பண்ணிட்டு தப்பிச்சு போயிருப்பாங்களோ..?"

தான் கேட்ட கேள்விக்கு நரசிம்மனிடமிருந்து எந்த பதிலும் வராமல் போகவே, அவரைத் திரும்பிப் பார்த்த செழியன் வியப்புக்கு உட்பட்டார். நரசிம்மனின் பார்வை கத்திக்குத்து விழுந்த மாதிரி ஒரே இடத்தில் அதிர்ச்சியோடு நிலைத்திருந்தது.

"என்ன நரசிம்மன்.... எதை அப்படி உன்னிப்பாய் பார்க்கறீங்க..?"

"ஸ....ஸார்.... இடதுபக்க காம்பௌண்ட் சுவரோரமா... ரெண்டு பேர் ஒருக்களிச்சு விழுந்து கிடக்கிற மாதிரி தெரியுது" சொன்னவர் தன் கையில் இருந்த டார்ச்சை அசைத்து வெளிச்சத்தை அங்கே துரத்த, இக்பாலும், ஜோஷும் உடைகளில் படிந்த ரத்தக்கறைகளோடு நான்கடி இடைவெளியில் சலனமற்ற உடல்களோடு பார்வைக்குத் தட்டுப்பட்டு செழியனை திடுக்கிட வைத்தார்கள்.

கோவை ஜி.ஹெச். மதியம் 12.15 மணி.

ஐ.ஸி.யூனிட்டுக்கு வெளியே இருந்த அறைக்குள் மெடிக்கல் டீன் உமாபதி முன்பாக உட்கார்ந்திருந்தார் செழியன். ராத்திரி முழுவதும் கண் விழித்து ஒரு நிமிஷம் கூட தூங்காத காரணத்தால் உடல் ஓய்வுக்காக கெஞ்சினாலும் அதைப் பொருட்படுத்தாமல் டீனிடம் பேசிக் கொண்டிருந்தார். அறை வாசலில் நிழலாடியது.

செழியன் திரும்பிப் பார்த்தார்.

நரசிம்மன் நின்றிருந்தார்.

"என்ன நரசிம்மன்..?"

"ஸார்.... இக்பாலோட அப்பா தாஹிர் அபுதாபியிலிருந்து காலை ஆறு மணி ஃப்ளைட்ல புறப்பட்டு, கொஞ்ச நேரத்துக்கு முன்னாடிதான் கோயமுத்தூர் வந்து சேர்ந்தார். ஹாஸ்பிடலுக்கு வந்ததுமே ஐ.ஸி.யூவில் இருக்கிற மகன் இக்பாலைப் பார்க்கணும்ன்னு ஆர்ப்பாட்டம் பண்றார்.

இக்பாலுக்கு ட்ரீட்மெண்ட் போயிட்டிருக்கு. இப்ப பார்க்க முடியாதுன்னு நான் சொல்லியும் அவர் கேட்கலை. ரொம்பவும் பிடிவாதமாய் இருக்கார். அவரை அலவ் பண்ணலாமா ஸார்..?"

"நோ....நோ.... இப்போதைக்கு யாரையும் ஐ.ஸி. யூனிட்டுக்குள் அனுமதிக்க முடியாது. அவரை என்னை வந்து பார்க்கச் சொல்லுங்க"

"இதோ அவரே வர்றார் ஸார்" நரசிம்மன் சொல்லிக்கொண்டிருக்கும்போதே இக்பாலின் அப்பா தாஹிர் கண்களில் நீரோடும், பதட்டம் நிரம்பிய உடம்போடும் அறைக்குள் நுழைந்தார். இடைவிடாத விமானப் பயணத்தின் களைப்பு அவருடைய முகத்தில் அப்பட்டமாய் தெரிந்தது. குரலில் அழுகைத் தெறிக்க கேட்டார்.

"டாக்டர்..... என்னோட சன் இக்பாலுக்கு என்ன பிரச்சினை.... அவனையும், அவனோட ஃப்ரண்ட்ஸ் தருண், ஜோஷ், வாட்ச்மேன் ரத்தினம் இவங்களை அடிச்சு போட்டது யாரு.... நாலு பேரும் இப்ப எப்படியிருக்காங்க.....?"

டாக்டர் உமாபதி தனக்கு முன்பாய் இருந்த காலியான நாற்காலியைக் காட்டினார்.

"முதல்ல உட்கார்ங்க மிஸ்டர் தாஹிர்.... டென்ஷன் படறதினால எந்த பிரயோஜனமும் இல்லை"

தாஹிர் உடல்நடுக்கத்தோடு உட்கார, செழியன் தான் யார் என்பதை அறிமுகப்படுத்திக் கொண்டு நிதானமான குரலில் பேச ஆரம்பித்தார்.

"இதோ பாருங்க தாஹிர்... உங்க சன் இக்பாலையும் சரி, மத்த மூணு பேரையும் சரி, யாரும் தாக்கலை.. அவங்க முகங்களிலும், அணிந்திருந்த உடைகளிலும் ரத்தக்கறைகள் இருந்தது உண்மைதான். வாட்ச்மேன் ரத்தினம் கெஸ்ட் ஹவுஸின் மாடி வராந்தாவிலும், தருண் வெளியே ஒரு பக்கத்திலும், இக்பால், ஜோஷ் இந்த ரெண்டு பேர் இன்னொரு பக்கத்திலும், சுய உணர்வு இல்லாமே விழுந்திருந்தாங்க. நாலு பேரையும் உடனடியாய் ஹாஸ்பிடலுக்கு கொண்டு வந்து சேர்த்தோம்"

செழியன் பேச்சை ஒரு விநாடி நிறுத்த டாக்டர் உமாபதி தொடர்ந்தார். "நான்தான் நாலு பேரையும் அட்டெண்ட்

பண்ணி சோதிச்சுப் பார்த்தேன். யார் உடம்பிலும் ஒரு சின்ன ரத்தகாயம் கூட இல்லை”

தாஹிர் குறுக்கிட்டு கேட்டார்.

“அப்புறம் எப்படி ரத்தக்கறைகள் இருந்ததா போலீஸ் என்கிட்ட போன்ல சொன்னாங்க?”

“ரத்தக்கறைகள் இருந்தது உண்மை. ஆனா அந்த ரத்தம் ஒருத்தர் தாக்கினதால காயங்கள் ஏற்பட்டு அதன் காரணமாய் வந்த ரத்தம் இல்லை”

“அப்புறம்.....?”

“நாலு பேரும்.... ரத்த வாந்தி எடுத்திருக்காங்க. காரணம் அவங்க சாப்பிட்ட விஸ்கிதான்” சொன்ன டாக்டர் உமாபதி தனக்கு முன்பாய் இருந்த ஒரு அட்டைப் பெட்டியைத் திறந்து உள்ளே ஒரு பாலிதீன் பேப்பரால் சுற்றி வைக்கப்பட்டிருந்த காலியான அந்த இரண்டு பெரிய விஸ்கி குடுவைப் பாட்டில்களை மேஜையின் மீது எடுத்து வைத்தார்.

‘ரெட் ஃபாரஸ்ட் விஸ்கி’ என்கிற பெயரோடு லேபிள் ஒட்டப்பட்ட அந்த வெளிநாட்டு பாட்டில்களின் அடிப்பாகத்தில் பொன்னிறத்தோடு ஐந்து மில்லி அளவுக்கு மீதி விஸ்கி தேங்கியிருந்தது.

உமாபதி பேச்சைத் தொடர்ந்தார்.

“இதுமாதிரியான வெளிநாட்டு விஸ்கியை தினசரி ஒரு ஸ்மால் என்கிற அளவில் எடுத்துகிட்டா பிரச்சினையில்லை. ஒரே நேரத்துல அளவுக்கு மீறி கன்ஸ்யூம் பண்ணினா உயர் ரத்த அழுத்தம் ஏற்பட்டு ரத்த நாளங்கள் சிதைய வாய்ப்பு அதிகம். மூக்கிலும், வாயிலும் ரத்தம் கொட்டும். காரணம் பெரும்பாலான வெளிநாட்டு மதுபானங்களில் 40 சதவீதத்துக்கும் அதிகமாய் ஆல்கஹால் சேர்க்கப்படுவதுதான்”

தாஹிர் அவசர அவசரமாய் இடைமறித்தார்.

“டாக்டர்.... என்னோட மகனுக்கு குடிப்பழக்கம் இருக்குன்னு எனக்குத் தெரியும். தோளுக்கு மேல வளர்ந்துட்டதால, அவனைக் கண்டிக்க முடியலை. அவன் எப்பவுமே ஆரோக்கியம் பாதிக்காத அளவுக்குதான் குடிப்பான். இதுவரையிலும் அவனுக்கு மது சம்பந்தமா எந்த பிரச்சினையும் வந்ததில்லை”

“இப்படியொரு பிரச்சினை நேத்து ராத்திரி உங்க சன் உள்பட நாலு பேர்க்கும் வந்ததுக்கு காரணம் என்ன தெரியுமா மிஸ்டர் தாஹிர்.....?”

“என்ன.....?”

“அவங்க சாப்பிட்ட ரெட் பாரஸ்ட் என்கிற விஸ்கி காலாவதியான ஒண்ணு. ஆறு மாசத்துக்கு முன்னாடியே சாப்பிட வேண்டிய விஸ்கியை நேத்து ராத்திரி சாப்பிட்டிருக்காங்க”

“ஸாரி டாக்டர்..... நீங்க சொல்றது நம்பும்படியாய் இல்லை. காரணம் விலை உயர்ந்த மதுபானங்களுக்கு எக்ஸ்பயரி டேட் இல்லை. பத்து வருஷத்துக்கு முன்பு தயாரிக்கப்பட்ட விஸ்கிக்கு என்னிக்குமே பத்து வயசுதான். அது கெட்டுப் போகவோ காலாவதியாகவோ வாய்ப்பில்லை.....”

டாக்டர் மெல்லச் சிரித்தார்.

“அந்த உண்மை எனக்கும் தெரியும். பாட்டிலோட மூடியை திறக்காதவரைக்கும் மதுபானம் கெட்டுப் போக வாய்ப்பில்லை. ஆனா பாட்டிலைத் திறந்த பிறகு மூடி சரியாக மூடப்படாத நிலையில் இருந்தா, மது கெட்டுப்போய் நஞ்சாக மாற வாய்ப்பு ரொம்பவும் அதிகம். மருத்துவரீதியாய் இந்த உண்மை நிரூபிக்கப்பட்டும் இருக்கு. நான் சொல்றதுல உங்களுக்கு நம்பிக்கையில்லேன்னா கெஸ்ட் ஹவுஸ் வாட்ச்மேன் ரத்தினம் அரைமயக்க நிலையில் தன்னையும் அறியாமே எல்லா உண்மைகளையும் ஒரு வாக்குமூலம் மாதிரியே சொல்லியிருக்கான். அதைக் கேட்டுப்பாருங்க. உங்களுக்கு நம்பிக்கை வரும்”

“வாக்குமூலமா.....?”

“ஆமா” என்று சொல்லி தலையசைத்த செழியன் தாஹிரை ஏறிட்டார்.

“ராத்திரி கெஸ்ட் ஹவுஸில் சுய உணர்வு இல்லாம கிடந்த நாலுபேரையும் ஹாஸ்பிடலுக்கு கொண்டு வந்து அட்மிட் பண்ணி ட்ரீட்மெண்ட் கொடுத்ததில் வாட்ச்மேன் ரத்தினத்துக்கு மட்டும் லேசாய் சுய உணர்வு வந்தது. அவனை நான்தான் விசாரணை பண்ணினேன். அதை வீடியோவாய் நீங்க இப்ப பார்க்கலாம்”

செழியன் தன்னுடைய செல்போனை எடுத்து ஸேவ் செய்யப்பட்டிருந்த அந்த வீடியோ பதிவை ஆன் செய்து

டிஸ்ப்ளே திரையை பெரிதாக்கினார். ரத்தினம் பாதி விழிகள் செருகிய நிலையில் ஹாஸ்பிடல் கட்டிலில் மல்லாந்து படுத்திருந்தான். ட்யூப் வழியாக ட்ரிப்ஸ் துளித்துளியாய் பயணித்துக் கொண்டிருந்தது. செழியன் ஒரு ஸ்டூலில் உட்கார்ந்து குனிந்தபடி கேள்விகளைக் கேட்டுக்கொண்டிருந்தார்.

"உம் பேர் என்ன.....?"

"ர...ர...ரத்தினம்"

"டாப்ஸ்லிப் கெஸ்ட் ஹவுஸில் உனக்கு என்ன வேலை.....?"

"வாட்ச்மேன் அய்யா"

"உன்னை யார் அடிச்சாங்க.....?"

"என்னை யாரும் அடிக்கலீங்கய்யா "

"அப்புறம் எப்படி இவ்வளவு ரத்தம். மயக்கம் போட்டு விழுந்திருக்கே.....?"

"அது... அது.... வந்துங்கய்யா...."

"எதையும் மறைக்காமே சொல்லு. அப்பத்தான் உன்னோட உயிரைக் காப்பாத்த முடியும்...."

"இக்பால் தம்பி தன் ஃப்ரண்ட்ஸோட சீமைச் சாராயம் சாப்பிடறப்ப எனக்கும் ஊத்தி குடுத்து சாப்பிடுடான்னு சொல்வார். இன்னிக்கும் அப்படித்தான் குடுத்தார். நானும் வாங்கி சாப்பிட்டேன். ஆனா கொஞ்ச நேரத்திலேயே வித்தியாசம் தெரிஞ்சுது"

"என்ன வித்தியாசம்.....?"

"வயித்துக்குள்ளே லேசாய் எரிச்சல். அந்த எரிச்சல் கொஞ்சம் கொஞ்சமாய் அதிகமாகி வாந்தி வர்றமாதிரி இருந்தது. அந்த நேரம் பார்த்துத்தான் இக்பால் தம்பி என்னக் கூப்பிட்டு அந்தப் பொண்ணு தப்பிச்சுப்போக பார்க்கிறா. அவளைப் போய் பிடின்னு சொன்னார். நானும் அவ பின்னாடியே ஓடினேன். ஆனா ஓட முடியலை. தலை சுத்தி ரத்தவாந்தி எடுத்து அப்படியே சாய்ஞ்சுட்டேன். அதுக்கப்புறம் என்ன நடந்ததுன்னு எனக்கு தெரியலைங்கய்யா"

"நீ துரத்திகிட்டு போன அந்தப்பொண்ணு யாரு.....?"

செழியன் கேட்ட இந்த கேள்விக்கு ரத்தினம் மௌனம் சாதிக்க அவர் அவனுடைய தோளைத் தட்டினார்.

“இதோ பார் நீ உண்மையைச் சொன்னாத்தான் பெரிய டாக்டர் ட்ரீட்மெண்ட் குடுத்து உன்னை காப்பாத்துவார். இல்லேன்னா நீ கோமா ஸ்டேஜூக்கு போய் கொஞ்சம் கொஞ்சமாய் உயிரை விட வேண்டியதுதான்”

“என்னைக் காப்பாத்துங்கய்யா..... நான் எல்லா உண்மையையும் சொல்லிடறேன்.... அந்தப்பொண்ணோட பேரு முகிலா. தருண் தம்பியோட சிநேகிதர் புவனேஷை அந்தப் பொண்ணு முகிலாவை கல்யாணம் பண்ணிக்க இருந்தார். யாராவது ஒருத்தர் சந்தோஷமாயிருந்தா இந்த மூணு பேருக்கும் பிடிக்காதுங்கய்யா. அது யாராயிருந்தாலும் சரி கெஸ்ட் ஹவுஸுக்கு கொண்டு வந்து வெச்சுகிட்டு கொஞ்சம் கொஞ்சமாய் சித்ரவதை பண்ணி உயிர் போனதும் தண்ணி இல்லாத ஐநூறு அடி ஆழ போர்வெல் குழிக்குள்ளே போட்டுடுவாங்கய்யா......”

“இதுவரைக்கும் இப்படி எத்தனை பேர் அவங்களோட மனவக்கிரத்துக்கு பலியாகியிருக்காங்க.....?”

“ஏழெட்டு பேர் இருப்பாங்கய்யா.....”

“அத்தினி பேரும் பொண்ணுங்களா..?

“இல்லீங்கய்யா..... அதுல மூணு பேர் வயசுப் பசங்க....”

“அவங்க மேல இவங்களுக்கு என்ன கோபம்.....?”

“தெரியல்லீங்கய்யா...... ஒருத்தர் அழகாயிருந்தா பிடிக்காது. ஒருத்தர் நல்லா பாட்டுப் பாடினா பிடிக்காது..... ஒருத்தர் சிரிச்சு பேசினா பிடிக்காது”

“இப்ப நீ சொன்னதெல்லாம் இக்பாலோட அப்பாவுக்குத் தெரியுமா.....?”

“தெரியாதுங்கய்யா...... அவரு அபுதாபியில் இருந்து மாசத்துக்கு ஒரு தடவை கோயமுத்தூர் வந்து இக்பால் தம்பியைப் பார்ப்பார். அதுவும் உக்கடத்தில் இருக்கிற வீட்டுக்குத்தான் வருவார். டாப்ஸ்லிப்ல இருக்கிற கெஸ்ட் ஹவுஸுக்கு வரமாட்டார்”

“மனநிலை சரியில்லாத மூணு பேர் இத்தனை நாளா ஏழெட்டு பேரை கொடூரமான முறையில் கொலை பண்ணியிருக்காங்க. நீ ஏன் போலீஸூக்கு சொல்லலை.....?”

“அய்யா..... இக்பால் தம்பி அந்த கெஸ்ட் ஹவுஸை நான் பார்த்துக்க மாசம் ஒரு லட்ச ரூபாய் சம்பளம் கொடுத்தார்.

பொண்டாட்டி குழந்தைங்கன்னு எனக்கு ஒரு குடும்பம் இருந்திருந்தா மனசுக்குள்ளே ஒரு பயம் வந்திருக்கும். ஆனா அந்த பயம் இல்லாததினாலே போலீஸ் ஞாபகமே எனக்கு வரலீங்கய்யா......"

"சரி.... இப்ப நான் கேக்கப் போற கேள்விக்கு உண்மையான பதிலைச் சொல்லணும். இன்ஸ்பெக்டர் முத்துக்குமரனை கொலை பண்ணினது இந்த மூணு பேர்தானே.....?"

"ஆமாங்கய்யா... அதைச் சொல்லி குடிபோதையில அவங்க பேசிட்டிருந்ததை நான் கேட்டேன்யா"

வீடியோ பதிவு இந்த உரையாடலோடு நின்று போயிருக்க, முகம் இரும்பாய் இறுகிப்போய் உட்கார்ந்திருந்த தாஹிரை ஏறிட்டார் செழியன்.

"மிஸ்டர் தாஹிர்... உங்களுக்கு இப்ப எல்லாமே புரிஞ்சிருக்கும்ன்னு நினைக்கிறேன்....."

அவர் கண்களில் நீர் மின்ன குரல் தழுதழுத்தார்.

"வெரி ஸாரி ஸார்.... பைபோலார் மெண்ட்டல் டிஸ்ஆர்டரால் பாதிக்கப்பட்ட இந்த மூணு பேர்களுக்குள்ளும் இப்படியொரு மனவக்ரம் இருக்கும்ன்னு நான் நினைச்சு கூட பார்க்கலை. உங்க சட்டப்படி அவங்களை தண்டிங்க..."

டாக்டர் உமாபதியின் உதடுகளில் ஒரு புன்னகை உதித்தது.

"சட்டத்துக்கு அப்படியொரு வாய்ப்பு கிடைக்காதுன்னு நினைக்கிறேன்"

"என்ன சொல்றீங்க டாக்டர்.....?"

"காலாவதியான மதுவைச் சாப்பிட்டதால நாலுபேரோட ரத்த நாளங்களும் மோசமான அளவில் சிதைஞ்சு போயிருக்கு. இன்னும் ஒரு வாரம் வரை கோமாவில் இருந்துட்டு, ஒவ்வொருத்தரா உயிரைவிட ஆரம்பிச்சுடுவாங்க. ஆனா வாட்ச்மேன் ரத்தினம் கொஞ்சம் குறைவா மதுவைச் சாப்பிட்டதால அவன் மட்டும் பிழைக்க வாய்ப்பிருக்கு. அப்படி அவன் உயிர் பிழைச்சுட்டா அவன் மூலமா இந்த கேஸ் சம்பந்தப்பட்ட பல உண்மைகள் வெளியே வரும். இக்பால், ஜோஷ், தருண் இந்த மூணு பேரோட மனவக்கிரத்துக்கு பலியான அந்த ஏழெட்டு பேர் யார் யார் என்கிற விபரங்களும் தெரிய வரலாம்"

தாஹிர் சில விநாடிகள் மௌனமாய் இருந்துவிட்டு செழியனிடம் திரும்பினார்.

"குட்ஹோப் ஹாஸ்பிடலில் அட்மிட்டாகியிருக்கிற புவனேஷோட ஹெல்த் கண்டிஷன் இப்போ எப்படியிருக்கு .....?"

"புவனேஷ் அபாயக்கட்டத்தை தாண்டி நார்மலான நிலைமைக்கு வந்துட்டார். முகிலா அவர்க்குப் பக்கத்திலேயே இருந்து கவனிச்சுட்டு இருக்கா. புவனேஷோட அண்ணனும், அண்ணியும், முகிலாவோட அப்பாவும், சித்தியும் பரஸ்பரம் பேசி ஒரு ஒற்றுமையான மனநிலைக்கு வந்துட்டாங்க... அநேகமாய் அடுத்த முகூர்த்தத்துல கல்யாணம் நடக்கலாம்"

"நான் என்னோட சன் இக்பாலை ஐ.ஸி.யூவில் போய்ப் பார்க்கலாமா? ப்ளீஸ் அலவ் மீ....."

"பொதுவா இந்த நேரத்துக்கு யாரையும் அலவ் பண்றதில்லை. ஆனா நீங்க போய்ப் பார்த்துட்டு வாங்க... "

டாக்டர் உமாபதிக்கு நன்றி சொன்ன தாஹிர், ஒரு நர்ஸின் உதவியோடு ஐ.ஸி.யூனிட்டில் நுழைந்து சலனமில்லாமல் படுத்து கண் மூடியிருந்த மகன் இக்பாலை நெருங்கி அவனுக்குப் பக்கத்தில் போய் நின்றார். நர்ஸ் வெளியேறிப் போய்விட, இக்பாலையே இமைக்காமல் பார்த்துக் கொண்டிருந்த தாஹிரின் உதடுகளில் ஒரு புன்சிரிப்பு மெல்லப் பரவியது.

மானசீகமாய் பேசினார்.

'ஸாரி.. மை சன்..... உன்னை இந்த நிலைமையில பார்க்க மனசுக்கு கஷ்டமாயிருக்கு. பைபோலார் மெண்ட்டல் டிஸ்ஆர்டரிலிருந்து உன்னைக் குணப்படுத்த எவ்வளவோ முயற்சிகளை எடுத்துகிட்டேன்.

ஆனா, நீ ஒத்துழைப்பு தரலை. ஒத்துழைப்பு தராதது மட்டுமில்லை. அதே மனநோயால பாதிக்கப்பட்டு பாதி மிருகங்களாய் மாறிட்ட தருணையும், ஜோஷையும் உன் கூடவே வெச்சுகிட்டு, மனித உயிர்களை வேட்டையாட ஆரம்பிச்சதுதான் எனக்குப் பிடிக்கலை. இனிமேலும் உங்க மூணுபேரையும் விட்டு வைக்கக்கூடாதுன்னு நான் போன தடவை வந்தப்ப மதுபாட்டில்களின் மூடி வழியா விஷ இஞ்ஜெக்சனைப் போட்டு அந்த மதுவை காலாவதியான மதுவாய் மாத்தி வீட்ல வச்சேன்.

இந்த விஷயம் என்னைத் தவிர வெளியுலகத்துல யார்க்கும் தெரியப் போறதில்லை... சட்டத்தோட பார்வைக்கு நான் பண்ணினது தப்புதான். அது தப்பாய் இருந்தா போலீஸ் என்னைக் கண்டுபிடிச்சு தண்டிக்கட்டும். சரியாய் இருந்தா கண்டுபிடிக்க முடியாத எத்தனையோ வழக்குகளில் இதுவும் ஒரு வழக்காக மாறி ஃபைலிலேயே தூங்கட்டும். குட் பை இக்பால். போயிட்டு வா'

தாஹிர் மனசுக்குள் பேசிமுடித்துவிட்டு நிம்மதி பெருமூச்சொன்றை விட்டபடி ஐ.ஸி.யூனிட்டை விட்டு வெளியே வந்தார். மனசு முழுவதும் பரவிக்கொண்ட சந்தோஷத்தோடு நடக்க ஆரம்பித்தார்.

இரண்டு வாரங்கள் கரைந்து போயிருக்க, அன்றைக்கு காலை பதினோரு மணி.

போலீஸ் கமிஷனர் அலுவலகம்.

கமிஷனர் பொய்யாமொழிக்கு முன்பாய் செழியன் உட்கார்ந்தபடி பேசிக் கொண்டிருந்தார்.

"ஸார்..... டாக்டர் உமாபதி சொன்ன மாதிரியே இக்பால், ஜோஷ், தருண் மூணு பேரும் கோமா நிலையிலிருந்து மீளாமலேயே இறந்துட்டாங்க. வாட்ச்மேன் ரத்தினம் மட்டும் சுய உணர்வுக்கு திரும்பிட்டிருக்கான். முழுமையான உணர்வுக்கு வந்த பின்னாடிதான் அவனை விசாரிக்க முடியும்.."

"இட்ஸ் ஓகே... முகிலா, புவனேஷ் கல்யாணம் நேத்திக்கு அதே ரத்தின விநாயகர் கோயில்ல விமரிசையா நடந்தது போலிருக்கே..?"

"ஆமா ஸார்.... நானும் கல்யாணத்துக்கு போயிருந்தேன்"

"எப்படியோ இந்த கேஸ் நல்லபடியா முடிஞ்சுது"

"இல்ல ஸார்... இந்த கேஸ் இன்னமும் முடியலை"

பொய்யாமொழி நிமிர்ந்து உட்கார்ந்தார்.

"என்ன சொல்றீங்க செழியன் ..?"

செழியன் தன் பாக்கெட்டுக்குள் பத்திரப்படுத்தி வைத்து இருந்த மூன்று அலுமினிய மூடிகளை எடுத்து மேஜையின் மீது வைத்தார்.

"ஸார்... இந்த மூணு மூடிகளுமே உயர்ந்த அலுமினியத்தால் செய்யப்பட்ட விஸ்கி பாட்டில் மூடிகள். அன்னிக்கு

டாப்ஸ்லிப் கெஸ்ட் ஹவுஸில் சீன் ஆஃப் க்ரைம் பார்த்தப்ப இந்த மூடிகளையும் எடுத்துட்டு வந்தேன். இன்னிக்கு காலையில ஃபாரன்ஸிக் லேப்பில் சோதனைக்கு உட்படுத்தி பார்த்தப்பதான் ஒரு உண்மை வெளியே வந்தது"

பொய்யாமொழியின் புருவங்கள் உயர்ந்தன.

"என்ன உண்மை..?"

"இக்பால், தருண், ஜோஷ், வாட்ச்மேன் ரத்தினம் சாப்பிட்ட மது காலாவதியான மது இல்லை ஸார்"

"அப்புறம்..?"

"அலுமினிய மூடிகள் வழியாய் யாரோ இஞ்ஜெக்ஷனை போட்டு அந்த விஸ்கியை விஷமாய் மாத்தியிருக்காங்க. இந்த லென்ஸ் வழியா மூடிகளோட மேற்புறத்தைப் பாருங்க ஸார். புள்ளிகள் தெரியும்"

செழியன் லென்ஸைக் கொடுக்க பொய்யாமொழி வாங்கிப் பார்த்தார்.

அலுமினிய மூடிகளின் மேலே அந்த மைக்ரோ புள்ளிகள் பார்வைக்கு கிடைக்க அதிர்ந்தார்.

"மைகுட்னஸ்.... இது யாரோட வேலைன்னு தெரியலையே... எப்படி கண்டுபிடிக்கப் போறோம்..?"

செழியனின் உதடுகளிலிருந்து உறுதியான வார்த்தைகள் உதிர்ந்தன.

"ஸார்.. நான் இன்வெஸ்டிகேட் பண்ணின எந்த வழக்கிலும் இதுவரை குற்றவாளிகள் தப்பிச்சதேயில்லை. அதேமாதிரி இந்த கேஸிலும் குற்றவாளிகள் யாராக இருந்தாலும் எங்கிட்ட இருந்து தப்பிக்கவே முடியாது. கூடிய விரைவில் அந்த குற்றவாளியை உங்க முன்னாடி கொண்டு வந்து நிறுத்தறோம்"

"ஆல் த பெஸ்ட்" என்று சொல்லி செழியனின் கைகளை பிடித்து குலுக்கினார் கமிஷனர் பொய்யாமொழி.